సకీనా ముద్దు

నవల

కన్నడ మూలం

వివేక శానభాగ

అనువాదం

రంగనాథ రామచంద్రరావు

Sakina Muddu

(Translated Kannada Novel)

Author:
Vivek Shanbhag
deshakaala@gmail.com

Translated by
Ranganatha Ramachandra Rao

© Author

First Edition: jan 2024

Copies: 500

Published By:
Chaaya Resources Centre
103, Haritha Apartments,
A-3, Madhuranagar,
ph: (040)-23742711,
Mobile: +91-70931 65151

Email: editorchaaya@gmail.com

Publication No: CRC-123

ISBN No: 978-93-92968-86-0
Book Design: R.R.Rao
Cover Design: Arunank Latha

For Copies:
All leading Book Stores
https:/amzn.to/3xPaeld
bit.ly/chaayabooks
chaayabooks.com

వివేక శానభాగ

వివేక్ శానభాగ ప్రసిద్ధ సమకాలీన కన్నడ రచయితల్లో ఒకరు. వీరి ఐదు కథా సంపుటాలు, మూడు నవలలు, రెండు నాటకాలు ప్రచురితమయ్యాయి. ఇవి కాకుండా 'శ్రీకృష్ణ ఆలనహళ్ళి వాచికె', Sirigannada -An Anthology of Contemporary Kannada Writings అనే పుస్తకాలకు ఈయన సంపాదకత్వం వహించారు. యు.ఆర్. అనంతమూర్తిగారి 'హిందుత్వ మత్తు స్వరాజ్' అనే రచన ఆంగ్లానువాదానికి సహానువాదకులుగా ఉన్నారు.

వీరి రచనలు ఇంగ్లీషుతోపాటు అనేక భారతీయ భాషలకు అనువాదమయ్యాయి. 'ఘాచర్ ఘోచర్' నవల ప్రపంచంలోని పద్దెనిమిది భాషలలోకి అనువాదమై అత్యంత అధికంగా చర్చించబడ్డది. వీరి రచనలకు అనేక పురస్కారాలు వచ్చాయి. 'దేశకాల' అనే విశిష్ట సాహిత్య త్రైమాసిక పత్రికకు ఏడేళ్ళు సంపాదకులుగా వ్యవహరించారు.

వివేక్ ఇంజనీరింగ్ పట్టభద్రులు. ఉద్యోగ నిమిత్తం కోల్కత్తా, అమెరికా, ఇంగ్లాండులలో చాలా సంవత్సరాలు ఉన్నారు. ప్రస్తుతం బెంగళూరులో నివసిస్తున్నారు. వివేక్, ప్రస్తుతం ఢిల్లీ అశోక యూనివర్శిటి ఇంగ్లీషు విభాగంలో విజిటింగ్ ప్రొఫెసర్‌గా వున్నారు.

రంగనాథ రామచంద్రరావు

తెలుగు పాఠకులకు రచయితగా, అనువాదకులుగా సుపరిచితులు. వీరి సాహిత్య కృషికి చిహ్నాలుగా 19 అనువాద నవలలు, 20 అనువాద కథా సంకలనాలు, 5 ఆత్మకథలు, ఒక జీవిత చరిత్ర, 3 సొంత కథా సంపుటాలు, 2 సొంత నవలలు, సాహిత్య అకాడెమి కోసం చేసిన 9 అనువాదాలు, 3 అనువాద కవితా సంపుటాలు, బాలల కోసం రాసిన 12 పుస్తకాలు వెలువడ్డాయి. సాహిత్య అకాడెమీ కోసం అనువదించిన పి. లంకేశ్‌గారి 'రాళ్ళు కరిగిన వేళ'కు పొట్టి శ్రీరాములు తెలుగు విశ్వవిద్యాలయం పురస్కారం, 'సమకాలీన కన్నడ దళిత కథలు' అనువాద కథాసంకలనానికి 'శశిశ్రీ స్మారక సాహిత్య పురస్కారం', 'కర్రోడు త్రిశూలం పట్టిన కథ' అనువాద కథల సంపుటికి 'కువెంపు భాషాభారతి' పురస్కారం, 'మళ్ళీ సూర్యోదయం' కథా సంపుటికి 'పెన్నా పురస్కారం', కన్నడ నుంచి తెలుగులోకి అనువదించిన 'ఓం ణమో' నవలానువాదానికి 2020 సంవత్సరానికిగాను కేంద్రసాహిత్య అకాడెమి పురస్కారం అందుకున్నారు.

'సకీనాళ ముత్తు' నవల తెలుగు అనువాదానికి కారణమైనవారు రంగనాథ రామచంద్రరావు. నా ఇతర కథలను, నవలలను తెలుగులోకి అనువదించి ప్రచురించిన వారి స్నేహాన్ని, అభిమానాన్ని ఈ సందర్భంలో గుర్తుచేసుకుంటున్నాను.

అదే విధంగా ఈ పుస్తకానికి ముఖచిత్రాన్ని అందించిన అరుణాంక్ లతగారికి, పుస్తకాన్ని ప్రచురిస్తున్న ఛాయ కృష్ణమోహన్ బాబుగారికి నా కృతజ్ఞతలు తెలియజేసుకుంటున్నాను.

మీ
వివేక్ శానభాగ
26-01-2024.

కృతజ్ఞతలు

ఈ నవలను తెలుగులోకి అనువదించటానికి అనుమతి ఇచ్చిన శ్రీ వివేక్ శానభాగగారికి-

అనువాద ప్రతిని క్షుణ్ణంగా చదివి నాతో చర్చించి, సలహాలు సూచనలు చేసిన సాహితీ మిత్రులు కల్పనా రెంటాలా, జి. ఉమామహేశ్వరరావు, పి.భరత్ సి.రమేశ్‌గార్లకు –

ఈ అనువాద నవలకు చక్కటి ముఖచిత్రాన్ని అందివ్వడమే కాకుండా చక్కగా ఎడిట్ చేసిన అరుణాంక్ లతకు,

ఈ నవలను నా చేత అనువాదం చేయించి, మనం ప్రచురిస్తున్నామంటూ నాకు అండగా నిలిచిన ఛాయ సంస్థకు, శ్రీ కృష్ణమోహన్ బాబుగారికి-

నా అనువాదాలను మొదటి నుంచీ ఆదరిస్తూ వచ్చిన పాఠకులకు- హృదయపూర్వకంగా కృతజ్ఞతలు!

-రంగనాథ రామచంద్రరావు

అనువాదకుడు

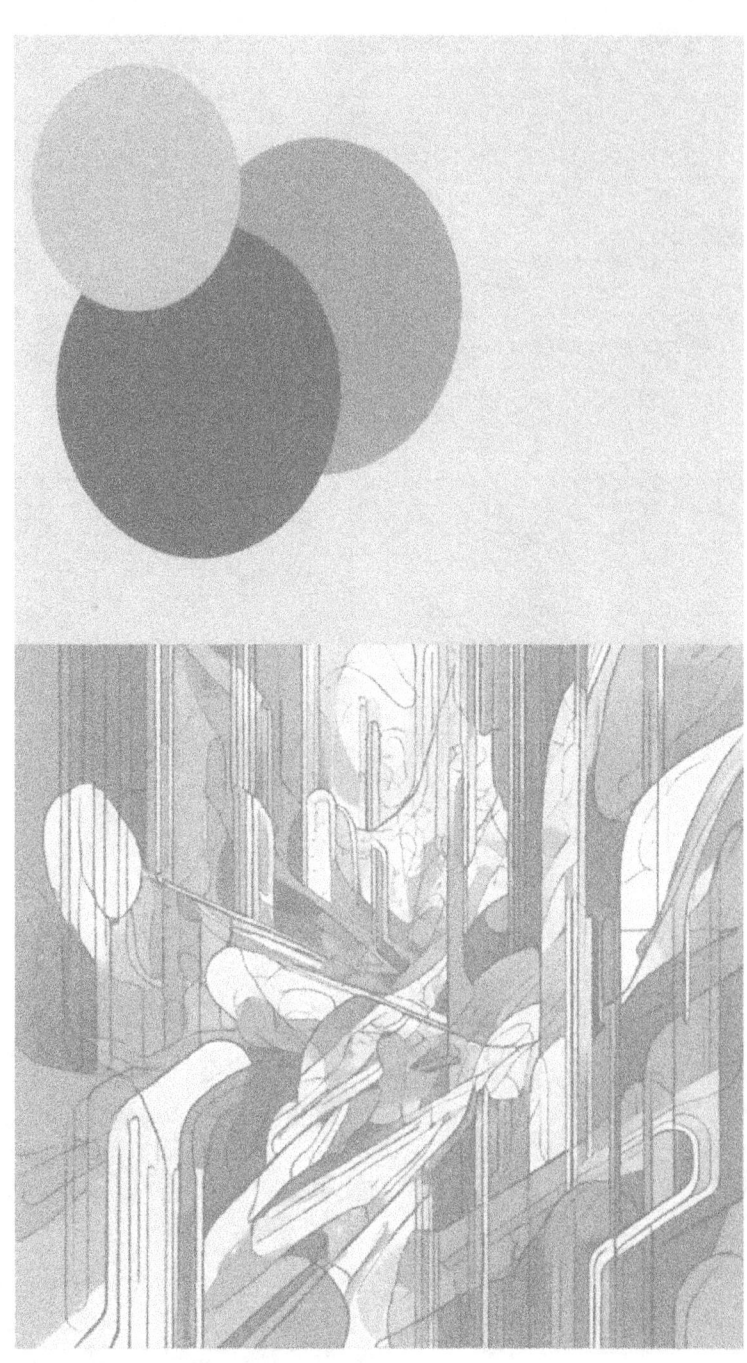

1

'కాకతాళీయం అంటూ ఏమీ లేదు. కొన్ని సంఘటనల వెనుక ఉండే సంబంధాల సూత్రాలు మనకు కనిపించవు. అంతే'

నేనే గిలికిన ఈ పంక్తులు పాత పుస్తకంలోని చివరి పేజీలో నా కంట పడ్డాయి. కిందటి రోజు వచ్చిన కార్పెంటర్ ఇచ్చిన విజిటింగ్ కార్డ్ వెతకడానికి బెడ్‌రూమ్‌లో దూరిన నాకు అది తప్ప మిగిలినవన్నీ చేతికి దొరుకుతున్నాయి. ఒక విధంగా చూస్తే కెలకటాన్ని వెతకటం అనేలా లేదు. నీట్‌గా మడిచిపెట్టిన న్యూస్ పేపర్ దొరికితే దాన్ని ఎందుకు జాగ్రత్త చేశానో తెలియక బుర్రపాడుచేసుకుని పేపరంతటా చూపులు సారించేవాడిని. ఏదో ట్రైనింగ్ క్యాంపు గ్రూప్ ఫోటో కనిపిస్తే అప్పటి నాకూ ఇప్పటి నాకూ ఉన్న వ్యత్యాసాన్ని గమనించేవాడిని. తర్వాత చూడొచ్చుని పక్కన పెట్టిన ఇన్వెస్ట్‌మెంట్ ఫారమ్‌లు గమనించి, చేజారిన అవకాశాల నష్టాన్ని అంచనా వేసేవాడిని. ఇలాగే కాలక్రమంలో పేరుకుపోయిన వాటిని అనవసరంగా వేరు చేస్తుంటే వెతకబోయింది దొరికే అవకాశం కనిపించలేదు. ఇది మొదటిసారి కాదు. దేన్ని వెతకబోయినా ఇదే నా కథ. ఈరోజు కూడా ఇలాగే దారి తప్పి మైమరచినప్పుడు, పాత పుస్తకంలోని ఈ వాక్యాలు నన్ను పట్టుకుని ఆపాయి. చాలా వెనుకటి ఒక కాలంలో, మనసుకు తట్టిన లేదా చదివి గమనించిన ఇలాంటి ముత్యాల్లాంటి మాటలను ఎక్కడంటే అక్కడ రాసిపెట్టే అలవాటు ఉండేది. కాగితం ముక్కలోనో, పుస్తకంలోని చిట్ట చివరి ఖాళీ పేజీలోనో

లేదా నోట్‌ప్యాడ్‌లోనో అప్పుడప్పుడు ఇవి ప్రత్యక్షమయ్యేవి. ఈ రోజు అకస్మాత్తుగా కంటపడిన ఈ రెండు పంక్తులను విజికి చదివి వినిపించాలనిపించి వంటింటికి వచ్చాను.

శనివారం సాయంత్రం ఏడు గంటలైంది. విజి రాత్రి భోజనానికి వంటను పూర్తిచేసే దశలో ఉంది. ఉడుకుతున్న పులుసు మీద దృష్టిపెట్టి వంటింటి గట్టును శుభ్రం చేస్తోంది. 'దీన్ని చదువుతాను, విను' అని ఆమె దృష్టిని ఆకర్షించటానికి ప్రయత్నించినపుడు, 'తర్వాత ఖాళీ సమయంలో చదువుదురుగానీ. ప్రస్తుతం నాకేదైనా సహాయం చేయండి' అంది. నా భార్య స్వరంలో 'నువ్వు-నీ అద్భుత పంక్తులు' అనే ఉదాసీనత ధ్వనించింది. అయినా నేను దానిని పట్టించుకోకుండా 'సరిగ్గా విను' అని చేతిలో ఉన్న పుస్తకాన్ని నాటకీయంగా ఎత్తి పట్టుకున్నాను. నా ఒత్తిడి ఆమె దృష్టికి రాకపోలేదు.

అదే సమయంలో తలుపు తట్టిన చప్పుడు వినిపించడంతో, ఆ సందర్భంలో చేరుకుంటున్న బిగువు చప్పున సడలింది. బెల్ కొట్టకుండా ఇలా తలుపు కొట్టేదెవరు అని ఆశ్చర్యపడుతూ, చేతిలోని పుస్తకాన్ని అక్కడే వంటింటి గట్టు అంచున పెట్టి తలుపు తీయడానికి హాల్లోకి వచ్చాను. తలుపు దగ్గరికి చేరటానికి ముందు, ఆగంతుకుల కళ్ళకు ఇంటి హాలు ఎలా కనిపిస్తుందోనని చుట్టూ ఒకసారి మెరుపులా చూపులు సారించాను. చెల్లాచెదురుగా పడివున్న వార్తాపత్రిక పుటలను హడావిడిగా మడిచిపెట్టాను. వంకరగా పెట్టిన కుర్చీని సరిగ్గా పెట్టాను. సోఫామీద పడివున్న చేతులు తుడుచుకునే చిన్న టవల్‌ను, అది అక్కడికి ఎలా వచ్చిందా అని ఆశ్చర్యపడుతూ చేతిలోకి తీసుకున్నాను. మురికిగా ఉన్న టవల్‌ను ఆ ఆగంతకుల నుండి దాచడానికి తగిన స్థలం కనిపించలేదు. తలుపుల దగ్గరున్న చెప్పులను కాళ్ళతోనే గబుక్కున మరో పక్కకు జరిపాను. తలుపు సగం తెరిచి, టవల్ పట్టుకున్న ఎడమచేతిని తలుపు వెనకాల చాపి కనిపించకుండా మరుగుపరిచాను.

బయట ఇద్దరు యువకులు నిలబడి ఉన్నారు. ఒకడికి దాదాపు ఇరవై ఏళ్లు ఉండవచ్చు. తెల్లటి టీషర్ట్ వేసుకున్నాడు. క్రీమ్ పూసుకుని మెరిసిపోతున్న జుట్టును నెత్తిమీద పైకి ఎత్తి దువ్వుకున్నాడు. ఇతని కంటే కొంచెం పెద్దవాడిలా కనిపిస్తున్న మరొకడు నీలిరంగు ఫుల్ షర్ట్ ధరించి, షర్ట్ చేతులు మడిచాడు. అతని మొరటు జుట్టు కాస్త చెదిరింది. ఇద్దరూ జీన్స్ వేసుకున్నారు. మాట్లాడటానికి సిద్ధమవుతూ, ఎలా మొదలుపెట్టాలో తోచనివారిలా సతమతమవుతూ నిలబడ్డారు.

అప్పుడప్పుడు ఊపిరాడకుండా చేసే వంటింటి సింక్ పైపులను మరమత్తులు

చేసేందుకు విజి ఇలాంటివాళ్లను పిలిపించేది. వీళ్ళు కూడా అలాగే వచ్చారని అనుకుంటూ, వేచి ఉండమన్నట్లు చేత్తో సైగ చేసి, వెనుదిరిగి వంటింటి వైపు వెళ్ళబోయాను. వాళ్ళలో ఒకడు 'సార్ సార్' అని పిలవటంతో ఆగి, తిరిగి చూశాను.

నీలిరంగు షర్ట్ ధరించిన వ్యక్తి "మేము రేఖ స్నేహితులం" అన్నాడు.

నా కూతురి పేరు చెవిన పడగానే నా ముఖంలోని భావాలు మారివుండాలి. అది గమనించినట్లు గుమ్మంలో నిలబడిన వాళ్ళిద్దరూ తమ మొహంలో వినయపూర్వకమైన నవ్వును తెచ్చుకోవటానికి ప్రయత్నించారు.

నేను తిరిగి తలుపు దగ్గరకు వచ్చి–

"ఆమె లేదుకదా" అన్నాను.

"ఓహ్. ఎక్కడికి వెళ్ళారు?'

"ఊరికి వెళ్ళింది"

"ఎప్పుడు వస్తారు?"

"తెలియదు"

"లోపలికి రావచ్చా సార్?"

"ఏమిటి విషయం?"

"రెండు నిమిషాలు మాట్లాడాలి"

"ఏమిటో చెప్పండి"

"రెండు నిమిషాలు సార్.'

"రండి" నా అసంతృప్తిని దాచుకుని, తలుపు పూర్తిగా తెరిచి వెనక్కి అడుగు వేశాను.

ఇద్దరూ లోపలికి వచ్చారు.

ఎడమవైపున ఉన్న నల్లటేకు సోఫాలో యువకులిద్దరూ కూర్చున్నారు. ఎదురుగా ఉన్న కుర్చీలో నేను కూర్చున్నాను.

మధ్యలో ఉన్న గ్లాస్ టేబుల్ మీద ఇప్పుడే మడిచిపెట్టిన ఈనాటి ఇంగ్లీష పేపర్ ఉంది. దాని కింద డ్రాలో గత వారం పేపర్ల కట్ట ఉంది.

వచ్చిన వాళ్లలో నీలిరంగు చొక్కావాడు ముందుగా మాట్లాడాడు.

"రేఖతో ఫోన్‌లో మాట్లాడటం సాధ్యమా సార్?"

"ఆమె మా ఊరికి వెళ్లింది. అక్కడి ఇంట్లో ఫోన్ లేదు. మొబైల్ సిగ్నల్ దొరకదు. ఆమె టౌన్‌కు వెళ్ళినప్పుడు, ఆమె ఫోన్ చేస్తే చేయొచ్చు. అన్నట్టు మీరెవరు?"

ఈ సమాధానంతో వాళ్లిద్దరికీ సంతృప్తి కలిగినట్టు కనిపించింది.

నీలిరంగు షర్ట్ ధరించిన వ్యక్తి అన్నాడు–"అదే అనుకున్నాం. ఫోన్ స్విచ్ ఆఫ్ వస్తోంది. మెసేజ్‌కూ రిప్లై లేదు. ఇతను ఆమె ఫ్రెండ్. బిఎ ఫైనల్ ఇయర్‌లో ఉన్నారు. వాళ్ళిద్దరిదీ ఒకే క్లాసు. నేను సీనియర్‌ను"

ఫైనల్ ఇయర్ కన్నా సీనియర్ అంటే ఇతను కాలేజిలో లేడని ఊహించాను.

"తర్వాతి టర్మ్ ప్రాజెక్ట్ వర్క్ గురించి చర్చించవలసి ఉంది. ఆమెను ఎలా కాంటాక్ట్ చేయాలి?"

"చెప్పానుకదా. ఆమే ఫోన్ చేయాలి. చేస్తుంది. చేసినపుడు చెప్తాను"

"అర్జెంట్‌గా మాట్లాడాలికదా"

"చెప్పానుకదా. ఆమే ఫోన్ చేయాలి. నీ పేరు ఏమిటి?" అని ప్రశ్నించిన తీరులో నేను సహనాన్ని కోల్పోతున్న చిహ్నాలు ఉన్నాయి.

పక్కన ఉన్నవాడివైపు చేయి చూపి, "ఇతను మంజు ప్రకాష్. ఫ్రెండ్స్ అందరూ ఎంపీత్రీ అని పిలుస్తారు. అలా పిలిస్తేనే తెలుస్తుంది. రేఖ ఇతనికి ఫోన్ చేస్తే చాలు. ఆమె దగ్గర ఇతని నంబర్ ఉంది. నా పేరు రాజ్‌కుమార్. ఫ్రెండ్స్ ఆర్కే అంటారు. ఇతని పేరు చెప్పండి, చాలు"

"సరే, చెప్తాను" అని నేను నిర్లిప్తంగా తలూపాను.

ఎంపీత్రీ అయోమయంలో పడ్డట్టు కనిపించాడు. సూటిగా కళ్ళల్లోకి చూస్తూ మాట్లాడకుండా దిక్కులు చూస్తూ కూర్చున్నాడు. అప్పటివరకూ చెవిన ఏమీ పడనివాడిలా ఉన్నవాడు హఠాత్తుగా నోరు తెరిచి "ఎప్పుడు వస్తారు?" అన్నాడు.

"ఇంత త్వరగా రాదు" అన్నాను.

నాకు అసహనం కలగసాగింది. వచ్చిన వాళ్ళు కూడా మళ్ళీ మాట్లాడలేదు. చేతిలోని టవల్‌ను పక్కనే ఉన్న ఖాళీ కుర్చీపై ఉదాసీనంగా విసిరాను.

నా చూపులు తలుపు ప్రక్కన గోడలోనే నిర్మించిన బీరువాలోని పుస్తకాలవైపు అనుకోకుండా మరలాయి. అక్కడ C++ నుండి మొదలు – 'జీవితాన్ని ఒకే రోజులో దారికి తెచ్చుకోవడం ఎలా?', 'మీ కెరీర్ నిచ్చెనను స్వయంచాలితం చేసే విధానం', 'అనుభవాన్ని ఇతరుల ఖర్చుతో సంపాదించడం' మొదలైన పుస్తకాలు ఉన్నాయి. వాటి మధ్యనున్న ఖాళీలలో ఏవేవో చిన్నచిన్న వస్తువులు. అక్కడ ఎదురుగా, బాల్కనీలో అప్పుడప్పుడు కూర్చోవడానికి ఉపయోగించే రెండు ఫైబర్ కుర్చీలు ఒకదాని మీదొకటి పేర్చి వున్నాయి. వాటిపైన రోజూ ఉదయం పాలకోసం ఇంటి తలుపుకు వేలాడదీసిన పాత సంచి వంకరగా పడివుంది.

మాటలు కొనసాగించకుండా నా మనస్సు ఎక్కడెక్కడో తిరుగుతుండటం గమనించి, నా నిరాసక్తిని గ్రహించి, "వస్తాం సార్" అంటూ ఆర్కే లేచాడు. ఎంపీశ్రీ అతణ్ణి అనుసరించాడు.

నేను అనవసరంగా కటువుగా వ్యవహరించానేమోనని అనిపించి, తలుపు మూసేటప్పుడు, కాస్త మృదువుగా, "రేఖ ఫోన్ చేస్తే, ఆమెకు విషయం తప్పకుండా తెలియజేస్తాను" అన్నాను.

"థాంక్స్".

వాళ్ళిద్దరూ లిఫ్ట్ కోసం ఎదురుచూడకుండా మెట్లుదిగి పోయారు.

తలుపులు మూసి వచ్చి జరిగినదంతా నివేదికలా అప్పజెప్పేలోపే వాళ్ళ మాటలన్నీ విన్న విజి పులుసు అడుగున మాడకుండా కలయతిప్పుతూ- "ఆ మాత్రం అర్థం కాలేదా? వాళ్ళు ఈమెను అడిగి ప్రాజెక్ట్ చేస్తారా? ఆ కుర్రవాళ్ళు ఈమె వెనుకపడ్డారు. ఆమె ఫోన్ స్విచ్ ఆఫ్ కావడంతో కోతులు ఆమె కోసం వెతుక్కుంటూ ఇక్కడి వరకు వచ్చారు. ఇవన్నీ వయస్సు పిచ్చిచేష్టలు" అంది.

వచ్చిన కుర్రాళ్లకు అవసరమైన దానికంటే ఎక్కువ సమాచారం ఇచ్చానేమోనని అనిపించి కంగారుపడ్డాను. 'అడిగింది తప్ప కొత్త సమాచారం ఇవ్వకూడదు' అని ఎక్కడ చదివానో గుర్తుచేసుకోవడానికి పెనుగులాడాను. గరిటె తిప్పుతున్న విజి మొహంలో చిరుదరహాసం ఉన్నట్టు అనిపించింది.

"ఊరి చిరునామా మాత్రం ఇవ్వకండి. ఎవరి ఫోన్ నంబరూ ఇవ్వకండి. పిచ్చివెధవలు బైక్ ఎక్కి వెళ్ళినా వెళ్ళగలరు" అని ఆమె అంటున్నప్పుడు ఆమెలో ఆందోళన లేకపోవడంతో శాంతించాను. అయినప్పటికీ, విషయాన్ని పూర్తిగా తెలుసుకోవడంలో విఫలమైనందుకు అసంతృప్తి కలిగింది. నేను గుర్తించిన పంక్తులను విజికి చదివి వినిపించటానికి ఉత్సాహం లేకపోవటంతో గట్టు చివరన పెట్టిన పుస్తకం తీసుకుని, ఆ కుర్రవాళ్ళు వెళ్ళారో లేదో చూడాలని బాల్కనీలోకి వచ్చాను.

మూడో అంతస్తులో ఉన్న మా ఫ్లాట్‌కి హాలుకు ఒకవైపు ప్రధాన ద్వారం ఉంటే, దాని ఎదురుగా చివరన బాల్కనీ వుంది. అక్కడి నుంచి కిందికి, కుడివైపుకి చూస్తే బిల్డింగ్ మెయిన్ గేటు, దాని అవతల రోడ్డు కనిపిస్తాయి. కిందకి తొంగి చూసేసరికి మసక వెలుతురులో దాదాపు పదిపన్నెండు మంది కుర్రవాళ్లు గేటునుంచి బయటకు వెళ్ళడం కనిపించింది. ఇంటికి వచ్చిన ఆ ఇద్దరూ ఆ గుంపు మధ్యలో ఉండొచ్చని ఊహించాను. అంటే వీళ్ళిద్దరూ పైకి వచ్చారు. కింద పెద్ద గుంపే

వీరికోసం ఎదురుచూస్తోంది. వారి నడకలో ఉన్న ఒక విధమైన దుడుకుతనం, యవ్వనపు ఉత్సాహం అసహనం కలిగించింది. ఇలాంటి కుర్రవాళ్ల గుంపును చూస్తే ఏదో అసహనపు చిన్న మంట చిన్నగా రగులుకుంటుంది. తల్లిదండ్రుల ధనాన్ని వృధా చేసేవారు, చదువును నిర్లక్ష్యం చేసేవారు, చట్టాన్ని పట్టించుకోనివారు, పెద్దలను గౌరవించనివారు, సమాజ సమతుల్యతను నాశనం చేసేవారు- ఇలా అనిపించినా, దేనికీ కచ్చితమైన ఆధారాలు దొరక్క కలవరపడేవాడిని. ఫలానా కారణం అని గుర్తించడానికి సాధ్యంకాలేదు. అయితే వారి జుట్టు దువ్వడంలోనో, వారు నడిచేతీరులోనో, నిలబడే భంగిమలోనో, ముఖం మీది నిర్లక్ష్యంలోనో, తొడుక్కున్న షర్టు డిజైన్‌లోనో వ్యక్తమయ్యే అవిధేయత, తిరుగుబాటు, నన్ను కోపానికి గురిచేసేది. ఇలాంటి భావాలను తార్కికంగా వివరించలేం. కాబట్టి వాటిని దిగమింగడం తప్ప వేరే మార్గం లేదు.

గేటు నుంచి వెళుతున్న గుంపు గురించి విజికి చెప్పాలా వద్దా అని ఒక్క క్షణం ఆలోచించి, "విజి, ఇక్కడ చూశావా" అని బాల్కనీలోంచి పిలిచాను. ఆ సమయంలో ఆమె తాళింపు వేయటంలో మునిగివుండటం వల్ల దాన్ని ముగించివచ్చే సమయానికి గుంపు కనిపించకుండా పోయింది.

"వాళ్ళిద్దరూ మాత్రమే కాదు. పెద్ద గుంపే వచ్చింది"

"అబ్బాయిలు అలాగే వస్తారు. ఒక్కొక్కరే రారు. నువ్వు ఎందుకు భయపడతున్నావు?" అని నా జవాబు కోసమూ ఎదురుచూడకుండా లోపలికి వెళ్ళింది.

"భయపడలేదు. ఆమె స్కూల్లో చదువుకునే రోజుల నుండి ఎంతమంది అబ్బాయిలు ఇంటికి వచ్చారు. ఎవరూ ఇలా ఏదో దాస్తున్నట్టు కనిపించలేదుకదా? వచ్చిన వాళ్లను నువ్వు సరిగ్గా చూసి వుండాల్సింది"

"అయ్యో, స్కూల్ అబ్బాయిలు వేరు, కాలేజీ అబ్బాయిలు వేరు. నీకు తెలుసుకదా. ఇది బంజరు దొడ్డి. నా కాలేజీలోనూ ఇలాంటి అబ్బాయిలే వున్నారు. ఇన్ని సంవత్సరాలు గడిచినా అదే స్వభావం. వేషం మాత్రం వేరే"

"వచ్చిన అబ్బాయిలు ఏదో కుట్ర చేస్తున్నారని అనిపిస్తోంది. మనకు అది పైచూపుకు కనిపించకపోవచ్చు. చూడు, ఇప్పుడు వారికి మా ఇల్లు ఎక్కడ ఉందో తెలుసు. ఆమె ఇక్కడ లేదన్నది ఖచ్చితంగా తెలుసు. వాళ్ళకు నా ముఖమూ పరిచయమైంది"

విజి జవాబివ్వకుండా మళ్ళీ వంటగది చేరుకుంది.

వచ్చినవారి అతివినయంలో ఉన్న కృత్రిమత్వం, సూటిగా కళ్ళలోకి చూసి మాట్లాడని ఎంపీత్రీ సంకోచం నాలో అనుమానపు విత్తనాలను నాటాయి. పైకి కనిపించనంత మాత్రాన మన పక్కనే దుష్టులు లేరని భావించకూడదుకదా? 'ఎవరినీ నమ్మకపోవడమే నీ నిజమైన స్వభావం' అని ఒకసారి విజి చెప్పిన మాటతో నేను ఏకీభవించను. కాస్త ఎక్కువ జాగ్రత్తగా ఉండటంలో నష్టమేమీ లేదని నా అభిప్రాయం.

కొత్త తరానికి చెందిన కొన్ని ఆలోచనలు, అభిప్రాయాల గురించి ఇంట్లో చర్చించేటప్పుడు విజి సూక్ష్మమైన చూపులు నా కంటే పదునుగా వుంటాయని అంగీకరించడానికి నాకు ఎటువంటి మొహమాటమూ లేదు. ఆమె ఉదాహరణలు, వాదనలను తోసిపుచ్చడం అంత సులభం కాదు. రేఖ ఉన్నట్లయితే తల్లీ కూతుళ్ళది ఒకే పార్టీ. వారివన్నీ లోకం మీద ప్రభావం చూపని ఒట్టి మాటలు కావటంవల్ల, నేను ఓటమిని తేలికగా, ఉదారంగా అంగీకరిస్తాను. రాజకీయాల్లో నాకు తక్కువ ఔదార్యం ఉండటం అర్హతగా భావించాను. అదలా వుండనీ. కానీ ఇప్పుడు ఇది తీరికగా చర్చించే విషయం కాదు. సమస్య ఇంటి గుమ్మం వరకూ రావడం వల్ల, ఈ సమస్యను ఇంటి యజమానిగా నేనే ఎదుర్కోవడం నా కర్తవ్యమని లోలోపలే నిర్ణయించుకున్నాను.

❖

2

ఊరిలోని స్కూల్ మాస్టార్లు నోరారా 'వెంకటరమణా' అని పిలుచుకునే నా పేరు, ఇంజినీరింగ్ కాలేజీలోని ఉత్తర భారతీయ స్నేహితుల నాలుకలకు సరిగ్గా దొరకక వెంకటరామణ్‌గా మారి, తర్వాత ఆఫీస్ స్టాఫ్ నోళ్లలో కేవలం వెంకట్ అయ్యింది. అమెరికాకు వెళ్లి సెటిల్ అయివుంటే వెంకి అయ్యేవాడిననటంలో నాకే అనుమానం లేదు. ఈ పేరు రూపాంతరం చెందిన తీరు, నేను సాగివచ్చిన మార్గం, వాటిని సంతోషంతో స్వీకరించిన విధానం, నా ధోరణినీ సూచిస్తుందని కొన్నిసార్లు నాకు అనిపించడం తప్పేమీ కాదు. ఈ ఆలోచన వెంబడి ఒకట్రెండు ఘటనలు మనస్సులోకి తోసుకొస్తాయి.

ఇంజినీరింగ్‌లో చేరేటప్పుడు తీసుకుని వెళ్ళిన మా ఇంటి దేవుడి ఫోటో బ్యాగ్‌లోంచి బయటకు రాలేదు. నాతోపాటు అదే రోజు కాలేజీలో చేరిన హరీష్‌ను, టేబుల్‌పై సర్దిపెట్టిన దేవుడి చిత్రాలను సాకుగా చూపి తోటి విద్యార్థులు ఎంతగా వేధించారంటే అతనికి పెట్టిన 'భట్ట' అనే మారుపేరు జీవితాంతం నిలిచిపోయింది. అలాంటి సందర్భంలో నా దేవుడిని సంచిలోపల ఉంచడమే క్షేమమని అనిపించింది. ఈత పోటీలో నీళ్లలో దూకినవారు భారాన్ని తగ్గించుకుని ఎంత తేలిక పడితే అంత మంచిది. కానీ బ్యాగ్‌లో ఉన్న ఫోటో నా మతిమరపు క్షణాల్లో ఎవరి కంటనైనా పడుతుందన్నది కొంతసేపు నా ఆందోళనకు కారణమైంది. వీటన్నింటి నడుమ 'ణ' అనే అక్షరం ఉచ్చారణ గురించి నేను ఎందుకు బుర్ర పాడుచేసుకోవాలి?

ఇంజినీరింగ్ పూర్తయ్యాక ఒక మల్టీనేషనల్ కంపెనీలో ఉద్యోగం దొరికింది. ఉద్యోగంలో చేరిన మొదటి రోజున హెచ్.ఆర్. విభాగంలోని ఒక మేధావి ఒక కంపెనీ కల్చర్ గురించి రెండు గంటలపాటు ఉపన్యాసం ఇచ్చాడు. అక్కడ ఉద్యోగం దొరికిన నా అదృష్టం మొదలు భోజన సమయంలో పాటించాల్సిన క్రమశిక్షణల వరకూ మాట్లాడాడు. "మరీ అర్జెంట్‌గా ఉన్నప్పుడు, నీ పూర్తిపేరు పిలిచేలోపు ప్రమాదం సంభవించవచ్చు. "నిన్ను వెంకట్ అని పిలవనా?" అని కుళ్ళు జోక్ చెప్పి, అనుమతి అడిగినపుడు, వివాహం తర్వాత స్త్రీ పేరులో కలిగే మార్పు గుర్తొచ్చింది. వెంటనే "ఈ ఉద్యోగాన్ని పెళ్ళి చేసుకున్నట్లు అనిపిస్తుంది" అని ఎదురు జోక్ వేశాను. మరీ తెలివైనవాడు కావటంతో అతనికి అది అర్థం కాలేదు. "అదొక అపురూపమైన భావన" అని నవ్వాడు. నన్ను ఆఫీసంతటా తిప్పి వెంకట్ అని అందరికి పరిచయం చేశాడు. ఆ పేరు నిలిచిపోయింది. ఇంట్లోనూ, ఊర్లోనూ 'వెంకటరమణ' అనే నా పూర్తి పేరుతోనే అందరూ నన్ను పిలుస్తారు. వెంకటరమణుడు మా ఇంటి దేవుడు. రోజూ సాయంత్రం జరిగే భజన తర్వాత 'దేవుడా వెంకటరమణా' అని మా అమ్మ కుటుంబ క్షేమం కోరుతూ ఆర్ద్రంగా ప్రార్థించడం ఇప్పటికీ నా చెవుల్లో ప్రతిధ్వనిస్తుంది. అందువల్ల వెంకట్ అని పిలుస్తున్నప్పుడు దేవుడితో ఉన్న సంబంధం తెగిపోయినట్లుగా మొదట్లో అనిపించేది. బలవంతంగా మారినప్పటికీ, వందసార్లు విన్నాక అదే అలవాటు అవుతుంది.

నేను చదివిన ఎలక్ట్రికల్ ఇంజనీరింగ్‌కూ నా ఉద్యోగానికీ సంబంధమే లేకపోవటం ఇంకా సరిగ్గా నేను జీర్ణించుకోలేకపోయాను. ఉన్న చోటనే జీతం పెరుగుతున్నప్పటికీ, సంస్థ అభివృద్ధికి అవసరమైన ప్రధాన చక్రం కావాలనే ఉద్దేశ్యంతో నేను ఉద్యోగాలు మారాను. దూరంగా ఉన్న నున్నటి కొండను దగ్గరి నుంచి చూడగానే, నాలాంటి వందలాది చక్రాలు ఉండటం దృష్టికి వచ్చేది. ఒక చిన్న కంపెనీకి చెందిన ఎన్ని మెట్లు పెద్ద కంపెనీలోని ఒక మెట్టుకు సమానమో సరిగ్గా గ్రహించలేక నలిగిపోవటమూ జరిగింది. అతి నిరాశకు అవకాశం లేకుండా అప్పుడప్పుడు ప్రమోషన్ దొరికినా ఎక్కుతున్న నిచ్చెన ఎన్నటికీ సంస్థ ఉన్నత స్థాయికి చేరుకునే లక్షణాలు చూపలేదు. ప్రస్తుతమైతే, పదవీ విరమణ వయస్సు వరకూ ఉన్న మార్గమూ సరిగ్గా కనిపించడం లేదు.

వివరాలలో వ్యత్యాసం తప్ప, ఉద్యోగ విషయంలో విజి కథ కూడా మరీ భిన్నమైనది కాదు. మ్యాథమెటిక్స్‌లో ఎం.ఎస్.సి. పూర్తి చేయగానే, తారతమ్యం

లేకుండా అన్ని రకాల గ్రాడ్యుయేట్లను ఆపోశన పట్టే ఐటీ రంగంలో ఆమెకు ఉద్యోగం దొరికింది. మార్పుల అలలకు అనుగుణంగా ఆమె అగ్రస్థానంలో వుండాలని ముందుజాగ్రత్త వహించేది. అందుకుగాను ఆమె తన సాంకేతిక పరిజ్ఞానాన్ని అప్‌డేట్ చేసుకునే కోర్సులను అప్పుడప్పుడు చేస్తూవుండేది. ఐటీ అనే విశాలమైన సముద్రంలో నివసించే వందలాది చేపలు, పాములు, జంతువులు, క్రిములు మొదలైన జీవుల, ఉపజీవుల కచ్చితమైన వర్గీకరణ అసాధ్యం కావడంవల్ల ఆమె పని ఏమిటో సరళమైన భాషలో వివరించడం నాకు సులభం కాదు. ఆమె ఉద్యోగానికీ, చదివిన గణితానికీ మధ్య లేనటువంటి సంబంధాన్ని నేను కెలికి అడగటమూ నాకు ఇష్టం లేదు.

క్లుప్తంగా చెప్పాలంటే, మేము, మాలాంటి లక్షలాదిమంది జీవన విధానంలోని అన్ని రకాల సరాసరిని కొంచెం కూడా కెలకకుండా సులభంగా వారిలో కలిసిపోయేవాళ్ళం. ఒకే తేడా ఏమిటంటే మాది డబల్ ఇన్‌కమ్ ఉన్న జోడెద్దుల బండి. అందువల్ల కొన్ని విషయాలలో సరాసరి కంటే ఒకట్రెండు అడుగులు ముందుకు వేయగలం. ఉదాహరణకు ఇంటికోసం పెద్దమొత్తంలో రుణం తీసుకునే ధైర్యం, చిన్నవైనప్పటికీ రెండు కార్లు, ఫోన్ మార్చుకోవటంలో ఉన్న వెసులుబాటు, ఖరీదైన రెస్టారెంట్‌లోనూ బిల్లు వివరాలు చూడకుండా కార్డు తీసి ఇచ్చే దర్పం-మొదలైనవి చూడవచ్చు. కొట్టొచ్చినట్టు కనిపించే ముఖలక్షణాలు లేని, వికారంగానూ లేని, మాట్లాడాలనే తీవ్రమైన కోరిక పుట్టించని, అయినా మాట్లాడటానికి సంకోచం కలగని లక్షణాలున్న జంట మాదని అంటే తప్పులేదు. ఇద్దరిదీ సాధారణమైన గోధుమ రంగు. మా ముఖలక్షణాల ప్రత్యేకతను జాబితా చేయాలని పట్టుబడితే నా విశాలమైన నుదురునూ, ఇప్పటికీ సొంపుగా ఉన్న విజి పొడవాటి జుట్టును చూపవచ్చు. బిరుదుభుజకీర్తులు లేని మనుష్యలలో ఇటువంటి సూక్ష్మబేధాలను ప్రజలు గుర్తించరనటానికి మా అపార్ట్‌మెంట్ నివాసుల ఉదాసీనపు పలకరింపులే సాక్ష్యం. మా ఇద్దరినీ కలిపి 'సి-3 ఇంటివాళ్ళు' అని పిలుస్తారు. ఇదే జనం మొదటి అంతస్తులో ఉన్న ధనిక వ్యాపారి గుప్తాను "ఆయనే, ఆ గుప్తా, మొదటి అంతస్తులో ఉన్న పొడవాటి మనిషి" అని అంటారు. రెండవ అంతస్తులోని రిటైర్డ్ కర్నల్‌ను పాతకాలపు అందగాడైన సినిమా నటుడు శశికపూర్‌తో పోల్చుతారు.

మా స్నేహితులు, బంధువుల దృష్టిలో, మా జీవితాలు విజయవంతంగా కనిపిస్తాయని మేము నమ్మాము. అలా అంటే ఏమిటని ఎవరూ వ్యాఖ్యానించటానికి

ప్రయత్నించరు. సొంత ఇల్లు ఉందా, ఉంటే ఎక్కడ ఉంది, ఏ బిల్డర్, ఎన్ని బిహెచ్‌కెలు, పిల్లలు ఉన్నారా, ఉంటే వాళ్ళు ఏ స్కూలుకు వెళతారు, కారు వుందా, ఉంటే ఏది? ఇలాంటి వందలాది ప్రమాదం లేని–సాధారణ ప్రశ్నలకు దొరికే సమాధానాల ద్వారా మా ప్రాపంచిక పురోగతిని అంచనా వేయవచ్చని అందరికీ తెలిసిన విషయమే. వీటన్నిటిని విజయవంతంగా దాటి వచ్చిన మాకు చివరగా, పిల్లల ప్రవర్తన, అభివృద్ధి వల్ల మమ్మల్ని కొలిచే ఒక పరీక్ష మిగిలివుంది. దాని గడపలో మేమున్నాం.

మేమిద్దరం పరస్పరం ఎంత అన్యోన్యంగా ఉన్నామంటే, మా సంబంధంలోని లోపాలను మేమే సులభంగా కనుక్కోలేం. ఆదర్శ దంపతుల పోటీలో అడిగేలా భర్తకు ఇష్టమైన రంగు ఏది? భార్య మొదటి పాఠశాల పేరేమిటి? మొదలైన మూర్ఖమైన ప్రశ్నలు అడిగితే, ఇద్దరం కచ్చితంగా పాసవుతాం. దంపతుల నిజమైన అన్యోన్యతను తెలుసుకోవడానికి రాజకీయ వైఖరి గురించి సూక్ష్మ వివరాలను బయటికి లాగాలని, ఇలాంటి కాలంలోనూ ఎవరికీ స్ఫురించకపోవటం ఆశ్చర్యమే. అదృష్టవశాత్తూ సాధారణమైన ఆసక్తి ఒకటి దాంపత్య జీవితపు మొదటి రోజులలో మా సామరస్యానికి పునాది అయిందంటే అది మరీ తప్పు కాదు. ఆసక్తి అనే పదం కూడా దానికి భారమే. సూటిగా చెప్పాలంటే, మేము ఆ రోజుల్లో గుట్టుగా చదువుతున్న 'జీవన కళ' పుస్తకాలు మమ్మల్ని దగ్గరకి చేర్చాయి. ఇది పరస్పరం అవగాహనకు రావడం కూడా వినదగిన కథే. దీన్ని వివాహం నుంచే ప్రారంభించవచ్చు.

యువకులందరిలా నేను కూడా ఒక అమ్మాయితో తిరగాలనే కల కన్నప్పటికీ, అమ్మాయిలను ఆకర్షించేటంత సామర్థ్యంకానీ, అదృష్టం కానీ కాలేజి రోజుల నుంచీ లేదు. ఉద్యోగంలో చేరిన తర్వాత ఆఫీస్‌లో ప్రేమ వ్యవహారం సాగించడం అంత తెలివిగా అనిపించలేదు. ముందుగా, అక్కడ పిచ్చెక్కించగలిగే అమ్మాయిలూ లేరు. చిన్నాచితకా సరసాలు జరిపిన ఇద్దరు సహోద్యోగుల సాహసం కళ్ల ముందే అనివార్యమైన వివాహానికి దారితీసినప్పుడు నేను జాగ్రత్త పడ్డాను. మొత్తానికి ఒక యువకుడికి కావలసిన అన్ని సౌలభ్యాలు ఉన్నప్పటికీ ఒక అమ్మాయితో ప్రేమలో పడటం కలగానే మిగిలిపోయింది. అందువల్ల ఒక బంధువు ఆసక్తి వల్ల విజి ప్రస్తావన వచ్చి ఆమెతో సమావేశమయ్యే అవకాశం కలిసి వచ్చినపుడు నిరాకరించలేదు. విజి తల్లి స్కూల్లో టీచర్. తండ్రి బ్యాంకులో ఉద్యోగి. ట్రాన్స్‌ఫర్‌ల నుంచి తప్పించుకోవటానికి ఆఫీసర్ పరీక్షలకు కూడా

కూర్చోలేదని ఇదే బంధువులు నాతో చెప్పారు. “అల్ప సంతోషులు, నిజమే. చాలా మంచి మనుషులు. ఒక్కతే కూతురు. బెంగళూరులో సొంత ఇల్లు ఉంది”.

విజి కూడా బెంగళూరులో ఉద్యోగం చేస్తుండేది. కుటుంబసభ్యులే మా సమావేశాన్ని ఏర్పాటు చేసినప్పటికీ, దాన్ని అరేంజ్డ్ మ్యారేజ్ అని పిలవడానికి ఇద్దరికీ మనస్కరించలేదు. తొలి సమావేశంలో “నేను సంప్రదాయవాదిని కాను. నాకు కులంపై నమ్మకం లేదు. ఇక సంసారంలో స్త్రీ పురుషులు సమానం అనే అభిప్రాయం కలిగినవాడిని” అని నా గురించి చెప్పుకున్న దానిలోని నాటకీయ ప్రగల్భాలను అటుతర్వాత విజి తమాషా చేసింది. ఇలాంటి మాటలు తాము ఆధునికులని భావించే, ఉద్యోగం చేసే అమ్మాయిలకు నచ్చుతాయని భావించాను. అప్పట్లో నాకు ‘లిబరల్’ అనే పదం తెలిసివుంటే ఉపయోగించేవాడినేమో? కులం లేదనటంలో, ఆచార వ్యవహారాలను అవహేళన చేయడంలోని విచిత్రమైన సుఖం, అది సమవయస్కుల్లో ఇచ్చే ఒక విధమైన ఆధిక్యతానుభవం నాకు ఉంది. బహుశా దీని మూలాలు హాస్టళ్లలో గడిపిన సంవత్సరాల్లో ఉన్నాయి. అక్కడి స్నేహితుల సహవాసంలో ఉన్నాయి. ఏదో సాధించాలనే ఆత్రుత గ్రామం విడిచి వచ్చినవారిలో కాస్త ఎక్కువగానే ఉంటుంది. లంచ్ టేబుల్ దగ్గర జరిగిన ఒక వాగ్వాదం నడుమ, ‘సులభంగా ఉద్యోగం దొరకక, నిరుద్యోగం వల్ల ఆత్మాభిమానానికి కలిగే అవమానమూ, నిస్సహాయతా అనుభవానికి వచ్చినట్లయితే రెకమెండేషన్ కోసం స్వజాతి వారికి మొరపోయేవాణ్ణి. లేదా గుట్టుగానైనా దేవుడికి మొక్కుకునేవాడిని’ అని మా ఆఫీసు మిత్రుడు హేమంత్ చెప్పింది నిజమనిపించింది. ఆఫీసులో అందరూ పాశ్చాత్య దేశాలతో పోటీ పడ్డట్టు తాము తొడుక్కున్న ఆధునిక దుస్తులను ప్రదర్శించడానికి పెనుగులాడేవారే. సమాజంలో కులమే లేదన్నట్లుగా ప్రవర్తించటం, అత్యంత ఉదార ధోరణిలో మాట్లాడటం, ఇంగ్లీషులో ప్రావీణ్యమే సమర్థవంతమైన నాయకత్వ లక్షణమని భావించడం నా చుట్టుపక్కలంతా కనిపిస్తుండగా అనుకరణపు నిచ్చెన ఎక్కడం సులభమైన దారిగా కనిపించింది. ఇప్పటిలాగా నుదుటిపై ధాలుగా కుంకుమ పెట్టుకుని ఆఫీసుకు వచ్చే దిట్టతనాన్ని ఎవరూ ప్రదర్శించటం లేదు.

మొదటి సమావేశం తర్వాత, నిశ్చితార్థానికి ముందు కొంతకాలం కలిసి తిరిగాం. నిరంతర సమావేశాల మధ్య కూడా ‘ఒకరినొకరు తెలుసుకోవడానికి, వివాహం గురించి నిర్ణయించడానికి సమయం కావాలి’ అని ఇద్దరం మా కుటుంబాలవారికి చెప్పడమే తిరుగుబాటుగా కనిపించింది. దాన్నే పదే పదే మాటల్లో

పునరావృతం చేసి, ఈ వివాహం మా సొంత నిర్ణయం ప్రకారమే అనే ఆలోచనతో పులకరించాం. 'సమావేశం ఆరేంజ్డ్. మిగిలినవేవీ కావు' అనేది మా నినాదం. ఈ మధ్య రేఖకు పాత, కొత్తల సంగమానికి ఉదాహరణను ఇస్తున్నప్పుడు మా పెళ్లి గురించి ప్రస్తావించాను. రేఖ నవ్వు ఆపుకోవడానికి విఫల ప్రయత్నం చేస్తూ, "కులంలోనే పెళ్లి చేసుకుని ఎలాంటి తిరుగుబాటు చేశారు మీరు? నాన్నా, నేను ఇంకా చిన్నపిల్లను కాను" అని నన్ను పిచ్చిముద్దును చేసింది.

నిజం ఏమిటంటే, ఇద్దరమూ మొదటి సమావేశంలోనే ఒకరినొకరు ఇష్టపడ్డాం. లేదా అలా అని నేను భావించాను. పేర్లను సంక్షిప్తం చేసి సంబోధించడం ఆత్మీయతను సూచిస్తుందని చదివినది నమ్మి రెండవ సమావేశంలో ఆమెను 'విజి' అని పిలిచాను. ఆమె అభ్యంతరం చెప్పకపోవడం సమ్మతిగా భావించి సంబరపడ్డాను. అయితే ప్రపంచం మొత్తం ఆమెను విజి అని పిలవటం మరో నాలుగు రోజుల్లో తెలిసింది. విశేషమేమిటంటే అలా తెలిసిన తర్వాత కూడా ఆ పేరు తప్ప మరో పేరు నాకు స్ఫురించలేదు. ఎప్పుడు తన పేరు విజిగా మారిందో తనకూ జ్ఞాపకం లేదని, స్కూల్లో విజయ అని అటెండెన్స్ పిలిచినపుడు తాను చేయి ఎత్తకుండా హాజరు పోగొట్టుకున్న ఘటనను తర్వాత ఒకసారి వర్ణించింది. నేను మరొక ముద్దుపేరు వెతకకుండా 'విజి' అనే కొనసాగించినందుకు రేఖ నన్ను చాలాసార్లు వెక్కిరించింది. "జయా అని పిలిచివుండొచ్చు. 'విజి'నే తిరగేసి 'జివి' అనివుండొచ్చు. పోనీ, గువ్వ, చిలుక, నెమలి–అంటూ ఏదైనా అనివుండొచ్చు. నాన్నా, నీ బుర్రకు ఇవేవీ స్ఫురించక వేలాది మంది పిలిచే పేరునే అంగీకరించావు కదా. ఛీ... " అని ఆమె నన్ను దెప్పిపొడుస్తుంటే విజి చిరునవ్వు నవ్వుతూ వింటూ ఉండేది. రేఖ విజిని కూడా వదిలేది కాదు. "నువ్వూ అంతే అమ్మా.'వెంకట్' అని ఆఫీసు కొలీగ్‌ను పిలుస్తున్నట్టు పిలుస్తావు. ఎంత చప్పగా ఉంటుందో"

నా ప్రేమను నోరు తెరిచి చెప్పకుండా అవును, కాదు, కావాలి, వద్దు అనే నాటకాన్ని హద్దు మీరకుండా ఆడుతూ... జీవితం మా నియంత్రణలో ఉందన్న సుఖంలో మునుగుతూ ఆరు నెలలు గడిపాం. అయినా కొన్నిసార్లు విజి మాటలు విన్నప్పుడు ఆమె అంత సులభంగా నా నియంత్రణలోకి రాదని అనిపించేది. ఉదాహరణకు ఆమె తన జీతం గురించి నాకు చెప్పలేదు. 'ఆం అమ్మానాన్నలకు నేను స్పష్టంగా చెప్పలేదు. నీ జీతం గురించి చెప్పకు, నేనూ చెప్పను" అంది. అటు తర్వాత ఏమనిపించిందో మరుసటి రోజు చెప్పింది. నా కంటే కాస్త తక్కువ. ఇలా జరిగినపుడు, వీలైనంత తొందరగా పెళ్లిబంధంలో పడకపోతే ఈమె నా

కక్ష్య నుంచి జారిపోతుందేమోననే చిన్నపాటి ఆందోళన ఆ రోజుల్లో వేధించింది. చదువు, హోదా, ఉద్యోగం, సంపాదన ఇలా మొత్తంగా చూసినపుడు ఆమెకన్నా మంచి అమ్మాయి దొరకదనే భావన ఒకవైపు, ఇద్దరి సంపాదనల ఆకర్షణ మరోవైపు. డబుల్ ఇంజన్ బండిలాంటి పదబంధాలు నా తలలో పుడుతూనే వున్నాయి. అరేంజ్డ్ అనే శబ్దాన్ని ఎంతగా తిరస్కరించినా, అనుకూలత, భవిష్యత్తులోని అవకాశాల సాధ్యతలే సూక్ష్మమైన నిర్ణాయక అంశాలు కాసాగాయి. ఈత కొట్టేటప్పుడు రెండు చంకలలోనూ పైకి తేలే ట్యూబులు ఉంటే రెట్టింపు బలమేకదా?

ఇలాంటి సంబంధాన్ని తిరస్కరించడానికి ఇంటివాళ్ళకూ ఎటువంటి కారణం కనిపించలేదు. సాగరలో ఉండే మేనత్త మాత్రమే అభ్యంతరం చెప్పింది. "ఎక్కువ చదివిన ఆడదాన్ని చేసుకోకురా. ఉద్యోగం చేస్తున్నవాళ్ళు భర్త మాట వినరు" అంది. మేము ఆ విషయాన్ని సరదాగా స్నేహితుల గుంపులో పంచుకున్నాం. మా పెళ్లికి వచ్చిన మేనత్తను చూపించి, "నువ్వు భర్త మాట వినవని చెప్పింది ఈమే" అని విజి చెవిలో గుసగుసగా చెప్పాను. మేమిద్దరమూ ఆమె కాళ్ళకు నమస్కరించగానే ఆమె "పోట్లాడుకోండి. అయితే కలిసే ఉండండి" అంటూ మనస్ఫూర్తిగా ఆశీర్వదించింది. ఈ విషయాన్ని తర్వాత ఒకసారి గుర్తుచేసుకుంటూ విజి "ఎంతటి ప్రాక్టికల్ ఆశీర్వాదం. అంతేకాదు, ఆమె హెచ్చరించినట్లే అయిందికదా, ఇప్పుడు నీ మాటలు నేను వినటం లేదుకదా" అని నవ్వింది.

మేము హనీమూన్‌కు కొడైకెనాల్‌కు వెళ్ళాం. కొత్త జంటలు ఊటిని పట్టించుకోకుండా కోడై వైపు వెళ్లే కాలమది. సన్‌రైజ్ అనే ప్రసిద్ధ హోటల్‌లో బసచేశాం. కొండ అంచున ఉన్న హోటల్ పక్కనే ఒక మనోహరమైన లోయ. రాత్రంతా బస్సులో ప్రయాణించి, ఉదయం ఏడు గంటలకు హోటల్‌కు చేరుకున్నా, రూమ్ దొరికి చెక్ ఇన్ అయ్యేసరికి ముప్పావు గంట వేచివుండాల్సి వచ్చింది. రూమ్‌కు రాగానే ఇద్దరం కాసేపు నిద్రపోయాం. తర్వాత అల్పాహారం తీసుకుని, ఒక రౌండ్ తిరిగి వద్దామని తయారవ్వసాగాం. 'నువ్వు ముందు వెళ్ళు' అంటూ ఇద్దరం కొద్ది నిముషాలు 'నువ్వు–నువ్వు' అన్న తర్వాత ఓటమి అంగీకరించి స్నానానికి వెళ్ళాను.

బాత్‌రూమ్‌లో దూరి బట్టలు విప్పి, 'టాయిలెట్ కిట్'ను తెరిచి చూడగా అందులో రేజర్ లేకపోవడం గమనించాను. చివరి క్షణంలో కొనుక్కున్న రేజర్‌ను సూట్‌కేస్‌లోని బట్టల కింద తోసేయడం గుర్తొచ్చింది. తలుపు సగం తెరిచి విజిని పిలిచి రేజర్ ఇవ్వమని అడిగాను.

"బట్టల అడుగున ఉంది. కుడివైపు నుంచి బ్యాగ్‌లో కింద చేయి పెడితే దొరుకుతుంది"

ఇలా ఏదో ఒక విధంగా ఆమెపై ఆధారపడటాన్ని చూపించడం చాలా రమ్యంగా అనిపించింది. పెళ్లి తర్వాత ఏదో మార్పు వచ్చిందని ఇది సూచిస్తోంది. ఆమె దాన్ని ఇష్టపడుతుందని ఊహించాను. క్రితం రాత్రి బస్‌లో వస్తున్నప్పుడు నా డబ్బుల పర్స్‌ను హ్యాండ్‌బ్యాగ్‌లో పెట్టమని ఇచ్చాను. బస్సు మధ్యలో ఆగినపుడు నిద్రమత్తులో టిఫిన్ చేసి చేతులు కడుక్కున్నప్పుడు ఆమె దగ్గర కర్చీఫ్ తీసుకుని చేతులు తుడుచుకున్నాను. బిల్లు కట్టే సమయంలో నా డబ్బు మొత్తం ఆమె ఆధీనంలోనే ఉండేలా, 'ఇరవై రూపాయలు ఇవ్వు' అని ఆమె నుంచి డబ్బులు తీసుకున్నాను. ఇలాంటి అధీనతలో ఉన్న నాటకీయత సుఖంగానూ, సుమధురంగానూ ఉంది.

షేవింగ్ చేసుకుని, స్నానం చేసి, పంచె కట్టుకుని, టవల్ కప్పుకుని బయటికి వచ్చినపుడు, నా సూట్‌కేస్ పైనున్న పుస్తకం చూసి షాక్ అయ్యాను. 'సామరస్య జీవితం' అన్నది దాని టైటిల్. లేతనీలి రంగునేపథ్యంలో రెండు చేతులు ఒకదానికొకటి ఆధారం కోసం గట్టిగా పట్టుకున్న చిత్రం ఉన్న కవర్ పేజి. అక్కడికి వెళ్ళి, విజి వైపు చూడకుండా, పుస్తకం తీసుకుని, సంకోచంతో, హడావుడిగా బ్యాగ్‌లో చేర్చాను. రేజర్ అడిగినప్పుడు ఏమి జరిగిందో ఊహించడం కష్టం కాదు. రేజర్ వెతకడానికి బ్యాగ్‌లో చేయి కదిలించినపుడు, బట్టల కింద దాచిపెట్టిన ఆ పుస్తకం ఆమెకు దొరికింది. రేజర్ ఇచ్చి, పుస్తకాన్ని మూసిన బ్యాగ్ మీద సహజంగానే పెట్టి వెళ్ళింది. ఇంతే జరిగివుంటుందని అనుకుంటూ సమాధానపడ్డాను. ఇలాంటి పుస్తకాలను కొందరు సహోద్యోగులు అలక్ష్యంగానే ఎగతాళి చేసేవారు. అందువల్ల నా ఆసక్తిని బహిరంగంగా ప్రదర్శించడానికి నేనెప్పుడూ ముందుకొచ్చేవాడినికాను. ఇంతవరకూ విజికి ఆ విషయం చెప్పలేదు. ఇప్పుడు ఆమె ఏదైనా అడ్డు చెబితే ఎలా ప్రతిస్పందించాలో తోచక కలవరపడ్డాను. ఆమె ఓరకంట నన్ను గమనిస్తోందని అనిపించి, ఆమె వైపు తిరగకుండా, ఆమెకు వెన్ను చూపుతూ, ఏం చేయాలో తోచక షర్ట్ కోసం బ్యాగ్‌లో వెతకసాగాను.

అప్పటిదాకా మాట్లాడకుండా కూర్చున్న విజి "ఇటువైపు తిరిగితే ఒక మ్యాజిక్ చూపిస్తాను" అంది. ఆ గొంతులో ఉన్న భావం ఏమిటో గుర్తించలేకపోయాను. వెనక్కి తిరిగి చూస్తే, 'ఇక్కడ చూడు, నీ బ్యాగ్‌లో ఇప్పుడే నువ్వు పెట్టిన పుస్తకాన్ని ఇక్కడ నా బ్యాగ్‌లోంచి తీస్తాను. ఇలాంటి మ్యాజిక్‌ను

నువ్వు ఎప్పుడూ చూసివుండవు" అని అంటూ ఆమె తన బ్యాగులోంచి అదే పుస్తకం మరో కాపీని బయటికి తీసి పట్టుకుని నవ్వింది. ఆ క్షణం, బహుశా మా దాంపత్య జీవితంలోని అత్యంత ముఖ్యమైన క్షణమని ఆ గడియలో ఆమె పట్ల కలిగిన నిశ్చింత, ఆత్మీయత ప్రత్యేకమైన విషయాలని అటు తర్వాత చాలాసార్లు అనిపించటం నిజం. ఆ ఒక్క క్షణంలో దేన్నయితే సంకోచంతో అణచిపెట్టేవాడినో అదే నాలో ఉన్న ఆకర్షణగా మారిపోయింది. ఇలాంటి పుస్తకం చేతిలో ఉన్నప్పుడు ఇతరుల దృష్టిలో మేము ఎలా కనిపిస్తామోననే భయం, సంకోచం, న్యూనత మొదలైనవి ... ఇలాంటి పుస్తకాలను చదివినవారికి మాత్రమే సరిగ్గా అర్థమయ్యేవి.

మాటలే రానట్లు ఆమె చేతిలో ఉన్న పుస్తకాన్నీ, ఆమెనూ చూస్తూ 'ఓయ్' అన్నాను. గుండెలోని సంతోషం పొంగుకొచ్చి, నోట మాటరాలేదు. ముందేమీ తోచక, షర్ట్ వేసుకోవడం వదిలి, తల దువ్వుకోడానికి బాత్‌రూమ్‌కు వెళ్ళినపుడు నాలో పొంగిన ఉత్సాహమే అన్నిటినీ వ్యక్తం చేస్తోంది. టవల్‌ను విసిరేసి, నగ్నమైన ఛాతీతో, అద్దం ముందు నిల్చుని తలవెంట్రుకలను వెనక్కి తోసి తోసి నెమ్మదిగా దువ్వుకున్నాను. బ్రిల్‌క్రీమ్ ఉపయోగించిన తర్వాత, డబ్బాను నిర్లక్ష్యంగా అక్కడే ఎదురుగా పెట్టాను. పళ్ళలో మురికి కూర్చున్న దువ్వెనను కూడా టాయిలెట్ కిట్‌లో దాచిపెట్టాలని అనిపించలేదు.

పెళ్ళయిన వారం వరకూ మా మధ్య మిగిలిన అపరిచితమనే పల్చని తెర ఒక్కసారిగా చప్పున తెగిపడిపోయింది. ఇద్దరం మా వస్తువులను నీటుగా తీసిపెట్టడం దగ్గర్నుంచి మరొకరి ముందు బట్టలు మార్చుకోవడం వరకు సంకోచాలన్నీ వదిలేశాం. అదే రోజు మధ్యాహ్నం, ఎప్పుడు లేని అక్కరతో మాట్లాడుతూ, బద్ధకంగా మంచం మీద దొర్లుతుండగా, ఆమె ఆఫీసులో తాను చేపట్టిన కొత్త ప్రాజెక్ట్ గురించి చెప్పసాగింది. వింటూ మధ్యమధ్యన ప్రోత్సహిస్తున్నట్లు ఎక్సలెంట్ అంటూ పొగిడాను. నేను అలా మూడోసారి అనగానే ఈ ప్రోత్సాహం పుస్తకం నుంచి పొందిందని ఇద్దరికీ ఒకేసారి స్ఫురించి ఇద్దరం ఒక్కసారిగా నవ్వాం. నోరు తెరిచి ఎందుకన్నది చెప్పకుండా, కడుపుబ్బ నవ్వుకున్నాం. నవ్వుతూ నవ్వుతూ ఆమె పట్ల అభిమానం పొంగుకు వచ్చి, 'విజి' అంటూ గుసగుసలాడి ఆమె చెంప మీద మృదువుగా వేళ్ళు కదిలించాను. ఆమె చిన్న స్వరంతో 'ఊఁ' అంది. అది ప్రేమోన్మాదపు మూలుగో, లేక అంగీకార స్వరమో అర్థంకాలేదు. తర్వాత చాలా రోజులు వరకూ 'ఎక్సలెంట్' అనే పదం చెవిన పడ్డప్పుడల్లా మేమిద్దరమూ నవ్వుకునేవాళ్ళం.

ఈ సల్లాపాల నడుమ, 'ఇదే పుస్తకాన్ని మనమిద్దరం ఇక్కడకు తీసుకురావడం, దాన్ని ఇద్దరమూ గుర్తించడం యాదృచ్ఛికం అని నాకు అనిపించడం లేదు. ఇందులో మనకు ఇంకేదో సందేశం ఉంది. ఇది పెద్దచిత్రపు చిన్న ముక్కలాంటిది" అన్నాను.

"ఇందులో దేవుడి చేతివాటం ఉందంటావా?" అని ఆమె మెల్లగా అడిగినప్పుడు, ఆ క్షణం పరిస్థితి ఎలా ఉందంటే ఎలాంటి మృదువైన మాటలైనా నచ్చేవి.

"నేనూ అదే చెప్పాలనుకున్నాను. ఇది ఆయన పనే. అది ఉండనీ, ఇన్ని రోజులుగా ఈ విషయాన్ని నువ్వెందుకు చెప్పలేదు?" అని ముద్దుగా దెప్పిపొడిచాను.

"అది దేవుని ఇచ్ఛ కాకూడదా? ఈరోజే ఇంత నాటకీయంగా ఇది బయటపెట్టాలన్నది ఆయన ఉద్దేశం కావచ్చు. ఇన్ని రోజులు నువ్వెందుకు చెప్పలేదని నేనూ అడగవచ్చుకదా?"

జవాబివ్వడానికి ప్రయత్నిస్తూ, ఎవరికీ చెప్పని విషయాన్ని నీకు మాత్రమే వెల్లడిస్తున్నానన్నది స్పష్టం చేయడానికి సతమతమయ్యాను "దీనికి జవాబివ్వడం చాలా కష్టం. ఒక్క మాటలో చెప్పలేను. నేను ఇలాంటి పుస్తకాన్ని చదవడం చూసినవారు నాలో ఏదో లోపం చూశారనే భయం ఉండేది. నాకు వీటి వల్ల ప్రయోజనం కలిగినప్పటికీ, ఇలాంటివి చదవడం అజ్ఞానుల లక్షణమని మనస్సులో నాటుకునేలా కొందరు చేశారు. మొత్తానికి ఏదో సంకోచం. సరేలే. అయినా నువ్వెందుకు ఇన్ని రోజులు దాచిపెట్టావు?"

"నేను దాచిపెట్టలేదు. చెప్పే సందర్భం రాలేదు. అంతే. నువ్వు చెప్పింది అర్థమైంది. ఒకసారి, నా బ్యాగ్ నుండి ఇలాంటి పుస్తకాన్ని బయటికి తీసినపుడు, నా కొలీగ్ గీత పళ్ళికిలిస్తూ కిసుక్కున నవ్వి, ఎలాంటి చూపు విసిరిందంటే, ఆమె నవ్వు ఇప్పటికీ కంటి ముందు కదలాడుతూ ఉంది. నేను ఆమెను పట్టించుకోలేదు. కానీ తామే తెలివైనవాళ్ళమని అనుకునే ఇలాంటివాళ్ళు ఇద్దరు ఉంటే చాలు, వందమంది ఉండే ఆఫీసుకు న్యూనతా భావాన్ని కలిగించడానికి. తుపాకి పట్టుకున్న వాడొకడు ఊరినే వణికించగలడుకదా? అలా" పక్క మీది నుంచి లేచి ఎదురుగా ఉన్న కుర్చీలో కూర్చుంది.

"ప్రముఖ కాలేజీల్లో చదివిన సర్టిఫికెట్లు ఉంటే చాలు. అబ్బా! ఎంతటి ఆధిపత్య భావన. వారికి ఉన్నత వర్గీయులని పేరు పెట్టాను"

"ఎంత మంచి పేరు పెట్టావు? వాళ్ళందరికీ పశ్చిమం నుంచి వస్తేనే

తీర్థం"

ఆమె మెచ్చుకుని, పొగుడుతుంటే లోపలికి గాలి దూరినట్టయింది. ఉత్సాహంతో ఉన్నత వర్గీయుల గుణగణాలను జాబితా చేయడం ప్రారంభించాను. "నా కంటే గొప్ప ఎవరూ లేరు"

"బ్రాండెడ్ ఈజ్ ది బెస్ట్" విజి గొంతు కలిపింది.

'క్రమశిక్షణా రాహిత్యమే సృజనాత్మకత. నియమోల్లంఘనమే నియమం"

"తాను అతి పెద్ద పుడంగి"

"హ్హాహ్హా సరిగ్గా ఉంది. మన సంస్కృతిని నాశనం చేయడమే పురోగతికి మార్గం"

"అయ్యో, అంత దూరం వెళ్ళకు" అని విజి ఆక్షేపించింది.

"సరే, వదిలెయ్. ఇదెలా ఉంది. పని తక్కువ, మాటలు ఎక్కువ"

"ఇంగ్లీష్ మాటలు కావలసిందే"

"ఫ్రెంచ్ పదాలను ఫ్రాన్స్‌వాడిలా, కన్నడను మాత్రం ఇంగ్లీషువాడిలా ఉచ్చరించాలి".

"ఒన్స్యాంబల్. ఓన్వలోప్"

"మరత్‌హళ్లి. మసాలా దోసె"

విజి నవ్వు ఆపుకోలేకపోయింది. ఆ నవ్వు నాకూ వ్యాపించింది. ఒకరు నవ్వారని మరొకరు నవ్వారు. ఎందుకు నవ్వుతున్నారో తెలుసుకునే గొడవకు వెళ్ళకుండా నవ్వాం. నేను నవ్వుతూ నవ్వుతూ, మరొకరిని నవ్వించినపుడు కలిగే ఆత్మవిశ్వాసంతో పొంగిపోయాను.

❖❖❖

ఆ సాయంత్రం ఇద్దరం దారితెన్ను లేకుండా కోడై రోడ్లలో తిరిగాం. విజి పచ్చ అంచు కలిగిన, కుంకుమ రంగు నూలు చీర కట్టుకుంది. అక్కడి ఎత్తుపల్లాలున్న దారిలో నడుచుకుంటూ బయలుదేరినపుడు ఉదయం జరిగిన పుస్తకం సంఘటనను పదేపదే మాటల్లో ప్రస్తావిస్తూ, ఈ ఆసక్తి నాలో పుట్టడానికి కారణమైన సందర్భాన్ని మాటల్లో కూర్చడానికి ప్రయత్నించాను.

"ఉద్యోగంలో చేరిన ఏడాది తర్వాత, నన్ను ఒక వారం మేనేజ్‌మెంట్ కోర్సు కోసం ముంబైకి పంపించారు. అక్కడ తివారీ అనే వ్యక్తి, తన ఉపన్యాసం తర్వాత టీ బ్రేక్‌లో తన చుట్టూ చేరిన జనంతో 'మరో ప్రపంచం' పుస్తకం గురించి ఆకర్షణీయంగా మాట్లాడుతున్నాడు. అతని ఆ నాటి ప్రసంగం ఆ పుస్తకం

ఆధారంగా చేశాడని తెలిసినపుడు, అది ఎక్కడ దొరుకుతుందనే అత్యంత మూర్ఖంగా ప్రశ్నించాను. ఏమనిపించిందో ఏమో, తన బ్యాగ్‌లోంచి ఆ పుస్తకం తీసి నా చేతికిచ్చి 'గుడ్ లక్' అని చెప్పి వెళ్ళిపోయాడు.

ఆ రోజే నేను చదవడం ప్రారంభించాను. ఆపలేకపోయాను. అబ్బా, అన్నీ ఎంత బాగా గుర్తున్నాయి. ఆఫీసునే అతను 'మరో ప్రపంచం' అని పిలిచేది. ప్రతి సమస్యను మా ఆఫీసు నుంచే తీసుకుని వివరించినట్టుంది. చిన్న ఊరి నుంచి వచ్చిన నాకు పనిచేసే చోటులోని వాతావరణం గురించి అవ్యక్తమైన ఆందోళన ఉండేది. పాశ్చాత్య దేశాల తీర్థం పుచ్చుకుని పావనులైన ఎం.బీ.ఏ.లు, విదేశీ ఖాతాదారులతో అనివార్యమైన సహవాసం, మొత్తానికి ఏమిటో చెప్పటానికి రానంతగా ఊపిరి కట్టివేసినట్టయి ఉక్కిరిబిక్కిరి అయ్యేది. ఇలాంటి పుస్తకాల రెక్కలు అతికించుకుని ఎగిరిపోతే అన్నింటినీ దాటిపోవచ్చని అనిపించింది. ఒక పుస్తకం తర్వాత మరొక పుస్తకం చదువుతూ పోయినట్టల్లా, తగిన సందర్భాలలో మనస్సులో రూపొందే పుస్తకంలోని ఆణిముత్యాలను నా గురువు తివారీ నా చెవిలో ఊదుతున్నట్టు అనిపించి అందులో మైమరిచాను. అతని గంభీరమైన, మంద్రమైన కంఠస్వరం గురువుగారికి తగినట్టుగా ఉంది. నా స్నేహితులకు ఇదంతా చెప్పాలని ప్రయత్నిస్తే, నా వైపు జాలిగా చూసి, "వాటిని అంత సీరియస్‌గా తీసుకోకు" అన్నారు. సిటీ కుర్రవాళ్లతో మాట్లాడటం కష్టమయ్యేది. మెటాలికా, జుదాస్, ప్రీస్ట్ మొదలైనవారి యవ్వనపు మ్యూజిక్ పేర్లను చెబితే నా మాటలే ఆగిపోయేవి.

"అయ్యో పాపం. నువ్వు అవన్నీ వినలేదా? బాగుంటాయి.అయినా వదిలెయ్. నీకెందుకు తెలిసివుండాలి?"

ఆమె బాగుంటాయి అనటం వల్ల సంకోచించినా, విజి అభిప్రాయాలు నాకు అనుకూలంగా ఉండడం గమనించి ఆమె పట్ల ప్రేమ పొంగింది. నా రహస్యాలన్నింటినీ బయటపెట్టాలని ఆరాటపడ్డాను. నా జీవితంలోని చిన్నచిన్న వివరాలకు ఆమె చూపిన కుతూహలంనాలో భావోద్వేగాన్ని కలిగించింది.

నడుస్తూ, మాట్లాడుతూ విజి తన లోకంలోకి నన్ను తీసుకెళ్ళటానికి సిద్ధమైందని తెలియగానే–"నీ మొట్టమొదటి పుస్తకం ఏది?" అని అడిగాను.

"దాని పేరు 'స్వగత సుఖం'. మనతో మనమే మాట్లాడటం గురించిన పుస్తకం. నా కథ చెప్పడానికి చాలా సమయం కావాలి. అది నా బాల్యం నుంచే మొదలవుతుంది"

"తొందరేముంది? కావాలంటే రాత్రీపగలూ చెప్పు. వినడానికి నేను సిద్ధంగా

ఉన్నాను”

విజి కథ చెబుతున్నప్పుడు మేమిద్దరం రోడ్డుపక్కనున్న చెట్టుకింది కొట్టులో చాయ్ తాగుతూ నిలుచున్నాం. లేత ఎండ ఆమె ముఖం మీద అరకొరగా పడివుంది. జుట్టును వెనక్కు ఎత్తి చుట్టి, దానికి పెద్ద క్లిప్ పెట్టుకుంది. ఆమె చాక్లెట్ రంగు పెదవులు, చెంపలపై ఉన్న పాత మొటిమల గుర్తు ఎండకు స్పష్టంగా కనిపిస్తున్నాయి. చివరన మొండి అయిన ముక్కు అత్యంత ఆకర్షణీయంగా కనిపించింది. ఆమె పలువరుస అవునో కాదో అన్నట్లు ముందుకొచ్చాయి. కాస్త ముందుకొచ్చిన ఉబ్బు పన్ను ఎంత సెక్సీనో. కాసింత పెదవి విరిసినా చాలు, ప్రణయకాంక్షిలా ప్రత్యక్షమవుతుంది. ఆమె పెదవులను ముందుకు చాపి కప్పు అంచు నుండి వేడి చాయ్‌ను సిప్ చేయటాన్ని తదేకంగా చూశాను. పెళ్ళయిన కొత్తలో అన్నీ భూతద్దంలో కనిపిస్తాయి. పైపెదవి కప్పు అంచు మీద విరమించి చాయ్ వేడిని పరీక్షించటానికి చిన్నగా కంపిస్తూ ముందుకు చాపడం చూసి ఉత్తేజితుడినై ‘ఒక్క నిమిషం నీ కప్పు ఇవ్వు” అన్నాను.

“ఎందుకు?” ఆమెకు దిక్కుతోచలేదు.

“ఇవ్వు. చెప్తాను”

సగం ఖాళీ అయిన నా కప్పును కొట్టు అరుగుమీద పెట్టి, ఆమె నుండి తీసుకున్న కప్పును నా కుడిచేతిలో పట్టుకుని, దానిని తిప్పి, ఆమె పెదవులు తాకించిన అంచులో నా పెదాలను ఉంచి, తొందరపడకుండా ఒక గుటక తాగి చప్పరిస్తూ, ‘ఆహా, ఎంత రుచి’ అన్నాను. ఆమెకు నా పిచ్చిచేష్టలు అర్థమై వయ్యారంగా “ఇలా అయితే ఎలా?” అన్నందుకు నేను కేవలం “అలా…గే” అంటూ హాయిగా అరమూతల కళ్ళతో కప్పును వెనుతిరిగి ఇచ్చాను.

తన కథను వివరంగా చెప్పడానికి విజికి మరింత ఉత్సాహం పెరిగింది. నా కప్పును ఎత్తుకుని చాయ్ తాగసాగాను. ఆమె మాటల్లో చెబుతున్నది కళ్ళ ముందు రూపుదిద్దుకోసాగింది.

“నువ్వు నమ్మవు. చిన్నప్పుడు నాతో నేనే ఎంతగా మాట్లాడుకునేదానినో తెలుసా? నేను స్కూల్ నుంచి నాలుగు గంటలకు ఇంటికి వచ్చేదాన్ని. అమ్మ ఆఫీస్ నుండి ఇంటికి ఐదుగంటలకు వచ్చేది. అప్పటివరకూ ఇంట్లో నేనొక్కదాన్నే. అమ్మ డ్రెస్సింగ్ టేబుల్ నిలువుటద్దం ఎదుట నిలుచుని అభినయ పూర్వకంగా మాట్లాడేదాన్ని. చాలాసార్లు ముఖాన్ని వికృతంగా తిప్పేదాన్ని. పకపకా నవ్వేదాన్ని. నేనంటే గిట్టని నా క్లాస్‌మేట్‌లను అవమానించేదాన్ని. ఒక రోజు సినిమాలో

చూసిన డ్యాన్స్‌ను అనుకరిస్తూ శరీరం మీది దుస్తులను ఒక్కొటొక్కటిగా విప్పి పారేశాను

ఒకరోజు అమ్మ త్వరగా వచ్చింది. ఆమె ముందు తలుపు తెరవడం నాకు తెలియలేదు. నేను ఎవరితోనో ఉన్నానని భావించి దొంగ అడుగులు వేస్తూ వచ్చింది. నేను తప్ప ఎవరూ లేరు. హావభావాల సమేతంగా ఒక్కదాన్నే మాట్లాడుతూ ఉండటం చూసి ఆమెకు భయం వేసింది. ఆమె చూస్తున్న క్షణంలో ఇంకా ఏమేమి చేస్తూ ఉన్నానో గుర్తులేదు. ఇదొక మానసిక జబ్బు కావచ్చని "ఇలా ఎంతకాలం నుంచి?" సంకోచిస్తూ అడిగింది. నేను సిగ్గుతో కుంగిపోయాను. "ఈ రోజే" అని అబద్ధం చెప్పాను. నేను అదంతా అవలీలగా చేస్తుండటం చూసిన అమ్మ అదే మొదటి ప్రయోగమని నమ్మివుండదు. నేనొక్కదాన్నే ఉండే అవకాశాన్ని తప్పించటానికి స్కూల్ తర్వాత ట్యూషన్ క్లాసులో చేర్చింది. దాంతో అది పూర్తిగా ఆగిపోయింది. ఇలాంటి స్వభావం కలిగిన నాకు ఆ పుస్తకం బహుమతిగా లభించడం ఎంత యాదృచ్ఛికమో చూడు. దానికి బదులుగా వేరే ఏ పుస్తకం దొరికినా నేను చదివేదాన్ని కాదు"

మాట్లాడుతున్న ఉత్సాహంలో ఆమె స్వరం పెరిగింది. చివరి గుటక తాగి, ఖాళీ కప్పును కొట్టువాడికి తిరిగిస్తూ మరో చాయ్ అడిగాను.

"ఒకటి చాలు. నేనూ అందులోనే తాగుతాను" అంది.

"ఇలాగైతే ఎలా?"

"అలా...గే" అని రాగం తీస్తూ నా తీరునే అనుకరించింది.

చాయ్ కోసం ఎదురు చూసున్నప్పుడు- "ఇంట్లో నువ్వు తలకిందులుగా తిరుగుతానన్నా నాకు అభ్యంతరం లేదు. అభినయ పూర్వకంగా మాట్లాడేందుకు పెద్ద అద్దం పెట్టిస్తాను" అని అన్నాను.

"అయ్యో, అద్దం గిద్దం అవసరం లేదు. ఆ తర్వాత ఒక్కసారి కూడా నేను అలా మాట్లాడలేదు" అంటూ విజి "నిన్న కణ్ణ కన్నడియల్లి..." అనే పాపులర్ పాత సినిమా పాటలోని మొదటి పదాలను హమ్ చేసిన తర్వాత మెల్లగా "తలకిందులుగా తిరగటం నాకిష్టం" అంది.

ఇక దేన్నీ ఆమె దాచిపెట్టాల్సిన అవసరం లేదని సంతోషం కలిగింది. బలహీనతలను దాపరికం లేకుండా వ్యక్తీకరించడం బలమైన సంబంధానికి పునాది అని ఎక్కడ చదివానో బుర్రకు స్ఫురించలేదు. ఈ రోజు ఆమె చెప్పినవన్నీ నాకు కొత్తే. అంతరంగపు గదుల తలుపును ఏ తాళం చెవి తెరుస్తుందో చెప్పడం కష్టం.

మేమిద్దరం ఆరునెలలు కలిసి తిరిగినా దీని జాడ కూడా నేను పసిగట్టలేకపోయాను.

టీ కొట్టువాడికి డబ్బులు ఇచ్చి బయలుదేరాం. ఏటవాలుగా ఉన్న రోడ్డులో నడవడం కష్టం కాలేదు.

"ఆ పుస్తకాన్ని నువ్వు ఎందుకు తెచ్చావు? ప్యాకింగ్ చేసేటప్పుడు నేను చూడలేదుకదా"

"చివరి క్షణంలో లోపల పెట్టాను. కానీ దాన్ని నువ్వు కనుక్కోవటం అత్యంత ఆకస్మికంగా జరిగింది. జరిగినదంతా మంచికేనని అనుకుందాం. నా అంతట నేనే నీకు చూపించే ధైర్యం చేసేవాడినో కాదో? సరేలే. నువ్వెందుకు తెచ్చావు?" ఆమె వేళ్లతో నా వేళన్లు పెనవేశాను.

"మా అమ్మ వైపు నుంచి ఒక పెద్దాయన ఉన్నారు. ఆయన పుస్తకాలనే బహుమతిగా ఇస్తారు. పెళ్ళికి రావడం కుదరదని ముందుగానే ఇంటికి వచ్చి ఈ పుస్తకం ఇచ్చి వెళ్ళారు. చదవడం మొదలుపెట్టాను. పెళ్ళి హడావుడిలో పూర్తి చేయడం కుదరలేదు" ఆమె తన వేళ్ళను విడిపించుకుని భుజం పట్టుకుంది. దగ్గరితనంలోని సుఖాన్ని అనుభవిస్తూ నడిచాను.

"మీ పుస్తకాలు ఎక్కడున్నాయి?"

"ఇంట్లో ఉన్నాయి. ఇలాంటివి ఎక్కువగా లేవు. ఆరో ఏడో ఉండొచ్చు. మిగతావన్నీ మాథ్స్, ప్రోగ్రామింగ్ పుస్తకాలు. తిరిగి వెళ్ళగానే తెచ్చేస్తాను" భుజం మీది పట్టును బిగించింది.

"అందులో ఏముంటుందోనని నాకు కుతూహలం"

"మీ పుస్తకాలు ఎక్కడ? ఇంట్లో కనిపించలేదే"

"చూడటానికి తీరిక ఎక్కడ ఉండింది? మంచం కింద పెట్టెలో ఉన్నాయి. వెళ్ళిన తర్వాత చూపిస్తాను"

మాట్లాడుకుంటూ నడవటంవల్ల కొండ దిగువకు చేరటం కూడా తెలియలేదు. అక్కడి మార్కెట్‌లో తిరిగి, మరో కొట్టులో చాయ్ తాగి, వెనుతిరిగి హోటల్‌కి వెళ్ళటానికి వాహనం కోసం వెతికాం. ఏదీ దొరకలేదు. సరే, నడుచుకుంటూ వెళదాం, చేయి చేయి పట్టుకుని నడిస్తే, ఆయాసం కనిపించదని నడవసాగాం.

❖❖❖

హోటల్ గది చేరి కాస్సేపు విశ్రాంతి తీసుకున్న తర్వాత, "ఇద్దరం కలిసి చదువుదామా?" అని అడిగాను.

ఇద్దరమూ కలిసి ఒకే పేజీని చదివేటప్పుడు కలిగే అంతరంగపు స్పర్శ అనే కల్పన పులకలు రేకెత్తించింది. బయట పొద్దువాలి చీకటి కమ్ముకుంటోంది.

ఇద్దరం మా బ్యాగుల్లోంచి పుస్తకాలు తీసి, మంచం మీది తలగడలకు ఒరిగి, పక్కపక్కనే భుజానికి భుజం ఆనించి కూర్చున్నాం.

"ఏ పేజీ?" ఆమె అడిగింది.

ఆమెను మరింతగా ఒత్తుకుని కూర్చున్నాను.

"నువ్వు మరింత దగ్గరకు వస్తే, పేజీ నంబర్ కూడా కనిపిస్తుంది"

"అంత దగ్గరగా కూర్చుంటే ఒక్క పుస్తకమే చాలు" అని విజి అలా అనటం ఆలస్యం, నా పుస్తకం పక్కన పెట్టి ఆమె భుజం మీద తల పెట్టాను. ఆమె పుస్తకం తెరవగానే అది ఎనభై ఆరవ పేజీని చూపింది.

పేజీ పైన బోల్డ్ లెటర్స్‌లో హెడ్‌లైన్ ఉంది– 'ఇష్టమైనవారికి అన్నీ చెప్పాలా?'

"ఊఁ బోరింగ్. మోసపు టపాసులు" విజి పేజీ తిప్పింది. ఆ భాగాన్ని నేను మెచ్చుకున్నందున నిరాశ కలిగినా ఏమీ చెప్పలేదు. ఆరేడు పేజీల తర్వాత, సమీర, సుష్మాల జంటల ఒక కల్పిత కథను ఉదాహరణగా తీసుకొని, రోజువారీ జీవితంలో పరస్పరం ఒకరిపట్ల మరొకరికి తగ్గని కుతూహలం సామరస్యానికి ఎంత ముఖ్యమో చర్చించడం జరిగింది. "దాచి పెట్టడం కాదు, విప్పి పెట్టడం" అన్నది ఆ అధ్యాయం–టైటిల్.

తెరిచిన పుస్తకాన్ని ఛాతీమీద పెట్టుకుని నెమ్మదిగా అంది. "ఈ రోజు నువ్వు నా చాయ్ కప్పులోంచి తాగావుకదా, అది నీకు స్ఫురించిందా? లేదా తివారీ చెప్పిందా?"

అలాంటి సందేహమే షాకింగ్‌గా ఉంది. అయినా కుదుటపడ్డాను. "ఏమనుకున్నావు? కోప్పడటానికీ, ప్రేమించడానికీ పుస్తకాన్ని చూసే పండితుడినా? నా నైపుణ్యాన్ని చూపించనా?"

ఆమె ప్రశ్న నన్ను బాధించలేదని చూపించుకోడానికి నేను నా మోచేతిని ఆమె ఎడమపార్శ్వానికి రుద్దాను. ఆమె జాకెట్టు క్రింది నగ్నమైన భాగానికి తాకిన మోచేయి పులకలు రేపింది. ముద్దుకు సున్నితమైన కొత్త స్థలం దొరికిన ఆనందంలో, అది తన సొంతం అని రుజువు చేసే ఆత్రుతలో "చూపించనా?" అని రెట్టించాను.

"ఏమి...టి?" అంటూ ఆమె మత్తెక్కినదానిలా అడిగింది. ఆ ప్రశ్న వల్ల పిచ్చిపిచ్చిగా వికసించిన ఊహను మాటల్లో చెప్పే ఓపిక నాకు లేకపోయింది.

నా చెంపను ఆమె భుజానికి అదిమాను. 'అదేమిటో ఇప్పుడు తెలుస్తుంది' అని తడబడ్డాను. "దాచిపెట్టడం కాదు, విప్పి పెట్టడం. రా, పాటిద్దాం" అన్నాను.

ఆమె మరింత గుసగుసగా, రాగం తీస్తూ, "ఏమి...టి" అంది.

ఆ మాటతీరే నాకు పిచ్చి పట్టించింది.

'విప్పిపెట్టడం' గుసగుసగా అని వేలిని ఎదమీది కొంగుకు తాకించగానే అసంకల్పిత ప్రతికార చర్యలా ఆమె చేయి చప్పున దాన్ని ఆపి పట్టుకుంది. అయితే అరక్షణం తర్వాత నా వేలును వదిలేసింది. ఆమె వీపు, తలగడ మధ్య చిక్కుకున్న కొంగును సున్నితంగా విడిపించాను. ఆమె కళ్ళు మూసుకుంది. కొంగు లేని ఎదను చూసి ఏమైనా చేయవచ్చునే స్వేచ్ఛ దొరికిందన్న ఆలోచన వల్ల కాస్త కంగారు పడటంతో హృదయస్పందన పెరిగింది. ఆమె తొందరపడకుండా నెమ్మదిగా ఇంతింతే ముందుకు జరిగి, పక్కలో వెల్లికిలా పడుకుని చేతులను ఇరువైపులా చాపింది.

"అన్నిటినీ విప్పేస్తాను. మన మధ్య ఏమీ ఉండకూడదు. ఏమంటావు?"

"నేనైతే కళ్ళు మూసుకున్నాను"

నేను దుస్తులపై చేయి వేయటానికి మునుపు ఆభరణాలతో ఆరంభించాను. మొదట మెట్టెలు, తర్వాత కాలిగజ్జెలు. తర్వాత ఒక్కొక్కటిగా గాజులు, నొప్పెట్టకుండా గాజులను బయటకి జార్చడం అంత సులభంగా లేదు. ఎడమ అరచేతిలో ఆమె మణికట్టును, అరచేతిని మృదువుగా అదుముతూ, గాజులకు దారి వదిలేలా వేళ్ళను, వేలికణుపులను మృదువుగా అదమటం వల్ల దొరికిన కొత్త స్పర్శ సుఖానికీ ఇద్దరమూ మైమరిచాం. ఆమె 'హాఁ' అనే చిన్న కేక–బాధవల్ల కలిగిన మూలుగో, సంతోషంతో వెలువడిన స్పందనో తెలియదు.

అర్థమయ్యేలోపే చేతులు ఖాళీ అయ్యాయి. ఇప్పుడు చెవి దుద్దుల వంతు. అది చాలా సున్నితమైన పని. చెవులను తాకగానే ఆమెకు గిలిగింతలు కలిగేవి. దుద్దులు తీసి పక్కనున్న చిన్న టేబుల్ మీద పెట్టాను. ఆమె ముక్కు పుడకను తానే విప్పి, మళ్ళీ మర తిప్పి, చేతికి ఇచ్చింది. అప్పుడు కూడా ఆమె మూసిన కళ్ళను తెరవలేదు.

వేలి ఉంగరాన్ని సులువుగా తీసిన తర్వాత, మెడలో చేయి వేసి తాళి తీయటానికి తడిమాను. ఆమె ఆపింది. 'ఊహూఁ' అన్నది. అర్థం కాక ఒకింత వెనక్కు జరిగి ఆమె ముఖాన్ని చూశాను. ఖాళీ అయిన చెవులు, ముక్కు, ఖాళీ చేతులతో మరోలా కనిపించింది. సంపూర్ణమైన నగ్నతను ఊహిస్తూ మెడలోని

తాళిపై మళ్ళీ చేయి వేశాను.

"వద్దు వద్దు"

"ఎందుకు? మధ్యన ఏమీ ఉండకూడదు. నేను నువ్వు. ఇద్దరమే"

"ఛీ అమంగళం మాట్లాడకు. ఒకసారి కట్టిన తర్వాత అయిపోయింది. తీస్తే భర్తకు అశుభం"

ఆ మాటతో, ఆ క్షణంలో, మా మధ్య స్థలావకాశం చూసి కాలూనటానికి ఎప్పటి నుంచో తపిస్తున్న పురుషత్వం పరాకాష్ఠకు చేరి నాజూకైన చెలమ ఒకటి లోపలి నుంచి ఛిల్లుమని చిమ్ముకొచ్చింది. తర్వాతి క్షణాల్లో, ఆమె దుస్తులను విప్పే చనువు, భుజాలకు అంటుకున్నట్టున్న రవికను తీసేటప్పుడు అజాగ్రత్తతో కూడిన బలప్రయోగం నా దృష్టికి రాకపోలేదు.

మూడొంతులు దారి దాటగానే 'దీపం' అంది.

"కళ్ళు మూసుకున్నప్పుడు ఆర్పితే ఏమి? ఆర్పకపోతే ఏమి?"

"చీకట్లో నేను కళ్ళు తెరుస్తాను"

దీపాన్ని ఆర్పాను.

పూర్తిగా చీకటైంది. కళ్ళు చీకటికి సర్దుకుంటుండగా కిటికీలోంచి లోపలికి వస్తున్న వెలుతురుతో గదిలోని వస్తువులు అస్పష్టంగా కనిపించసాగాయి.

చిట్టచివరగా, ఆమె హేర్ క్లిప్‌ను తీసి, చేయి చాపి చీకట్లోకి విసిరాను. అది ఎక్కడో పడి, దేనికో తగిలి చిన్నగా శబ్దమైంది.

నా శరీరం మీది ఏకైక ఆభరణమైన నా వేలి ఉంగరాన్ని తొలగించాను.

నాలో ప్రవాహం పొంగసాగింది. ఆమె కూడా అదే తన్మయత్వంలో వుంది. ఆమె ఇంకా కళ్ళు మూసుకునేవుంది. క్షీణమైన మూల్గులు, కేకల, అరుపుల నేపథ్యంలో, ఆమెలోకి ప్రవేశించి, నాలుగు కాళ్ల చతుష్పాదినై రమిస్తున్నప్పుడు ఇద్దరి భారానికి మెత్తటి స్పాంజి పరుపు కుంగి చివ్వన ఎగిరి పడుతోంది. కదలికల వేగానికి ఆమె నగ్నమైన మెడ మీది తాళి కూడా మెల్లగా ఊగుతోంది. కిటికీలోంచి దూసుకొచ్చిన చిన్న వెలుతురుకు దాని బంగారపు చిన్న లోలకం అప్పుడప్పుడు మెరుస్తోంది. తాళిని తొలగించని కారణంగా ఆమెపై మరింత మోహం పొంగింది. నేను చేతులార మెడలో కట్టిన నల్లపూసల గొలుసు నెమ్మదైన లయలో ఊగుతుండటం చూసినప్పుడు అది కళ్ళెంలా అనిపించి మరింత ఉత్తేజితుడయ్యాను. ఇది నాదనే హక్కులాంటి ఉన్మాదం మరొకటి లేదు. ఈ ప్రయాణం ఎప్పటికీ పూర్తికాకూడదని అనిపించింది.

ఆమే నా చేతికి ఇచ్చిన ఆ అదృశ్య కళ్ళేన్ని, ఎలాగూ చేయి వదిలి వెళ్ళలేదనే భరోసాతో సడలించాను. మరొక చివర ఖాళీ అయ్యిందేమో అనే అనుమానం కొన్నిసార్లు బాధించింది. కానీ ఎన్నడూ లాగి పరీక్షించే ధైర్యం చేయలేదు.

ఆ ప్రేమసల్లాపానికి "మాంగల్య భాగ్యం" అని పేరు పెట్టాను. అలా అని తేలిక పరిచానని భావించిన విజికి అది నచ్చలేదు. ఆమెకు బాధ కలగకూడదని ఆ శబ్దయుగళాన్ని నేను మళ్ళీ ఉపయోగించలేదు. అలాంటి సమాగమనాన్ని పునరావృతం చేయడం కూడా సాధ్యం కాలేదు. అది ఆనాటి ఉదయపు చాయ్‌లాంటిది. ఆ తర్వాత మళ్ళీ ఎన్నోసార్లు ఆమె కప్పులోంచి చాయ్ సిప్ చేసినా దానికి కొండ దిగువన ఉన్న కొట్టు బయట నిలబడి తాగినప్పటి దైవిక స్పర్శలేదు. అవన్నీ సంభవించడం ఒక్కసారే. ఒకే ఒక్క సారి మాత్రమే. జీవితం నదిలా ఒకే దిక్కుకు ప్రవహిస్తుందనటం వినటానికి బాగుంది. అయితే అర్థం చేసుకోవడం కష్టం. లేకుంటే భ్రమ తొలగిపోయినా పదేపదే హోటల్ గదికి ఒకే కప్పు చాయ్ తెప్పించేవాడినా?

మరుసటి రోజు జరిగిన ఒక సంఘటన మరచిపోలేనిది. బయటికి తిరగడానికి వెళ్లేముందు తన బ్యాగ్‌లోంచి స్కర్ట్, దానికి సరిపోయే షర్ట్ తీసి చూపించింది.

"అరే! నిన్ను స్కర్ట్‌లో ఎప్పుడూ చూడలేదుకదా" అని అంటూ ఆశ్చర్యంతో ఆమె వైపు చూశాను.

"ఎప్పుడూ వేసుకోలేదు. ఈరోజు, నువ్వు 'ఊఁ' అంటే మాత్రమే"

నేను పర్స్‌ను ఇచ్చి అనుభవించిన లొంగుబాటు సుఖం గుర్తుకొచ్చినా, ఆమె అనుమతి కోరినందుకు గర్వించాను.

"ఊఁ అనక ఏమిటి? ఇందులో నువ్వు కొత్తగా కనిపిస్తావు"

కోడైకెనాల్ వాతావరణం స్కర్టుకు అనుకూలంగా లేదు. కానీ దుస్తుల ఉద్దేశం కేవలం వాతావరణం కోసం కాదుకదా!

నిజం చెప్పాలంటే కాలేజీ రోజుల నుంచీ మోడ్రన్ డ్రెస్ వేసుకున్న అమ్మాయిలతో తిరిగే అబ్బాయిలను అసూయతో గమనించేవాడిని. ఆ అమ్మాయిల హెయిర్ స్టయిల్లో, దర్పమైన దుస్తుల నిర్వహణలో నిర్లక్ష్యంలో, బీర్ మగ్ పట్టుకునే లాఘవంలో, సంకోచం లేకుండా సిగరెట్ వెలిగించుకుని, అగ్గిపుల్లను ఉఫ్‌మని ఊదే ఘడియలో ఏదో నిశ్చింత, తిరుగుబాటు వ్యక్తమయ్యేది. బయటవున్నంత వరకూ అత్యంత ఆకర్షణీయంగా ఉండే దాన్ని లోపలికి రానిస్తే నిభాయించలేనని

ఇలాంటి కలను నేను వెంబడించలేదు. నా పగటికలలోనూ కూడా, పెళ్ళిగిళ్ళి అని స్త్రీని శాశ్వతంగా నాదానిగా చూడాలని తపించే నాకు ఆ కుర్రవాళ్ళకు సాధ్యమయ్యే, ప్రస్తుత క్షణాన్ని ఆస్వాదించడానికి స్వేచ్ఛాస్వాతంత్రాలు ఎన్నడూ అందవనే సందేహం ఉండేది.

ఆమె మోకాళ్ళను కప్పడానికి సంకోచిస్తున్న ఆమె స్కర్ట్ ఇంత పొట్టిగా వుంటుందని నేను అనుకోలేదు. ఈ డ్రెస్ వల్ల కాళ్ళకు దొరికిన స్వేచ్ఛే ఆమె సరళమైన నడకకు ఆటంకంగా మారింది. అయినా పట్టుబట్టి ఆ రోజంతా ఆ డ్రెస్‌లోనే గడిపింది.

❖❖❖

కోడై నుండి తిరిగొచ్చిన తర్వాత ఇద్దరం చేసిన మొదటి పని మా పుస్తకాలను ఒకచోట చేర్చడం. పొద్దున్నే తిరిగొచ్చిన తర్వాత తొందరగా స్నానం చేసి, పది గంటల సమయంలో విజి పుట్టింటికి వెళ్ళి పుస్తకాలున్న అట్టపెట్టెను తెచ్చింది. దాన్ని హాల్లో పెట్టింది. నేనూ నా నిధిని అక్కడికి తెచ్చాను. ఇద్దరమూ నేల మీద కూర్చున్నాం.

విజి బాక్స్‌ను తెరవగానే మొదట నాఫ్తలిన్ బాల్స్ వాసన లేచొచ్చింది. పుస్తకాలు బయటికి తీయడానికి సిద్ధమవుతూ ఆ వాసనకు వివరణ ఇచ్చింది. “మళ్లీ ఎప్పుడు వీటిని తీస్తానో తెలియక నాఫ్తలీన్ బాల్స్ వేసిపెట్టాను”

“అరే! చూడు, నేను కూడా నాఫ్తలీన్ బాల్స్ వేసిపెట్టాను”

ఇద్దరం పక్కపక్కనే కూర్చుని మా ముందున్న పెట్టెలోంచి ఒక్కొక్క పుస్తకం బయటికి తీయసాగాం. మొదట మాథ్స్‌కు సంబంధించిన కొన్ని పుస్తకాలు ఆమె పెట్టెలోంచి బయటికొచ్చాయి. తర్వాత వచ్చిన వాటిని కేవలం పేర్లను చదివి గుర్తుపట్టడం నా వల్ల కాలేదు. విభజించకుండా నింపడం వల్ల అవన్నీ కలసిపోయాయి. ‘స్వగత సుఖం’ అనే పుస్తకాన్ని తీసుకుని ‘ఇదే కదా?’ అని గట్టిగా అరిచాను. నేను దాన్ని గుర్తుంచుకున్నందుకు ఆమెకు సంతోషం కలిగింది.

ఇద్దరమూ కూర్చుని చిన్నపిల్లల్లా మా సంగ్రహాన్ని చూసి సంబర పడుతుండగా ఆమె లేచి వెళ్ళి చాయ్ చేసి తెచ్చింది. ఆమె లోపల ఉండగా, నా పుస్తకాలు కొన్నింటిపై చూపులు మరలి, వాటిని విజి చూడకపోతే బాగుంటుందని అనిపించింది. ‘వృత్తి జీవనానికి స్వయంచాలిత సోపానాలు’, ‘మిమ్మల్ని పరిచయం చేసుకునే కళ’ మొదలైనవాటిని చూస్తూ మాటలకు దొరకని చిన్న భయమొకటి మళ్లీ తలెత్తింది. హేమంత్ పెళ్లికి వచ్చినప్పుడు ‘హనీమూన్‌కు సరైన పుస్తకం

తీసుకునిపో' అని చెవిలో గుసగుసలాడడం గుర్తుకు వచ్చింది. కొన్ని పుస్తకాలను ఒకదానిపై ఒకటి పేర్చి మరుగుపరిచాను. నా పెట్టెలో ఇంజినీరింగ్ పుస్తకాలు కూడా ఉన్నాయి. మూడో సెమిస్టర్‌లో చదివిన 'బేసిక్స్ ఆఫ్ ఎలక్ట్రికల్ ఇంజినీరింగ్' అనే అరఅడుగు మందం ఉన్న పుస్తకం ఉండేది.

"దీన్ని ఎందుకు ఉంచుకున్నావు?" చాయ్ తీసుకొచ్చిన విజి దాన్ని చూసి ఆశ్చర్యపడింది.

"ఎవరైనా తలతిక్కవాడు ఇంటర్వ్యూలో మరీ ప్రాథమికమైన ప్రశ్నలు అడుగుతాడేమోనని భయపడి పెట్టుకున్నాను. ఇన్నేళ్ళలో ఒక్కసారి కూడా తెరిచి చూడకపోయినప్పటికీ వదులుకునే ధైర్యం ఇంకా రాలేదు"

చాయ్ తాగుతూ ఆమెను చూశాను. చీరకొంగును అస్తవ్యస్తంగా నడుములో దోపుకుని కుడిచేత్తో కప్పు పట్టుకుని, ఎడమ చేతిలో ఉన్న పుస్తకం బ్లర్బ్ చదువుతోంది.

"ఏ పుస్తకం అది?" అని అడిగాను.

"పాపులర్ మేథమేటిక్స్ పుస్తకం. ఇది సరదాగా ఉంటుంది. ఎప్పుడో చదివాను" అంది.

పెళ్లికి ముందు నెలల తరబడి కలిసి తిరిగినప్పటికీ ఆమె గురించి తెలియని విషయాలు ఈ మధ్య కొద్దిరోజుల్లోనే అవగాహనకు వచ్చాయి. ఆమెకు దగ్గరయ్యాననే విశ్వాసంతో, భావోద్వేగంతో–"నీకు అన్నీ చెప్పాను. నీ దగ్గర దాచిపెట్టాల్సింది ఏముంది? నువ్వు కూడా అన్నీ చెప్పవచ్చు" అన్నాను.

తలాతోక లేని, ఊహించని నా కోరిక వల్ల కలవరపడి, అరగడియ మౌనం తర్వాత, "ఏదైనా ఉంటే చెప్పొచ్చు. అలాంటిది ఏమి వుంటుంది?" అంది.

"ఉండే ఉంటుందికదా. నాకు తెలియనిది".

"అయ్యయ్యో, ఊరుకో. నీకు తెలియదని తారతమ్యం లేకుండా చెప్పడానికి కుదరదు. ప్రతిదీ తెలుసుకుని ఏం చేస్తావు? ఏదో సందర్భంలో ఎవరితోనో కూర్చుని చాయ్ తాగడం కూడా గొప్ప విషయమా?"

నాకై నేనే ఆహ్వానించిన ఇబ్బందికరమైన సన్నివేశం వల్ల విందు భోజనం ముద్ద గొంతులో ఇరుక్కున్నట్లయింది. రహస్యాలు ఉన్నాయి, కానీ నీకు చెప్పనవసరం లేదని భార్య చెబితే దాన్ని దిగమింగడం ఎంత కష్టం. నా అలజడిని గమనించిన దానిలా, "ఇప్పుడు ఊరుకో, నన్ను వేధించకు" అని సమాధానపరిచి, చేతిలోని పుస్తకంలో లీనమైంది.

ఆమెను మాటల్లోకి లాగటానికి ఉపాయంగా పుస్తకాలలో చదివిన వాటిని

ఆచరణలో పెట్టడానికి పెనుగులాడి, ఇబ్బందులకు గురైన చిన్నాచితకా సంఘటనలను వివరించసాగాను. 'అభినందించే కళ' పుస్తకాన్ని చదివి, సహోద్యోగులను అప్పుడప్పుడు పొగడాలనే సలహాను పాటించబోయి అపహాస్యానికి గురైన ప్రసంగాలను, 'ఛేంజ్ ఏజెంట్' పుస్తకాన్ని చదివి గడ్డం పెంచుకుని, హెయిర్ స్టయిల్ మార్చుకోవడానికి చేసిన ప్రయత్నాన్ని రసవత్తరంగా వర్ణించాను. ఆమె నా అభినయ పూర్వకమైన హాస్యానికి నవ్వి నవ్వి "అయ్యో, ఇక నా చేతకాదు" అంది. రహస్యాల విషయంలో తాను అన్నటువంటి మాటల పదునును తగ్గించటానికి ఉదారంగా నవ్వివుండొచ్చు. అయినా, ఆమె నవ్వుతో ప్రోత్సహింపబడి, నన్నే మరిన్ని తమాషాలకు గురిచేసుకున్నాను. భార్య అయినా సరే, ఆడదాని నవ్వుకు మగవాడిని ఉత్తేజపరిచే ఎక్కడలేని శక్తి ఉందని కనుక్కున్నాను.

❖❖❖

వీటన్నిటి మధ్య విజి తన పెట్టెలోంచి తీసిన ఏవేవో పుస్తకాలను పదేపదే తిరగేయడంలో చూపుతున్న ఉత్సాహాన్ని నా పుస్తకాల పట్ల చూపడం లేదనిపించి, మా నడుమ ఒక ముఖ్యమైన వ్యత్యాసం కనిపించసాగింది. 'జీవన కళ' పుస్తకాలను ఆమె వినోదం కోసం చదువుతుందే తప్ప అందులో ఉన్న దేన్నీ అమలు చేయాలని ఎప్పుడూ ఆలోచించదు. అందులో ఆమెకు నమ్మకం కూడా ఉన్నట్టులేదు. నేను అలా కాదు. ఆ సూచనలను అలవాటు చేసుకుంటే ప్రయోజనం కలుగుతుందని బలంగా నమ్మినవాణ్ణి. నేర్చుకుని దేన్నయినా ఒంటబట్టించుకోవడం సమర్థనీయమని నేను భావించడం లేదు. ఏదో పుస్తకంలోని కొన్ని వాక్యాలను తివారి అప్పుడప్పుడు నా చెవిలో గొణిగితే నేను దానికి కృతజ్ఞుడిగా ఉంటాను. ఒకసారి హేమంత్ అన్నాడు- "నువ్వు ఎందుకు 'ఎవరో' కావటానికి తొందరపడతావు? బయటి నుంచి తెచ్చి నింపటానికి నువ్వేమైనా ఖాళీ డబ్బావా?". ఆమె కూడా అలాగే భావిస్తే? ఈ సందేహాన్ని ఆమె మనస్సులోంచి ఎలా తొలగించాలి?

తివారీ కోట్: 'రాయి వెయ్యి-లోతు చూడు'.

"ఇవన్నీ చదవడానికి బాగుంటాయి, అయితే పాటించడానికి కాదు" గంభీరంగా అన్నాను. మారిన నా గొంతులోని బరువును నేనే మెచ్చుకున్నాను.

"ఓహో, భార్యను మెప్పించడానికి నీ అభిప్రాయాలను మార్చుకున్నావుకదా మిస్టర్ చేంజ్ ఏజెంట్" అని నవ్వింది.

"నీకు అర్థమైందా, దొంగా!"

❖❖❖

ఇప్పుడు మేము నివసిస్తున్న డబల్ బెడ్‌రూమ్ అపార్ట్‌మెంట్‌ను మా పెళ్లయిన మరుసటి సంవత్సరం కొన్నాం. అన్ని ఇళ్లకు ఉన్నట్లే మా ఇంటికీ ఒక కథ ఉండేది. ఇది కూడా అదృష్టం వల్ల దొరికింది. అత్యుత్తమమైన సామగ్రులతో నిర్మించిన ఆ ఇల్లు ఎవరికీ దొరకనంత తక్కువ ధరకు దొరికింది. 'ఫ్లోరింగ్‌కు వాడిన మొజాయిక్‌ని చూస్తే చాలు, తెలిసిపోతుంది', 'రెండు టైల్స్ మధ్య పగులు ఉందేమో చూడు', 'ఈ రోజుల్లో ఇలా కిటికీలకు టేకు ఫ్రేములు ఎవరు వేస్తారు?' అనే మాటల తాళింపుతో అమ్మకం అయిపోయింది. కొనుక్కునేవాడి చిన్న దురదృష్టం వల్ల, వాయిదాలోపు సొమ్ము సమకూర్చలేకపోవడంతో అలాగే ఉండిపోయింది. అదే రోజు నేనూ ఇల్లు చూడటం, చూడగానే పాస్ చేయటం, మిగిలినవన్నీ చకచక జరిగిపోయి, ఎవరికీ ఒక్కపైసా లంచం ఇవ్వకుండా, ఎక్కడి నుంచీ సిఫారసు చేయించకుండా, దేవుడే చేతికి ఇచ్చినట్లు ఇల్లు మా పాలికి వచ్చిందన్న కథను రెండు మూడేళ్ళ కాలం గొప్పగా చెప్పుకునేవాడిని. అంతే కాకుండా, పాసేజ్ అంటూ ఏ స్థలాన్నీ వృథా చేయని ఇంటి నిర్మాణాన్నీ, అన్ని గదుల్లోనూ ఉన్న విశాలమైన స్టోరేజ్ స్థలాన్నీ, ముందుచూపుతో మేము కొనుక్కున్న రెండు పార్కింగ్ స్థలాలను ఇంటికి వచ్చినవారు పొగిడేవారు. కాలక్రమేణా, ఇల్లూ, ఇంటిలోని వస్తువులు పాతవయ్యాయి. వాటికన్నా ఆధునికమైన, భవ్యమైన, స్విమ్మింగ్‌పూల్ లాంటి సౌకర్యాలతో కూడిన అపార్ట్‌మెంట్‌లు వచ్చాయి. స్నేహితులు, బంధువులు అందులో నివసించసాగారు. ఇప్పుడు ఇలాంటి ఏరియాలో ఉన్న ఇంటిని అమ్మితే ఎంత దొరకుతుందో ప్రస్తుత మార్కెట్ రేటుపై ఆధారపడి వుంటుంది. అద్భుతమైన భూతకాలం నెమ్మదిగా కనుమరుగై, భవిష్యత్తు సంపాదనా సామర్థ్యమే ఇంటికి గర్వకారణమైంది.

పెళ్ళయిన రెండేళ్ళ తర్వాత రేఖ పుట్టింది. పెళ్ళి, ఇల్లు, ఇప్పుడు ప్లానింగ్ వేసుకున్నట్లు రేఖ ఆగమనాన్ని గమనించి నా స్నేహితులు 'మీదంతా పర్‌ఫెక్ట్ ప్లానింగ్' అని అభినందిస్తే, 'అలా ఏమీ లేదు' అంటూ చిరునవ్వుతో దాన్ని గర్వంతో స్వీకరించేవాడిని. ఇప్పుడే పిల్లలు వద్దని ఇద్దరమూ మాట్లాడుకోకపోయినా, కావాలి అన్నది కూడా చర్చించుకుని నిర్ణయించినది కాదు. ఒక ఆదివారం మధ్యాహ్నం సగందారి అతిక్రమించాక కండోమ్ తీసుకుని రావడానికి లేచాను. "వద్దులే"

అంది.

"ఏమైనా అయితే?"

"కానీలే"

"మోసేది నువ్వు"

"కావాలంటే నీవూ ప్రయత్నించవచ్చు"

"నీకు తమాషాగా ఉంది. వెళ్ళి తీసుకుని రానా?"

"వద్దులే"

చర్చల వల్ల రసభంగమైనప్పటికీ, ముందరి దారిని దాటాం.

అదే నెలలో 'వద్దులే' ఫలించింది. ఆ తర్వాతి రోజుల్లో అది చెప్పింది ఆమేనని అప్పుడప్పుడు చిరుహాస్యపు స్వరంతో పునరావృతం చేస్తూ నిర్ణయం తీసుకున్న ఆ ఘడియ జ్ఞాపకాన్ని సజీవంగా ఉంచాను.

రేఖ పుట్టిన కొత్తలో నా తల్లి తన బంధువులతో 'ఆడపిల్ల అయితే ఏమిటి మగపిల్లవాడు అయితే ఏమిటి, మాకంతా ఒకటే' అని చెప్పేది. అదే తీరులో 'అక్క ఉంటే తమ్ముడు అదుపులో ఉంటాడు' అని చెప్పి భవిష్యత్తులో పుత్రసంతానం కావాలనే తన కోరికను సూచించేది. ఇలాంటి వాటికి స్పందిస్తూ, 'మాకు కొడుకూ–కూతురూ ఈమే' అని ఒకసారి చెప్పి, "ఆమె కేవలం కూతురే అయితే చాలదా?" అని విజితో తిట్టించుకున్నాను.

తోబుట్టువులు లేకుండా పెరిగిన నేను కానీ, విజి కానీ ఇంత 'చిన్న జీవి'ని ఎప్పుడూ దగ్గరి నుంచి చూడలేదు. దోమతెర కట్టడం దగ్గర్నుంచి బిడ్డను శుభ్రంగా ఉంచడం వరకూ వందలాది పనులవల్ల నా తల్లి కూడా నన్ను ఇలాగే రాత్రీపగలూ లాలించివుండొచ్చనే ఆలోచన కలిగి కాస్త కలవరపడ్డాను. రేఖ పాకుతున్నప్పుడూ పొట్టనుంచి వీపుమీద బోర్లాపడటం ఆలస్యం చేసిందని మేము ఆందోళనలో ఉండగా నేను బోర్లాపడటానికి చాలా ఆలస్యం చేయడం అమ్మ జ్ఞాపకం చేసుకుంది. ఆమె కులదైవమైన వెంకటరమణకు నూటొక్క కొబ్బరికాయలను సమర్పిస్తానని మొక్కుకుందట. ఒక్కసారి బోర్లాపడ్డాక నాలుగు రోజుల్లోనే ఆసరా లేకుండానే లేచి కూర్చున్నానట. రేఖ కూడా అదే పద్ధతిలో సాగి, బోర్లాపడి, లేచి కూర్చున్నప్పుడు, మా ఇద్దరినీ అదృశ్య దారమొకటి పెనవేసినట్లు అనిపించింది. అమ్మ ఈ పోలికను ఎంత పెద్ద వార్తగా చేసిందంటే, అక్కడ ఇక్కడ కనిపించిన మా బంధువులే కాదు, ఊరికి వెళ్లినప్పుడు పనివాళ్ళు కూడా దీని గురించి కుతూహలంతో అడిగేవారు. విజికి ఇది కుటుంబస్వామ్యపు

పైపోటీలా కనిపించిందని నాకు అర్థమైంది. ఒకసారి రేఖా మా కంటపడకుండా ఒళ్ళంతా మలం పులుముకున్నప్పుడు. అది చూసి విజి, 'ఇది నీ నుంచే వచ్చివుండొచ్చు. అడిగి చూడు" అంది.

రేఖ పుట్టిన తర్వాత మా దైనందిన జీవితం అస్తవ్యస్తం కావటం బయటివారికి కనిపించేదికాదు. వంటమనిషిని పెట్టుకుందామంటే విజి సుతరాం ఒప్పుకోలేదు. "మా అమ్మ కూడా ఉద్యోగానికి వెళుతుండేది. అయినా వంటమనిషిని పెట్టుకోలేదు. పైగా ఎవరూ శాశ్వతంగా ఉండరు. పదేపదే వంట రుచి మారుతూ వుంటే, సమస్య అవుతుంది. నూనె ఎక్కువగా వాడకుండా వారికి వంట చేయడం రాదు. ఆరోగ్యం, డబ్బు రెండూ వృథా అవుతాయి. ఒకసారి వచ్చి వెళితే చాలు, మళ్ళీ నాకు వంటగదిలోని ఏ వస్తువూ చేతికి దొరకదు' ఇలా ఒకదానితో ఒకటి పొందికలేని వాదానికి దిగింది. అయినా కూడా నేను అప్పుడప్పుడు వంటమనిషిని పెట్టుకోమని సలహా ఇవ్వడం, ఆమె దాన్ని తోసిపుచ్చడం అలవాటైంది.

'దానికి బదులుగా నువ్వే ఒక చేయివేస్తే మంచిది. చాయ్ ఒక్కటే చేస్తావు. ఇంకేదైనా నేర్చుకో' అని అనేది.

నేను వెంటనే 'అది సాధ్యం కాదనేకదా ఈ సలహా ఇస్తున్నాను' అని అనేవాడిని.

ఏడాది పొడవునా ఇంట్లోనే ఉండడంతో విజి కెరీర్ కూడా కాస్త కుంటుపడింది. ఈ సమయంలోనే కుటుంబమంటే ఏమిటో అర్థం కాసాగింది. రేఖ చిన్న చిన్న విషయాలకే మంకు పట్టుపట్టేది. తిరిగి ఉద్యోగంలో చేరినప్పుడు, విజికి పనిభారం పెరిగింది తప్ప ఇంకే గొప్ప అభివృద్ధి ఆమె కెరీర్‌లో జరగలేదు. పగటిపూట పిల్లను చూసుకోవడానికి ఒక ఆడమనిషిని నియమించుకున్నా, నేనొక్కడినే నిభాయించడం కష్టమని మూడునెలలపాటు విదేశాలకు వెళ్లే అవకాశాన్ని వదులుకుంది.

"వెళ్ళు వెళ్ళు ఎలాగో జరిగిపోతుంది" అని నేను చెప్పినా మరీ పెద్దగా పట్టుబట్టలేదు.

అయితే వెళ్లకూడదనే నిర్ణయం ఆమెదే. దాన్ని మరీ ప్రత్యేకమన్నట్టు చూడక దాని గురించి నేనూ ఎక్కువగా మాట్లాడలేదు. రెండు ఇంజన్ల బండి ఆయాసంతో రొప్పసాగింది. పదవిలో మరీ ఉన్నత స్థాయికి చేరకపోయినా, నా జీతం క్రమంగా పెరగటం వల్ల తడబడకుండా సంభాళించు కుంటూ వచ్చాను.

ఈ సమయంలోనే మొదట అమ్మ, సంవత్సరం తర్వాత నాన్న చనిపోయారు.

రేఖ స్కూల్ కు వెళ్ళడం మొదలు పెట్టాక ఇకపై మా కష్టాలు ముగిశాయని ఇద్దరమూ నిట్టూర్చాం. సంసారంలో కష్టాలు మరుగైపోవు. అవి వేరే రూపం ధరించి వస్తాయని మాకు అప్పట్లో తెలియదు.

3

మరుసటి రోజు ఆదివారం కావడంతో పదకొండు గంటలైనా స్నానం చేయకుండా, లూజు షర్టు, పైజామా నైట్ డ్రెస్‌లో హాల్లో కూర్చుని క్రెడిట్ కార్డ్ వివరాలను ల్యాప్ టాప్‌లో చెక్ చేస్తున్నాను. మధ్యాహ్నం భోజనానికి బయటకు వెళ్ళడం ఆదివారం నిర్ణీత కార్యక్రమం కావడం వల్ల విజి విశ్రాంతిగా కూర్చుని ఆ రోజు పేపర్ చదువుతూ ఉంది.

'షాప్ పేరు ఒకటైతే, బిల్లుపై మరొక పేరు ఉంది' అని నాలో నేను గొణుక్కుంటూ లెక్కలు సరిచూసుకుంటున్నప్పుడు, తలుపు కొట్టిన చప్పుడయింది. నిన్నటి సాయంత్రం తలుపు కొట్టిన శబ్దం గుర్తొచ్చి, విజి వైపు చూసి, "మళ్ళీ తిరిగి వచ్చినట్లున్నారు" అన్నాను. 'నేను చూడనా?' అని ఆమె అడిగితే వద్దన్నట్టు సైగ చేసి తలుపు తెరవడానికి లేచాను.

తలుపు తీస్తే వాళ్ళే. నీలిరంగు షర్ట్ ఆర్కే ఈరోజు కూడా అదే షర్ట్ వేసుకున్నాడు. ఎంపీత్రీ బ్రౌన్ టీషర్ట్‌లో ఉన్నాడు.

"ఫోన్ వచ్చిందా సార్?" అని ఆర్కే అడిగాడు.

ఒక్కసారిగా కోపం వచ్చింది. "నిన్ననే చెప్పానుకదా. ఆమె ఫోన్ వస్తే చెప్తానని. చేయాలనిపిస్తే ఆమే ఫోన్ చేస్తుంది. పేరేమన్నావ్? ఎంపీత్రీ కదా? ఇక ఇబ్బంది పెట్టకండి"

"అర్జెంట్ విషయం సార్"

"ఏమిటి అర్జెంట్? ఎవరికి అర్జెంట్? ఆ ప్రాజెక్ట్ ఏమిటో మాకు ఇంకా

చెప్పలేదు. మేము కూడా అడగలేదు. మీకు కావలసింది మీరు చేసుకోండి" అన్నాను.

ఇది కేవలం ప్రాజెక్ట్‌కి సంబంధించినది కాదన్న విజి అభిప్రాయం సరైనదని అనిపిస్తోంది. దానికి ఆవల ఉన్నదాన్ని బయటకు లాగడానికి ప్రయత్నించాలో వద్దో తెలియక, ఆ విషయం తెలుసుకోవాలంటే వారిని లోపలికి పిలవాల్సి వస్తుందని మౌనం వహించాను.

ఇంతలో ఆర్కే నోరు తెరిచాడు. ఈ రోజు అతనే ఎక్కువగా మాట్లాడాడు. "ప్రాజెక్ట్ మాత్రమే కాదు సార్. వేరే ప్రాబ్లం కూడా ఉంది"

"ఏం ప్రాబ్లం?"

"మా అంకుల్స్ వచ్చారు. కింద ఉన్నారు. వాళ్ళనే పిలుస్తాం. వాళ్ళు అంతా చెబుతారు" అని జవాబు కోసం కూడా ఎదురుచూడకుండా పక్కనున్న ఎంపీత్రీ వైపు చూసి, "పదండి. పిల్చుకుని వద్దాం" అన్నాడు.

మరుక్షణంలో ఇద్దరూ మెట్లవైపు వెళ్ళి దదదదమని మెట్లుదిగి కనుమరుగయ్యారు.

గాభరాపడి తలుపులు మూయకుండానే లోపలికి వెళ్ళాను. విజిముఖం మీద కూడా ఆశ్చర్యం ఉంది. రేఖ ఏదో ఇబ్బందుల్లో చిక్కుకుందనడానికి ఇది కచ్చితమైన సంకేతమని ఆమెకూ అనిపించిందేమో. ఏదో చెడు జరగబోతుందని కలవరం కలిగింది. నాలుగైదు నిమిషాలైనా ఎవరూ రాకపోవడంతో తలుపులు మూసి, ల్యాప్‌టాప్‌ను డైనింగ్ టేబుల్‌పై పెట్టి, అక్కడంతా చక్కగా సర్దాను. లోపలికి వెళ్ళి ప్యాంటు, షర్ట్ వేసుకున్నాను. "ముందుగా విషయం ఏమిటో తెలుసుకుందాం" అని చెప్పిన విజి సూచనను ఆమోదించాను.

లిఫ్ట్ డోర్ తెరుచుకున్న చప్పుడు క్షీణంగా వినిపించింది. అటుతర్వాత అడుగుల చప్పుడు. వెంటనే ముందరి తలుపు బయటి గడియను మెల్లగా కొట్టిన శబ్దం. 'ఇంటి కాలింగ్ బెల్ కొట్టడానికి వీళ్ళకేమి రోగమో?' అని గొణుగుతూ లేచి, తలుపు చేరేలోపు మళ్ళీ తలుపు కొట్టిన చప్పుడు.

ఎంపీత్రీ, నీలిషర్ట్ వాడితోపాటు ఇద్దరు కొత్తవారున్నారు. "మా అంకుల్" ఎదురుగా నిలబడిన ఒకరిని ఆర్కే పరిచయం చేశాడు.

"నమస్కారం. నా పేరు రాజు. ఇతను నంద, మా వాడే" అన్నాడు.

ఇద్దరూ నమస్కరించారు.

కాస్త లావాటి శరీరం ఉన్న రాజా పొట్టి చేతుల తెల్లటి చొక్కా ధరించాడు.

లోపల తొడుక్కున్న బనీను ఆకారం అస్పష్టంగా కనిపిస్తోంది. తెల్లటి ప్యాంటు. నల్లగా మెరిసే చెప్పులు. లావాటి మెడలో ఒంటిపోగు బంగారు గొలుసు ఉంది. కాస్త ముందుకు పొడుచుకు వచ్చిన పొట్టలోంచి చొక్కా వదులై కిందికి వేలాడుతూ ఉంది. చిన్నగా కత్తిరించిన, అక్కడక్కడ నెరిసిన జుట్టు. మీసాలు లేని ముఖం. నున్నగా గడ్డం గీసుకున్నాడు. ముఖం మీద మృదువైన కృత్రిమమైన నవ్వు. ప్రజాభిమానం పొందిన కమర్షియల్ సినిమాలోని చిల్లరకాసు నాయకుడి పాత్రవొకటి సమస్త బాహ్య లక్షణాల సమేతంగా హాజరైనట్టుగా ఉంది.

అతనికన్నా కాస్త దృఢంగా ఉన్న నంద నల్లరంగు చొక్కా వేసుకున్నాడు. అతని మెడపై చిన్నచిన్న గడ్డలు ఉన్నాయి. కుడి మణికట్టుకు ఐదారు రంగురంగుల దారాలు.

"ఏంటి విషయం?" తలుపు నుంచి జరగకుండా అడిగాను.

రాజా ముఖంలోని పల్చటి నవ్వును అలాగే ఉంచుకుని, చేత్తో సైగ చేసి లోపలికి వస్తామన్నట్టు సూచించాడు. మరో దారి లేక వాళ్ళను లోపలికి రానివ్వాల్సి వచ్చింది. వాళ్ళ వెనుకే దూరుతున్న కుర్రవాళ్ళను రాజా ఆపి, "మీరు వెళ్ళండి" అని పంపాడు.

ఇద్దరూ గుమ్మం బయట చెప్పులు వదిలి లోపలికి వచ్చారు. గాఢమైన అత్తర్ వాసన బారెడు దూరం నుంచే ముక్కును తాకింది. ముందరి తలుపు వేశాను.

విజిని చూడగానే "నమస్కారం మేడం" అంటూ నమస్కరించారు.

రాజా సోఫాలో కూర్చున్నాడు. అతని పక్కనే నంద. కూర్చోవడానికి ముందు రాజా తన చేతిలోని చిన్న సంచిని నంద చేతికి ఇచ్చాడు. అతను దాన్ని ఇచ్చిన తీరును బట్టి నందా కంటే రాజా స్థాయి ఎక్కువ అని తెలుస్తోంది.

అనూహ్యంగా విజ్జి లేచి చేతిలో ఉన్న పేపర్‌ను సగానికి మడిచి పట్టుకుని లోపలికి వెళ్లింది. ఆమె అక్కడ ఉండటం మంచిదో కాదో అర్థం కాలేదు. కచ్చితంగా ఆమె లోపల నుండి మాటలు వింటుందని మౌనం వహించాను.

ఎదురుగా ఉన్న కుర్చీలో నేను కూర్చుంటుండగా రాజా మొదలుపెట్టాడు.

"టిఫిన్ అయిందా సార్?'

"ఆఁ..."

"సెలవు కదా, ఆలస్యంగా చేస్తారేమో?"

"ఆఁ... " తర్వాత విషయం మాట్లాడు అన్నట్టు అతని వైపు చూశాను.

"చూడండి సార్, విషయం మీకు తెలుసో లేదో? కాలేజీ పిల్లల ఆట అని ఇప్పటి వరకు ఊరక ఉన్నాం. ఇప్పుడు అది చేయి దాటి పోయింది. అందుకే డైరెక్ట్‌గా ఇక్కడికే వచ్చాం"

అతను ఏ ప్రాంతానికి చెందినవాడో అర్థం కానంతగా అతని భాష కలగాపులగంగా ఉంది.

తర్వాత ఏమి వినాల్సి వస్తుందోనని ఒక్క క్షణం గుండె వణికింది. ఏమైనాకానీ అని ఆక్షేపించే ధోరణిలోనే నిన్నటి విషయాన్నే లేవనెత్తాను. "నిన్న మీ పిల్లలు వచ్చారు. మా అమ్మాయి ఊరికి వెళ్ళిందని నిన్ననే చెప్పాను. ఈరోజు మళ్ళీ వచ్చారు. ఆమె క్లాస్‌మేట్లని ఊరకున్నాను. లేకపోతే తిట్టి తరిమేవాణ్ణి"

"నిజమైన సమస్య వేరే ఉంది"

"అదేమిటి? అయితే చెప్పండి"

"నేను అక్కడికి వస్తున్నాను. మా మంజు మీ అమ్మాయి క్లాస్‌మేట్. కొంచెం అమాయకుడు. చదువులో వీక్. పైగా స్వభావంలో సాఫ్ట్. మీ అమ్మాయి ఇతనికి సహాయం చేసిందట. చేసి ఉండొచ్చు. ఆ మాత్రానికే ఆమె మీద పూర్తిగా డిపెండ్ అయిపోయాడు. ఇలాంటి వయస్సులో అది జరిగేదేలేండి. అలా జరగకపోతే వర్రీ కావాలి. ఇది కాదు, అసలు సమస్య వేరే ఉంది" ముఖం మీద కృత్రిమమైన నవ్వును తెచ్చుకుని మాట్లాడటం రాజా తీరు అనుకున్నాను.

"ఊఁ" విషయం తెలుసుకోవాలని మరీ తొందరపడితే, పరిస్థితిపై నా పట్టు తప్పుతుందని నేను తొందరపడలేదు.

"మంజు ఎవరి కొడుకో తెలుసా? రంగన్నగారి కొడుకు సార్. అదే రిపోర్టర్ రంగన్నగారు"

ఈ పేరును ఇంతకు ముందు ఎక్కడో విన్నట్టుంది. "ఆయన ఎవరు? ఏ పత్రికలో పనిచేస్తున్నారు?"

అప్పటిదాకా రాజా చెప్పిన దానికంతా తన ముఖంలోని నరాలవల్లనే అంగీకారాన్ని, విధేయతను చూపుతూ కూర్చున్న నంద నా అజ్ఞానానికి ఉలిక్కిపడినవాడిలా కుర్చీ చివరికి జరిగి వడవడ వాగసాగాడు. "ఏం సార్? ఇలా అంటున్నారు? ప్రస్తుతం, బయట ఎక్కడైనా ఇలాగే చెప్తారేమో. ఈ ఏరియా పూర్తిగా ఆయన కంట్రోల్లో ఉంది. కంటి సైగ చాలు, ఇంటింటి నుంచి సపోర్ట్‌కు జనం వస్తారు" అని, అతని మాటలు నన్ను ఆకట్టుకోవడంలో విఫలమవడం చూసి, లోపలి ఉద్వేగాన్ని అణచుకోలేక తన చేతివేళ్ళ మెటికలు విరచడం

ప్రారంభించాడు.

రాజా ఊరకుండమని సైగ చేసినా, రంగన్ననే ఇతను ఎవరని అడిగాడుకదా అన్నది జీర్ణం చేసుకోలేనివాడిలా నంద తనంతట తాను గొణుక్కుంటూ కూర్చున్నాడు.

రాజా వ్యవహారచతురుడని అతని మాటల్లోనే నాకు అర్థమైంది. లోలోపల నిండి పొంగటానికి తపిస్తున్న దూర్తతను అదిమిపెట్టడానికి పెనుగులాడుతున్నట్టు అతని ముఖమూ, దేహమూ అసహజమైన చిరునవ్వుతో పొంగుతూ, కుంగుతూ యాతన పడుతోంది. అతను తనను తాను నియంత్రించుకోవడానికి ప్రయత్నిస్తూ మాట్లాడుతున్నప్పుడు చేతులను నిశ్చలంగా తొడమీద పెట్టుకునేవాడు.

"*యూ రిపోర్టర్* అనే వారపత్రిక పేరు వినలేదా? అది వీరిదే. 'యూ' అంటే 'అండర్ వరల్డ్'. ఒక హత్య జరిగితే పోలీసుల కంటే ముందే ఆయనకు తెలిసిపోతుంది. రంగన్నగారి ఇన్‌ఫ్లుయెన్స్ దేవలోకం వరకూ ఉంది. తాలూకా, జిల్లా స్థాయి నుంచి రాష్ట్రవ్యాప్తంగా పత్రికా సంపాదకులందరూ ఆయన దృష్టిలో అల్పులు. బెంగుళూరు వదిలిపెట్టండి, రాష్ట్రంలో ఏ మూలలోని భూముల వ్యవహారమైనా పరిష్కరిస్తారంటే మీరే ఊహించుకోండి. ఏ ప్రభుత్వమైనా వుండనీ, జరిగేది మాత్రం రంగన్నగారి మాటే. కార్పోరేటర్ల విషయం పక్కన పెట్టండి, ఎమ్మెల్యేలు సైతం ఆయన గీచిన గీత దాటరు. గన్‌మెన్ లేకుండా అడుగు వేయరు. మా బాస్ ఆయనే"

నా మీది నుండి దృష్టి తప్పించకుండా, తను మాట్లాడిన తీరు నా మీద ప్రభావం కలిగించిందని భావించి రాజా కొనసాగించాడు.

"ఇలాంటివారికి శత్రువులు ఉన్నారంటే ఈయన మంచిపని చేస్తున్నారనే కదా అర్థం? చికెన్ చంద్రు అని ఒకడున్నాడు. రంగన్నగారిపై ఒకసారి అట్యాక్ చేశాడు. అతనికి మా ఏరియానే కంట్రోల్ చేయాలనే కోరిక. అందని దానికోసం అర్రులు చాపకూడదు. మేమైనా చేతులు కట్టుకుని కూర్చున్నామా? సరే, అసలు విషయానికి వస్తాను. ఇదే చంద్రు గ్యాంగ్‌కు చెందిన చేతన్ అనేవాడు మా కాలేజిలోనే చదువుతున్నాడు. అతన్ని చీతా అంటారు. అతను మంజును బెదిరించి, మీ డాటర్‌తో కనిపిస్తే చితక్కొడతానని అన్నాడు"

అతను డొంకతిరుగుడుగా చెప్పాడు, చిక్కులు పడినట్లుగా ఉన్న అతని కథను విడదీసుకుని అర్థం చేసుకోవడానికి కొన్ని నిమిషాలు పట్టాయి.

అక్కడక్కడ చదివి తెలుసుకున్నవి తప్ప, వాళ్ళు ఏ విధంగానూ మాకు

తెలియని జగత్తుకు చెందిన మనుషులు. మనం అసహ్యించుకునే, భయపడే జగత్తుకు చెందిన మనుషులు నా ఎదురుగా కూర్చున్నారని నెమ్మదిగా అవగాహన కలుగుతుండగా కలవరం కలిగింది. నా మౌనం వల్ల నంద మరింత ఉత్తేజం పొందాడు. "ఆయన పేపర్‌లో మర్డర్ ఫోటోలన్నీ ఫుల్ కలర్‌లో వస్తాయి. ఏ పేపర్‌కు ఇంత ధైర్యం వుంది?"

కొన్ని చిన్న దుకాణాల ముందు తోరణాల్లా వేలాడదీసిన పేపర్లలో ఇలాంటి భయంకరమైన ఫ్రంట్ పేజీలను చూస్తున్నప్పటికీ వాటికీ నాకూ సంబంధం లేనట్లు నిర్లక్ష్యం చేయటం గుర్తొచ్చింది. అలాంటి పత్రికను ఒక్కసారి కూడా తీసుకుని చదవలేదు.

నంద కొంచెం ముందుకు వంగి గొంతు తగ్గించాడు. "కుక్క నా కొడుకు, ఆ చీతాను లేపేసేవాళ్ళం. చేతులు మురికి కాకూడదని వదిలేశాం". ఈ డైలాగ్ ఏదో సినిమా నుండి వచ్చినట్లు అనిపించినా, లేపేస్తామనే మాటల్లోని నిర్లక్ష్యం వల్ల అసహనం కలిగింది. "సరే, ఇప్పుడేమిటి?" ధైర్యాన్ని నటిస్తూ అన్నాను. వీళ్ళతో మాట్లాడుతూ నా భాష కూడా మారిందని అర్థమై, భయమేసింది.

రాజా జవాబిచ్చాడు–"ఏమీ లేదు. మంజు మీ అమ్మాయికి ఫోన్ చేశాడట. స్విచ్ ఆఫ్ అని వచ్చినందుకు స్నేహితుల దగ్గర ఏడ్చాడు"

నందాకు ఓపిక తక్కువ. "ఆఁ, నిజం చెప్పాలంటే వీడే సరిగ్గా లేడు. మగవాడిలా ప్రవర్తించడం మాని కుయ్యోమంటూ ఏడుస్తున్నాడు"

మగవాళ్ళలా ప్రవర్తించటమంటే ఏమిటనే ప్రశ్న నాలుక చివరి వరకూ వచ్చింది.

రాజా కొనసాగించాడు. "ఆమె స్విచ్ ఆఫ్ చేసిందికదా, అందుకే చీతా తానే గెలిచాడని అనుకున్నాడు. చీతా చెప్పినట్లు ఆమె వింటూ ఉందని వీడు కుంగిపోయాడు"

పరిస్థితి మరీ చేజారినట్లు అనిపించలేదు. అయితే వీళ్ళు రావడానికి కారణం ఇంకేదో ఉందని అనుకున్నాను. బహుశా ఇంకా వీళ్ళు అసలు విషయానికి రాలేదని అనిపించింది. మా మధ్య నాలుగు మాటలు జరగడం వల్ల కాస్త చనువుతో నాకూ ధైర్యం వచ్చింది.

"మా ఊరిలో ఏ మొబైల్ ఫోన్ నెట్ వర్క్ లేదని నిన్ననే ఈ అబ్బాయిలకు చెప్పాను. ఆమెకై ఆమె ఫోన్ చేస్తే మాట్లాడవచ్చు.అంతే"

"అది అర్థమైంది" అని రాజా కొనసాగించబోతుండగా, ఉద్వేగాన్ని

భరించలేక నంద, "ఆ చేతన్ మాదర్‌ఛోద్ మా ఏరియాలోని అమ్మాయికి కండిషన్ పెట్టడం తప్పుకదా సార్" అని అరిచాడు.

"కాలేజి అన్న తర్వాత అన్ని ప్రాంతాల నుంచి విద్యార్థులు వస్తుంటారు. ఎవరూ ఎవరికీ కండీషన్లు విధించకూడదు" నీతి, నియమాల చట్టాల విషయాలకు వస్తే మాదే పైచేయి అనే నమ్మకం ఉన్నప్పటికీ, నందాతో ఎలాంటి తర్కమూ సఫలం కాదని అర్థమవసాగింది.

"ఇదంతా సిస్టర్‌కు ఇబ్బంది కలగకూడదని, అంతే" నంద కొత్త కోణంలో అన్నాడు.

"అలాగైతే, ఆమె పాటికి ఆమెను వదిలేయండి"

"వదలడానికి చేతన్ వదలడం లేదుకదా. సిస్టర్ బుర్రలో పురుగును వదిలాడుకదా"

"కావాలంటే పులిని వదలనీ. నేను చూసుకుంటాను"

"అది అలా కాదు. మా ఏరియాను సపోర్ట్ చేయండని అంటున్నాం. అంతే"

"ఏరియాకూ దీనికీ ఏమిటి సంబంధం?"

"మన ఏరియా అంటే అభిమానం ఉంటుందికదా సార్"

"అభిమానం ఉండనీ. మంచిదే. అయితే ఇద్దరూ ఎదిగిన పిల్లలు. ఎవరితో మాట్లాడాలో, ఎవరితో మాట్లాడకూడదో వాళ్లే నిర్ణయించుకుంటారు. ఎవరూ ఎవరికీ భయపడకూడదు" ఇప్పుడు నచ్చజెపుతున్న స్వరంతో మాట్లాడాను. ఏరియా అనగానే ఆందోళన తలెత్తింది. రౌడీలు నగరంలోని ప్రాంతాలను పంచుకుని కుక్కల్లా కాట్లాడుకుంటారని చదివాను.

"మేము కూడా అదే చెబుతున్నాం. మీ అమ్మాయి అంటే మా సిస్టర్, ఎవడో దిక్కులేనివాడు చెప్పాడని, మా మంజుతో మాట్లాడడం ఆపకూడదు. మేము కోరేది అంతే. మంజును చూసుకోమని మా బాస్ చెప్పారు. ఎవరి శవం పడినా సరే, మేము చూసుకుంటాం" రాజా ఆజ్ఞలాంటి కచ్చితమైన జవాబుకు గాభరాపడ్డా తేరుకున్నాను.

గురువే హద్దు మీరి 'దిక్కులేనివాడు' అని తిట్టిన తర్వాత నందకు ఏ నియంత్రణ లేకుండా పోయింది. "భయపడకండి. మేము మిమ్మల్నే సపోర్ట్ చేస్తాం. వాడెవడు చెప్పడానికి? వానెమ్మ"

"ఆమెకే మాట్లాడకూడదని అనిపిస్తే?"

"ఆమెకు అలా అనిపించదు. ఇప్పటికే సిస్టర్–మంజులు ఫ్రెండ్స్. ఆ

సువ్వర్ మధ్యలో వచ్చినందుకే ఇలా జరిగింది" నంద నోరు జారసాగాడు.

"కొన్నిసార్లు పిల్లలు పోట్లాడుకుంటారు, తర్వాత సర్దుకుంటారు. ఇంత చిన్న విషయాన్ని ఇంత పెద్దగా చేస్తున్నారుకదా. సిల్లీ ప్రైడ్"

రాజా తన రెండు చేతులను ఇరువైపులా చాపి హాయిగా దాదాపు సోఫా అంతటా ఆక్రమించుకుని కూర్చున్నాడు. రాజా వేషాధారణను చూస్తూ, ఇలాంటి వారు ప్రముఖ దృశ్య మాధ్యమాలలో చిత్రించిన పాత్రలను నిష్ఠగా పాటిస్తున్నట్లు అనిపించింది. అందులోనూ అక్కడి క్రూరత్వాన్ని కార్యరూపానికి తీసుకొచ్చే నిర్దయతను. ఉంగరాలు గమనించలేదుకదా అని అతని చేతివైపు చూశాను. ఉంగరాలు ఉన్నాయి! కుడిచేతి మూడువేళ్లకు లావాటి ఉంగరాలు. వేళ్ళను చిన్నగా టపటపమని ఆడిస్తున్నాడు. ఆ భంగిమ వల్ల నందకు కొనసాగించడానికి సూచన దొరికినట్లయింది.

"సిల్లి అనకండి. మర్యాద అంటే మర్యాదే. అందులో చిన్నా పెద్దా అనే తేడా లేదు. అతను సవాలు చేశాడుకదా. చేతులు కట్టుకుని ఊరకే కూర్చోగలమా? వాడి అక్కని గాడిద ..." నంద గొంతు ఇప్పుడు తీవ్రస్థాయిలో ఉంది.

నంద భాష ఆ జగత్తును బహిర్గతం చేయసాగింది. "కాలుదువ్వి వచ్చింది అతను. కావాలనే మా ఏరియా సిస్టర్ వెంటపడ్డాడు. మేము ఊరుకోమని అతనికి తెలుసు. ఆ చికెన్ చంద్రు చికెన్ షాప్ పెట్టుకుని ఉండేవాడు. కస్టమర్‌తో జరిగిన గొడవలో హఠాత్తుగా కోడిని కోసే కత్తిని విసిరి జైలుకు వెళ్లి రౌడీ షీటర్‌గా మారాడు. పిల్లరౌడీ. రెండు హత్యలు సరిగ్గా చేయలేదు లంజకొడుకు, చేతిలో రెండు వందల ఓట్లు లేవు, ఎలా మాట్లాడుతాడు. ఊరకే అప్పుడప్పుడూ ఇలాగే ఏదో ఒక గొడవ చేస్తూనే ఉంటాడు. చంద్రు వైపు వాళ్ళు మీ దగ్గరకు తప్పకుండా వస్తారు. మేము సపోర్ట్‌గా ఉన్నామని చెప్పండి. ఏం పీక్కుంటారో చూద్దాం" రాజా నాకు భరోసా ఇవ్వసాగాడు.

"కాలేజీకి వెళ్లే పిల్లల వ్యవహారాల్లో ఎంతకని తలదూర్చడానికి సాధ్యం?"

""ఆడపిల్లలుకదా సార్" నంద మళ్ళీ తెరపైకి వచ్చాడు.

"దాని కోసం?"

"మహిళల సేఫ్టి విషయంలో తలదూర్చాల్సి వస్తుంది. సిస్టర్‌ను చీతా వేధిస్తున్నాడని పోలీసులకు కంప్లయింట్ ఇవ్వండి. ఆ మాత్రం చాలు. ప్రిన్సిపాల్ పేరిట కూడా ఒక రిపోర్ట్ రాయండి. తర్వాతి ఆట మేము ఆడుతాం"

"అతను ఎవరో కూడా నాకు తెలియదుకదా?"

"మాకు తెలుసుకదా, అతను ఎలాంటి భేంఛోదో. మమ్మల్ని నమ్మండి"

ఇతను మాట్లాడే తీరు చూస్తే, 'స్మూత్ నంద' అనే పేరు ఇతనికి సరిపోవచ్చనే ఆలోచన బుర్రలోకి వచ్చిపోయినా అది మరీ మృదువైందని అనిపిచింది. ఇలాంటి రకరాకాల మారు పేర్లను పోలీసులే పెడతారట. రాజమహారాజులకు బిరుదులు భుజకీర్తులు ఉన్నట్టు. 'బావలి' అని ఒక రౌడి కూడా ఉన్నాడుకదా అని గుర్తు చేసుకోవటానికి ప్రయత్నించాను. న్యూస్ పేపర్లో చదువుతున్నప్పుడు, ఈ పేర్లన్నీ తమాషాగా కనిపించినా, వాస్తవంలో వీళ్ళందరూ ఎలాంటి హింసను ఒంటబట్టించుకున్నారో ఆలోచిస్తున్నట్టల్లా నా ధైర్యం కుంగసాగింది. ప్రతి మారుపేరు కూడా క్రూరమైన సంఘటనకు విజయ పతాకమై ఉంటుంది. కచ్చితంగా నలుగురినైనా కత్తితో పొడిచివుండదగిన ఈ నందకు కూడా ఏదో బిరుదు ఉండొచ్చు. అడిగే ధైర్యం కలగలేదు. ఈ నాటి సమావేశం ఎవరూ లేనప్పుడు జరిగివుంటే ఈపాటికి నన్ను చితకబాది వుండేవాడు. వీళ్ళను ఇక్కడి నుండి తొందరగా సాగనంపాలని అనిపించి అన్నాను-

"ఊరకూరకే ఎందుకు నాయనా కంప్లంట్? ఇంతకీ ఎవరు ఎవరిని వేధిస్తున్నారో ఆమెనే ముందుగా అడుగుతాను"

"సిస్టర్ అదే చెప్తారు. కావాలంటే అడిగి చూడండి. ఎలాగైనా సరే, ఇప్పుడు సిస్టర్‌తో మాట్లాడటం కుదరదా సార్?" నంద బతిమిలాడసాగాడు.

"ఊళ్ళో ఫోన్ దొరకదని చెప్పానుకదా? ఎదురుచూద్దాం"

"అక్కడ ఎవరి ఇంట్లోనూ ఫోన్ లేదా?"

"మా ఊరు అంటే సిటీలా కాదు"

"మీరు చెప్పినట్టే కానీ. మేము ఎదురుచూస్తాం. కంప్లైంట్ ఇస్తే మీ కులంలో అమ్మాయిలు అబ్బాయిలతో తిరగకూడదనే రూల్ ఉందని చేర్చండి. మతపరమైన భావాలకు ముప్పని కేసు వేయవచ్చు. రంగన్నగారి చేతిలో వేలాది ఓట్లు ఉన్నాయి"

"అమ్మాయి అబ్బాయితో మాట్లాడలేదు అనే చిన్న విషయం ఓటు వరకూ వెళ్ళడమంటే ఏమిటి అర్థం?"

"ఈ నాటి కాలంలో ఓటంటే స్ట్రెంత్. అందుకే చెప్పాను. అంతే. ఓటు అనే 'పెద్ద మూటను' వద్దనే ధైర్యం ఎవడికి ఉంది? చిన్న విషయమని వదిలేస్తే ఎలా? టగ్గాఫ్ వార్ ఆటలో పట్టుకున్న తాడును ఒక్క సెకను సడలించినా సర్రుమని మొత్తం తాడు చేజారిపోదా?" నంద తన చేతిలోంచి తాడు జారిపోవటాన్ని నటించాడు.

ముందుకు వాలిన రాజా మృదువుగా అన్నాడు–"మీకు ఇదంతా అర్థంకాదు. ఇది తీవ్రమైన విషయమే. ఛాన్స్ దొరికితే, మతకలహాలు రేపి మేమే పరిష్కరించుకునేవాళ్ళం. సద్దుకాకుండా కొడదామనుకుంటే ఏం చేయాలి, మాదరచోద్‌ది మా కులమే. ఆ లంజకొడుకు ఉపకులం కూడా మాదే"

బెడ్‌రూమ్‌లోంచి బయటకి వచ్చి విజి వంటింట్లోకి వెళ్ళింది. ఆమె వెళ్ళేటప్పుడు హాలులో కూర్చున్న మా అందరి వైపు ఒక్కక్షణం చూపులు సారించింది. ఒక్కసారిగా అందరూ మాటలు ఆపారు.

రాజా వ్యవహారం ముగించి వెళ్ళే తొందరలో లేచి నిలబడ్డాడు. "మీరు సిగ్నల్ ఇవ్వండి. మిగతాది మేం చూసుకుంటాం"

అతని ఫోన్ నంబర్ అడగలేదు. నా నంబర్ కూడా ఇవ్వలేదు. నా నెంబర్ తెలుసు కాబట్టే అతను అడగలేదేమోనని అనిపించి గాభరా పడ్డాను. సిగ్నల్ ఇవ్వాలట. సిగ్నల్‌ను తనకు ఎలా చేర్చాలో కూడా చెప్పని అతని దిట్టతనం చూసి విసుగొచ్చింది.

వచ్చిన వాళ్ళిద్దరూ వెళ్ళిపోయి, ముందు తలుపు మూసిన మరుక్షణం విజి హాల్లోకి వచ్చింది.

"తను ఏదైనా సమస్యలో చిక్కుకోలేదుకదా?" ఆమె ఆందోళనగా అడిగింది.

"ఇది మనకు కనిపించేటంత మాత్రమే ఉంటే మరీ తీవ్రమైనది కాదు. అయినా ఆమెను అడిగితే తప్పు ఏమిటో అర్థం కాదు. నువ్వెందుకు లోపలికి వెళ్ళావు?"

"నేను ఉంటే అన్నీ చెప్పరని వాళ్ళ వేషం చూడగానే తెలిసిపోయింది. నేను బయటకు రాగానే ఎలా మాటలు ఆపారో చూడు. వీళ్లందరు తలదూర్చడం చూస్తే భయం వేస్తుంది. వారి భాషలో దేనికి ఏమి అర్థమో? రేఖ పేరు కూడా తెలిసినట్టులేదు. డాటర్ అంట, సిస్టర్ అంట, ఛూ" ఆమె మండిపడింది.

"అలా కాదు విజి"

"అలా కాదా? మరి ఎలా? ఎలా అంటాడు, మంజుతో మాట్లాడటం ఆపకూడదట. అలా చెప్పటానికి వీడెవడు? నువ్వు వాడి మాటలు వింటూ ఊరకే కూర్చున్నావు"

"నా మీద ఎందుకు కేకలేస్తున్నావు? వాళ్ళు ఎలాంటి వాళ్ళో తెలుసుకదా. అయినా అతను చెప్పిన దేనికీ నేను అంగీకరించలేదు"

"అంగీకరించి వుంటే బయటికి వచ్చి కొట్టేదాన్ని. ముగ్గురు మగవాళ్ళు

కలిసి ఇంటి ఆడవాళ్ళు ఏమి చేయాలో, ఏమి చేయకూడదో చర్చించడమే అసహ్యం"

"అది అలా కాదు. నేనేమి చెప్పానో విన్నావుకదా?"

"అలా కాదు అని అనకు. వారి ధోరణిలో నీకు తప్పు కనిపించదు. నీ కూతురు ఇందులో పాల్గొనడం వల్ల నువ్వు అంగీకరించలేక పోతున్నావు. అంతే. నీకు సంకోచం ఉండటం దానికి మాత్రమే. ఇదే విధంగా వాళ్ళు మరో అమ్మాయిని పాల్గొనేలా చేస్తే నీకు అభ్యంతరం లేదు. నీ లోపల ఇంకో మనిషి ఉన్నట్టు అనిపిస్తుంది"

ఊరకే మాటకు మాట స్ఫురించి ఆమె అన్నదో లేదా ఈమెకు నిజంగానే నా లోపల మరొకడు ఉన్నాడని అనిపించిందో నాకు కచ్చితంగా తెలియదు. గత రెండు నెలల నుంచి ఇలాంటి పరోక్ష బాణాలు ఎక్కువ కావటం గమనించాను. కలవరపడ్డ నా మనస్సు కూడా నమ్మకానికి సంబంధించిన మాటలను భూతద్దంలో చూడడం అబద్ధం కాదు.

ఏమీ జరగనట్లు నటిస్తున్నప్పటికీ, నిజం చెప్పడానికి నేను కంగారుపడ్డాను. "చాయ్ చేస్తాను. నిధానంగా ఆలోచిద్దాం" అని ఆమె కంటి ముందు ఉండకుండా వంటగదిలోకి వెళ్ళాను. నన్ను నేను కుదుటపరుచుకుని, పరిస్థితిని అర్థం చేసుకోవాల్సింది.

చాయ్ తెచ్చేదాకా ఆమె హాల్లో ఏదో ఆలోచిస్తూ కూర్చుంది.

చాయ్ మొదటి గుటక తాగుతూ విజి, "ఇది వాళ్ళు చెప్పినంతే అయివుంటే రేఖ దీని గురించి బుర్ర పాడుచేసుకున్నట్టులేదు. ఆ ఎంపీత్రీ అమాయకుడిలా కనిపిస్తున్నాడు. సెంటిమెంటల్‌గా మారి అతికి వెళ్ళకూడదు" అంది.

ఇప్పుడామె కుదుటపడసాగింది.

"దీని గురించి రేఖ నీకు ఏమైనా చెప్పిందా?"

"ఏమీ చెప్పనే లేదు. ఇప్పుడే వీళ్ళ గురించి తెలుస్తోంది"

"ఇలాంటి మనుషుల జగత్తు ఎలా ఉంటుందోననే ఊహకూడా మనకు లేదు. వచ్చినవాళ్లు గొంతు కోయడానికి కూడా వెనుకాడేవారు కాదు" అన్నాను.

చెప్పింది చెవిన పడనట్లు "ఛీ. ఇల్లంతా సెంట్ వాసన. ఇంకా పోలేదు" విజి కుర్చీలో కాళ్ళను పైకి లాక్కుని కూర్చుంది.

"ఈమెది ఒక సాకు మాత్రమే. వారివారి గొడవలు సద్దుమణిగితే ఇది కూడా ముగిసిపోతుంది"

"ఆ కుర్రవాడి తండ్రి గ్యాంగ్ ఇందులో ఎందుకు తలదూర్చింది?

సాధారణంగా అబ్బాయిలు ఇలాంటి విషయాలను దాచిపెడతారు. ఆ క్యాస్ట్ విషయం! వీళ్ళ బుర్ర ఎక్కడెక్కడ ఎలా పనిచేస్తుందో చూడు. పోలీసులకు తెలియజేద్దామా?"

ఇది నాకూ స్ఫురించింది. "అక్కడికి వెళితే రాతపూర్వకంగా ఫిర్యాదు చేయాలి. ఏమని ఇస్తాం? ఏదీ స్పష్టంగా లేదుకదా?"

"మనలోనే దాచుకునే బదులు కనీసం ఒకరికైనా చెప్పటం మంచిది. కనీసం రెండో అంతస్తులో ఉన్న కల్నల్ అంకుల్‌కు చెప్పొచ్చు?" అని విజి అంది.

విజికి ఆ అంకుల్ అంటే ఇష్టం.

నేను ధైర్యాన్ని నటిస్తూ తేలికగా అన్నాను– "ఆయనా? నీ బాయ్‌ఫ్రెండ్? హూఁ సమస్యను మరింత జటిలం చేస్తారు. ఆలోచిద్దాం ఉండు"

"రేపు *'యూ రిపోర్టర్'* ను తీసుకునిరా. అదేమిటో చూద్దాం"

ఖాళీ కప్పును తీసినప్పుడే చాయ్ అయిపోవడం ఇద్దరి దృష్టికి ఒకేసారి వచ్చింది.

"నాకు చాల్లేదు. మరో రెండు కప్పులు చేస్తాను" అంటూ విజి లేచి వెళ్ళింది.

❖

4

'అంతా ఆ స్కూల్ నుంచే'

విజి ఇప్పటికే వందసార్లు వ్యక్తపరిచిన ఈ అభిప్రాయానికి నేనెప్పుడూ ప్రతిస్పందించడానికి ప్రయత్నించను. మాటకు మాట పుట్టి అది వర్గ సంఘర్షణ, సమానత్వం, స్త్రీవాదం వంటి అత్యంత ప్రమాదకరమైన, ఇబ్బందికరమైన విషయాలవైపు మరలుతుంది. మందుపాతరలతో నిండిన ఆ రంగాలలో కాలుపెడితే, మాటలకు–చేతలకు నడుమనున్న అవకాశాలలో చిక్కుకుని సాఫీగా తిరిగిరావడం కష్టమని నాకు అనుభవపూర్వకంగా తెలుసు.

విజి తల్లి క్రైస్తవులు నిర్వహించే పాఠశాల కార్యాలయంలో పని చేసేది. విజి చదువుకున్నది ఇంటికి దగ్గర్లో ఉన్న పాఠశాలలోనే. ఆమెకు రేఖ కూడా అలాంటి పాఠశాలలోనే చదవాలనే అభిప్రాయం ఉండేది. మా ఇంటి నుంచి చాలా దూరంలో లేకపోయివుంటే ఎలాంటి చర్చ లేకుండా రేఖను విజి చదివిన స్కూల్లో చేర్పించేవాళ్ళం. నాకైతే ప్రతిష్ఠాత్మకమైన పాఠశాలల పట్ల ఆకర్షణ. ఒక్కసారి అలాంటి చోటుకు వెళితే ఆ సహవాసాలే ముందరి జీవితాన్ని సులభతరం చేస్తాయనే నమ్మకం. పాఠశాల గురించిన చర్చ ఇంట్లో ప్రారంభమైనప్పుడు, నా ఎంపికను సమర్థించుకునే ప్రతి మాటా ఆమె తల్లి ఇప్పటికీ పనిచేస్తున్న పాఠశాలను దెప్పిపొడిచినట్లు ఆమెకు అనిపిస్తుందని అర్థం కావటానికి నాకు చాలా కాలం పట్టింది. చివరకి, మేము రెండు రకాల పాఠశాలలకు దరఖాస్తు పెట్టాం. మా మధ్య యుద్ధాన్ని తప్పించాలన్నట్టు ఆమెకు నాకు ఇష్టమైన స్కూల్లో మాత్రమే

అడ్మిషన్ దొరికింది. ఆ తర్వాత విజి వ్యతిరేకత కాస్త తగ్గినప్పటికీ, పాఠశాలను నిందించే ఏ అవకాశాన్నీ ఆమె వదిలేదికాదు.

అక్కడ మూడు నెలలకు ఒకసారి పేరెంట్స్-టీచర్ మీటింగ్‌కు వెళ్లాల్సి వచ్చేది. పిల్లల పురోగతి కంటే, తల్లిదండ్రుల తప్పుల గురించి చర్చ జరిగేది. అటుతర్వాత పిల్లల మానసిక వికాసం గురించి ప్రెజెంటేషన్లు ఉండేవి. అక్కడికి వచ్చే ఇతర తల్లిదండ్రుల స్థితిగతులు, వారి ఉద్యోగాలు, వారి వర్చస్సు చూసి స్కూల్‌కి కట్టిన ఫీజు సార్థకమే అనిపించటం అబద్ధం కాదు. రేఖ కాలక్రమంలో అలాంటి వర్గంలో కలిసిపోతుందనే పులకిత భావన, నాకెన్నడూ సులభసాధ్యం కాని ఆ వర్గలంఘనంలో ఆమె సఫలమవుతుందనే కోరిక నా మనసులోతుల్లో ఎక్కడో వికసించటం విజికి కూడా చెప్పలేకపోయాను.

ఆయా తరగతి పేరెంట్స్ మీటింగ్‌కు ముందు పాఠశాలలో అందరికీ కాఫీ, బిస్కెట్లు, కావలసినవారికి పండ్లరసాలు ఇస్తున్నారు. దాదాపు ఇరవై నిమిషాలపాటు జరిగిన ఈ అతిథి సత్కారానికి ఉపాధ్యాయులంతా హాజరయ్యారు. రేఖ నాల్గవ తరగతిలో ఉన్నప్పుడు ఇలాంటి ఒక సందర్భంలో ప్రకాశ్ పరిచయమయ్యాడు.

“నేను ప్రకాష్‌ని. సీత తండ్రిని” అని అతను సరళంగా, తానే ముందుగా పరిచయం చేసుకున్నాడు.

“మా రేఖ సీత గురించి చెప్పటం గుర్తుంది” సీత ఎవరో తెలియనప్పటికీ మర్యాదగా మాటలు కొనసాగించాను.

“ఓహో, మీరు రేఖ తండ్రిగారా. ఆ మధ్య విహారయాత్రకు వెళ్లినప్పుడు చెట్టెక్కిన ఆమె నైపుణ్యాన్ని సీత తెగ చెప్పింది. అదంతా ఎక్కడ నేర్చుకుందో?” ప్రకాశ్ ఉదారంగా పొగిడాడు.

“నేను మలెనాడువాడిని. అంటే కొండ ప్రాంతానికి చెందినవాడిని. అక్కడ మా తోట ఉంది. రేఖ తన సెలవు రోజులను అక్కడే గడుపుతుంది. ఆమె అల్లరి అంతా అక్కడి నుంచే వచ్చింది”

“నేనూ అదే అనుకున్నాను. సిటీలోని చాలా పాఠశాలలకు ఆట మైదానాలే లేవు”

రేఖను పొగిడినందుకు సంతోషం కలిగినా, చెట్టు ఎక్కడమే ప్రత్యేకంగా ప్రస్తావించినందుకు ఇబ్బందిపడుతూ, “ఆమె చాలా బాగా చదువుతుంది. ఎప్పుడూ మంచి మార్కులే తెచ్చుకుంటుంది” అంటూ విషయాన్ని మార్చడానికి ప్రయత్నం చేశాను.

"అయ్యో, నాలుగో తరగతిలోనే అంతగా చదువకూడదు. ఈరోజు నేను ఇదే అంశాన్ని లేవనెత్తాలని అనుకుంటున్నాను. చిన్న వయసులో పిల్లలు ఆడుకుంటూ ఉండాలి. మన విద్యావిధానమే బాగాలేదు" అంటూ ప్రకాశ్ విద్యావిధానాన్నే విమర్శించసాగాడు. తన కూతురిని అనివార్య పరిస్థితుల్లో ఈ స్కూల్లో చేర్పించినట్లుగా మాట్లాడసాగాడు.

అన్నింటికీ అడ్డు చెబుతున్నాడనిపించి, విషయాన్ని ఇక్కడితో వదిలేయాలని నిర్ణయించుకుని, "మీరు ఎక్కడ ఉద్యోగం చేస్తున్నారు?" అని అడిగాను.

అతను ఓ పెద్ద కంజ్యూమర్ గూడ్స్ కంపెనీ పేరు చెప్పాడు. "ఏ డిపార్ట్‌మెంట్‌లో?' అని అడిగితే, "ఐ రన్ ఇట్" అన్నాడు. నాకు అతను చెప్పింది అర్థంకాక, సరిగ్గా వినిపించలేదేమోనని మౌనం వహించాను. ప్రకాశ్‌ని కలవడానికి అక్కడే తిరుగుతున్న ఇద్దరు మా మధ్య ఏర్పడిన ఒక్క క్షణపు మౌనంలో దూరి నన్ను మళ్ళీ సంభాషణలోకి రానివ్వలేదు. కామన్ ఫ్రెండ్స్ పేర్లు ప్రస్తావించి, వారు తెలుసనో, వీళ్ళు తెలిసివుండాలికదా అని నెట్ వర్కింగ్ సంభాషణ మొదలుపెట్టడంతో, ఇంక ప్రకాశ్‌తో ఎక్కువగా మాట్లాడే అవకాశం లేదని రేఖ క్లాస్ టీచర్‌ని వెతుక్కుంటూ వెళ్లాను.

మీటింగ్ తర్వాత అక్కడి నుంచే ఆఫీస్‌కు వెళ్లి సాయంత్రం ఇంటికి వచ్చిన తర్వాత ఇతనే ప్రకాశ్ ఖానాపురే అనే సుప్రసిద్ధ సీఈఓ అని స్ఫురించి, అతన్ని అడిగిన ప్రశ్నలోని మూర్ఖత్వం స్ఫురించింది. అప్పటివరకూ నా ప్రశ్నకు ఎవరూ 'ఐ రన్ ఇట్' అని అనలేదు. అతని సమాధానం నన్ను చాలా రోజులువరకూ మంత్రముగ్ధుణ్ణి చేసింది. ఏ డిపార్ట్‌మెంట్ అని అడిగి మూర్ఖుడైనందుకు తల బాదుకోవాలనిపించింది. వర్గలంఘనాన్ని ఆపే కంచె కేవలం డబ్బు కాదని తివారీ గుర్తుచేసినప్పుడు, నేనే దానికి ఉదాహరణ అయ్యానని అనిపించింది. ప్రకాశ్ ముందూ వెనుకాల తిరుగుతున్నవారి బాడీ లాంగ్వేజ్‌లోని అతి వినయం, పళ్ళికిలిస్తూ నవ్విన కృత్రిమ నవ్వు అర్థం ఇప్పుడు స్ఫురించింది. విజికి ఇవన్నీ ఎన్నిసార్లు చెప్పానో? చివరికి ఒకసారి ఆమె, "చాలు, అతిగా చేయకు. ప్రతి కంపెనీకీ ఒక సీఈఓ వుంటాడు. వేలకొద్దీ కంపెనీలు ఉన్నాయి" అని గదమాయించిన తర్వాత తలకెక్కిన మైకం దిగింది.

ఇది జరిగిన తర్వాతి నెలలో రేఖ పుట్టినరోజు పండుగ ఉంది. సీతని మరచిపోకుండా ఇంటికి పిలవాలని రేఖకు గట్టిగా సూచించాను. బర్త్ డే పార్టీకి వచ్చినప్పుడో, తిరిగి వెళ్లేటప్పుడో సీత తల్లిదండ్రులు వస్తారని ఎదురుచూశాను.

అది ఏ స్థాయిలో అంటే ప్రకాశ్ వచ్చినపుడు మా సంభాషణకు అవసరం కావచ్చని సీఈవో స్థాయి అంశాలను కూడా రహస్యంగా ఎంపిక చేసుకున్నాను.

సీత సరియైన సమయానికే వచ్చింది. ఆమెతో పాటు ఎవరూ రాలేదు. ఆమెను తీసుకొచ్చిన డ్రైవర్ సాయంత్రం ఏడు గంటలకు వస్తానని చెప్పి వెళ్లిపోయాడు. అప్పుడు నిరాశ కలిగినా, సాయంత్రం సీతను తీసుకెళ్లడానికి ప్రకాశ్ రావచ్చనే ఆశ ఉంది. అది కూడా జరగలేదు. డ్రైవర్ ఒక్కడే వచ్చి తీసుకెళ్లాడు. అతని కంట పడగానే సీత గబుక్కున లేచి వెళ్ళిపోయింది.

"ఆమె క్రమశిక్షణ చూడు" అని సీతను పొగడటానికి ప్రయత్నించినపుడు దాన్ని ఎవరూ పట్టించుకోలేదు.

ఆ తర్వాతి రోజులలో ఏదో సాకుతో సీతను ఇంటికి పిలవమని చెప్పినపుడు రేఖ సుతారం అంగీకరించలేదు. "ఐ డోంట్ లైక్ హర్" అని చెప్పింది. అందువల్ల, భవిష్యత్తులో వారి మధ్య స్నేహం చిగురించలేదు. అవకాశాన్ని పోగొట్టుకున్న ఈ వైఫల్యానికి తివారీ చాలా కాలం నన్ను వేధించాడు. అయినప్పటికీ ఆఫీసులోకానీ, స్నేహితుల సమావేశంలోకానీ అవకాశం దొరికినప్పుడల్లా ఖానాపురె కూతురు రేఖ క్లాస్‌మేట్ అన్నది మాటల మధ్యలో చొప్పించేవాడిని.

మరుసటి సంవత్సరం, సీత మరింత ప్రతిష్టాత్మకమైన పాఠశాలకు బదిలీ చేయబడిందని వార్త వచ్చింది. అక్కడ పరీక్షలు లేవట. హోమ్‌వర్క్ కూడా లేని పాఠశాల అట. రేఖ తరగతి పిల్లలు సీత అదృష్టానికి అసూయపడ్డారు. వీళ్ళ వెంటబడి ఎంత పైకిపోయినా దాని పైన ఒక అదృశ్య స్థాయిని సృష్టించే వారి చాతుర్యానికి నేను కంగారుపడేవాడిని.

రేఖ ఎదురు మాట్లాడే స్వభావానికి, చంచలతకు, డబ్బు దుబారాకు విజి పాఠశాలను విమర్శించినప్పుడల్లా, అందులో ఒక్కింత నిజం ఉన్నావుండొచ్చని లోలోపల అనిపించేది. సాధారణ పాఠశాలకు పంపివుంటే, పరీక్షలకు పెనుగులాడి, ట్యూషన్లకు పరుగులెత్తి, వేరే దేనికీ సమయం ఉండేదికాదు. స్వతంత్రమైన ఆలోచనలు, ఉదారమైన విలువలు ఎంత రుచికరంగా ఉన్నప్పటికీ ఇంట్లో తిరుగుబాటు నిప్పు అంటుకుంటే దాన్ని భరించడం కష్టం.

తిరుగుబాటు! కేవలం ఒక పదంగా మాత్రమే విన్నది. అయితే దాని అర్థం రేఖ పదిహేనేళ్ళు దాటినపుడు అనుభవంలోకి రాసాగింది. ఆమెను అదుపులో ఉంచడానికి ప్రయత్నించిన కొద్దీ గీత దాటి వెళ్లేది. ప్రతి రోజూ యుద్ధమే. జ్ఞాపకం చేసుకుంటే కళ్ళముందుకొచ్చే సంఘటనలు ఒకటా రెండా. పేరుతోనే

మొదలవుతుంది. తనకు ఇంత సాదారణమైన పేరు పెట్టినందుకు అసంతృప్తి. పద్దెనిమిదేళ్ళు రాగానే, ఇసబెల్లా అనో, జెన్నిఫర్ అనో పేరు మార్చుకుంటానని బెదిరించేది. పేర్లు ఏ మతానికి సొంతం కావని ఆమె వాదించేది. "అయ్యో, అప్పట్లో అది కొత్త కాలపు పేరు మహాతల్లీ" అంటూ తియ్యటి మాటలతో నచ్చజెప్పటానికి ప్రయత్నించేవాడిని.

ఒక బలహీనమైన క్షణంలో, "అది సినిమా నటి పేరు. మా కాలేజీ రోజుల్లో ఆమె కీర్తి తారాస్థాయిలో ఉండేది. అత్యంత సౌందర్యవతి" అన్నాను.

రేఖ జగడానికి నిలుచుంది. "ఛీ. అసహ్యం. సినిమా నటి పేరుపెట్టాలనే ఆలోచన ఎలా వచ్చింది? ఎవరిదో పేరు. ఒక విధంగా ఎంగిలి. ఆమె నీకు ఆదర్శమా? థూ" అంది.

"నువ్వు నిజం చెబుతున్నావా? అందుకే నువ్వు ఆ పేరు సూచించావా? నాకూ తెలియదు" విజి ఇలా అడగడంతో, రేఖ పేరులోని నిస్సారతకు నేనే పూర్తిగా బాధ్యత వహించాల్సి వచ్చింది. అటు తర్వాత ఈ విషయం మాటల్లో వచ్చినప్పుడల్లా నేనే ఒంటరిగా నిభాయించాల్సి వచ్చింది.

కళ్ళు మూసి తెరిచేలోగా రేఖ పెరిగి పెద్దదైనట్లు అనిపించింది. ఆమె ఒకటిన్నర, రెండేళ్ళ వయసులో ఉన్నప్పుడు కేకలు వేసి నవ్వుతుండటం ఇంకా నా చెవుల్లో వినిపిస్తోంది. ముఖ్యంగా 'గజ భుజ బల' అనే ఆట ఆడించేటప్పుడు ఆమె నవ్వు తారాస్థాయికి చేరేది. ఇవి నా స్కూల్ డేస్ ఆటల మాటలు. అందరూ కలిసి గుంపుగా తోసేటప్పుడు, లేదా లాగేటప్పుడు 'ఒకటి రెండు మూడు' అనటానికి బదులుగా, 'గజ భుజ బల' అంటూ 'బల' అనగానే కలిసికట్టుగా బలాన్ని ప్రయోగించేవాళ్ళం. దాన్ని పాఠశాలలో ఎవరు ఆరంభించారో, దాని అర్థమేమిటో నాకు సరిగ్గా తెలియదు. నేను రేఖతో ఆడకుంటూ మంచం మీద పడుకుని వున్నప్పుడు, ఆమె, 'గజ భుజ బల' అని ముద్దుముద్దుగా అంటూ నన్ను తోయటం, నేను మంచం మీద నుండి దొర్లి దొర్లిపడే నాటకం ఆడటం. నేను దొర్లగానే తన బల ప్రదర్శన వల్ల పొంగిపోయి కేకలు వేసేది. 'గజ భుజ బల' అని చెప్పి, ఏది తోసినా చలిస్తాయని భావించి కుర్చీలూ, బల్లలూ తోయటానికి ప్రయత్నించి విఫలమైనపుడు ఆమె ఏడుపు ముఖంతో ఫిర్యాదు చేస్తుండటం ఇప్పుడే జరిగినంత తాజాగా కంటి ముందుకు వస్తుంది. నేనే నేర్పిన మంత్రం మీద ఆమె నమ్మకం పోకుండా ఉండటానికి, ఆమె తోస్తున్న భారీ వస్తువులకు ఆమెకు తెలియకుండా నా చేతులను ఉపయోగించేవాడిని.

పాఠశాలను ఎంతగా నిందించినా, దానికి కారణాలను వేలుపెట్టి గుర్తించడం అంత సులభం కాదని తెలుసు. అన్నిటికంటే ముఖ్యంగా రేఖ స్వభావపు అనూహ్యత నన్ను కలవరపెట్టేది. వ్యక్తిత్వ వికాసానికి స్వతంత్రమైన ఆలోచనలు అవసరమనే సూక్తిని పాక్షికంగా అంగీకరించి మౌనంగా ఉండిపోయేవాడిని. నేను టీనేజ్ పిల్లలను నిభాయించటానికి ఉపయోగపడే పుస్తకాలు కొనాలని కూడా అనుకున్నాను. ఆ పుస్తకాలు రేఖ దృష్టిలో పడితే రాద్ధాంతం అవుతుందనిపించి ఆ ఆలోచనను వదిలేశాను. రేఖ పన్నెండో తరగతిలో ఉన్నప్పుడు, ఒకసారి సంగీత కచేరీకి వెళుతానని మొండికేసింది. దాని గురించి అప్పటికే పేపర్‌లో అనేక చర్చలు జరిగాయి. ఆ సమయంలో జరుగుతున్న డ్రగ్స్ ఉపద్రవాన్ని కొన్ని సంఘాలు వ్యతిరేకించాయి. వెళ్లకూడదని నేను, ఎందుకు వెళ్లకూడదని రేఖ, కచేరీ జరిగే శనివారం మధ్యాహ్నం ఒక్కలా గొడవ పడ్డాం. విజి ఎవరి పక్షం వహించకుండా మౌనంగా ఉన్నందుకు కోప్పడ్డాను.

“నీ వ్యతిరేకతకు కారణమే లేదు. పేపర్‌లోని వార్త చదివి అకారణంగా కంగారుపడతావు” తన పట్టునుండి వెనుకడుగు వేయకుండా గొడవపడింది.

“పైగా అంత డబ్బు వృథా. రెండు వేల రూపాయలు” దానికి మరో కారణాన్ని చేర్చాను.

“నీ డబ్బు ఇవ్వద్దు. అమ్మ ఇస్తుంది”

“లేదు. ఆమె ఇవ్వదు”

“అమ్మ డబ్బు. ఇవ్వడం, ఇవ్వకపోవడం ఆమె ఇష్టం”

“లేదు. అది నా ఇష్టం”

విజి మౌనంగా ఉంది. రేఖ మొండిపట్టు పట్టింది. “డబ్బు లేకుండా పాస్ సంపాదించడం నాకు తెలుసు” కోపంతో బుసకొడుతూ, ఫోన్ తీసుకుని మెసేజ్ చేయసాగింది.

“దాన్ని కేవలం డబ్బు విషయంగా మార్చవద్దు” నేనూ మొండికేశాను.

“అలాగైతే ఇంకేమి? సరైన కారణం లేకుండా అనవసరంగా నన్ను కట్టివేయడానికి ప్రయత్నించకు”

“రాత్రి ఎంతసేపు అవుతుందో? పైగా అంతటి జనసమూహం. ఆడపిల్లలకు అది సురక్షితమైన స్థలంకాదు”

“నేను ఒక్కదాన్నే పోవడం లేదుకదా. నాతోపాటు చాలా మంది ఫ్రెండ్స్ ఉన్నారు”

"అది కాదు. అలా కాదది"

"అది కాదు, ఇది కాదు. ఏమిటో నీకే తెలీదు" అంటూ అత్యంత కోపంతో మండిపడుతూ హాల్లోని పుస్తకాల కబోర్డ్ దగ్గరకు పరుగెత్తి, 'ఫైట్ స్మార్టర్' పుస్తకాన్ని లాగింది. దాన్ని తెచ్చి విసురుగా నా ముందు విసిరింది. అది పడిన రభసకు దాన్నుండి దుమ్ము లేచింది. ఆమె గడుసుతనానికి ప్రతిస్పందించటానికి ముందే, 'ఈ పుస్తకాలనే వంకాయలతో పులుసు, కూర చేసుకుని, కడుపు నిండా తిను" అని అంటూ ఆమె తన గదిలోకి వెళ్లి దభాలున తలుపు వేసుకుంది.

ఆమె నుంచి ఇలాంటి వ్యతిరేకత వస్తుందని ఊహించని విజికూడా కంగారు పడింది. ఇంతటి ప్రతిక్రియ కూడా చాలా కాలం నుంచి సరైన క్షణం కోసం ఎదురుచూస్తోందనే అవగాహన వల్ల నాకు కలిగిన అవమానం మరింత బాధించింది.

"ఈ ఒక్కసారి వెళ్ళనివ్వు. ఒంటరిగా వెళ్లడం లేదుకదా" కాస్సేపు ఆగి విజి నచ్చజెప్పింది.

"నేను వద్దన్నానుకదా. చెప్పినట్లు వినాలి" అని విజిని కోప్పడుతుండగా రేఖ గది తలుపును దభాలున తెరిచి బయటికి వచ్చింది. ఆమె జీన్స్, టైట్ టీ షర్ట్ వేసుకుని లేత గులాబీ షూ తొడుక్కుంది.

దారికి అడ్డుగా నిలుచున్నాను.

"నన్ను పోనీ" అంటూ మండిపడింది.

"మొండితనం చేయకు. ఇంకేమైనా అడుగు, ఇస్తాను"

"ఇంకేమీ వద్దు. దారి వదులు, ఆలస్యమైంది"

"లేదు అంటే లేదు. నో"

ఆమె ముందుకు అడుగు వేసి నన్ను తోసుకుని వెళ్ళటానికి చూసింది. అడ్డంగా నిలబడి ఆమె మణికట్టును పట్టుకున్నాను. 'ముట్టుకోవద్దు' అని అరిచింది. నేను పట్టు సడలించలేదు. ఆమె విదిలించుకుని, అరక్షణంలో తేలికగా చేయి వదిలించుకుని నన్ను వెనక్కి తోసింది. ఆ రభసకు అదుపు తప్పి వెనక్కి తూలినపుడు, నడుము డైనింగ్ టేబుల్ పదునైన మూలకు కొట్టుకుంది. అది లేకపోయివుంటే, కచ్చితంగా కింద పడిపోయేవాడిని. తనవల్ల జరిగిన ప్రమాదం గ్రహించినదానిలా రేఖ ఒక్క క్షణం నిలబడి 'సారీ' అని ముందరి తలుపు తీసి, తన వెనుకే దాన్ని శబ్దం వచ్చేలా వేసి వెళ్ళిపోయింది.

నా భార్య కళ్ళ ముందు నాకు కలిగిన అవమానాన్ని ఎలా అంగీకరించాలో

తెలియలేదు. నా నుంచి విడిపించుకునేటప్పుడు రేఖ నా మోచేతిని కిందికి అదిమి చట్‌మని లాగిన పట్టు కరాటేది కావచ్చు. మెరుపులా ఆమె పట్టుకుని, లాగి, తోసినపుడు ఎక్కడెక్కడ ముట్టుకున్నదో ఇప్పుడు మండుతున్న చర్మం వల్ల తెలుస్తోంది. పిర్రకు టేబుల్ మూల గుచ్చుకుని తుంటి ఎముక నొప్పిగా వుండటం ఇప్పుడు తెలుస్తోంది. శరీరనిర్మాణంలో సదృఢంగా ఉన్న ఆమె యవ్వన శక్తికీ, మధ్య వయస్కుడినైన నా వదులైన పట్టుకూ ఉన్న వ్యత్యాసం దృష్టికి రాకుండాపోలేదు. నేను పెట్టిన అడ్డంకి శారీరక బలానిది కాదని నాకు తెలియనిదికాదు. డబ్బు ఇవ్వకుండా విజిని ఆపిన శక్తి ఇక్కడ విఫలమైంది. రేఖ దాన్ని అధిగమించింది.

విజి మాట్లాడకుండా రేఖ గదిలోకి వెళ్ళింది. అక్కడి నుంచి ఆమె ఫోన్‌లో మాట్లాడటం క్షీణంగా వినిపించింది. నా చెయ్యి చిన్నగా వణుకుతోంది. తుంటి ఎముక నొప్పెట్టసాగింది.

కొద్ది సేపటి తర్వాత రేఖ తిరిగి వచ్చింది.

పది నిమిషాల తర్వాత ఆమె గదిలోకి వెళ్లి రెండువేల రూపాయలు ఆమె టేబుల్ మీద పెట్టి, 'వెళ్ళు' అన్నాను. దాన్ని నా వైపు తోసి, "థాంక్స్, అమ్మ ఇచ్చింది" అంది.

ఆమె మీది పట్టు తప్పిన ఆందోళనలోనే పన్నెండవ తరగతికూడా పూర్తయింది. ఆమె సైన్స్ సబ్జెక్టులు చదివిన తర్వాత ఇంజినీరింగ్ చేయాలని నా చిన్న కోరిక. అలాంటి కోరికలన్నీ ముందుగానే పిల్లల్లో నాటవలసి ఉంటుంది. లేదా అవి అనివార్యమన్నట్లు ప్రవర్తించాలి. అలాంటి ప్రయత్నమేమీ మేము చేయలేదు. ఆమె ఆర్ట్స్ తీసుకుని కాలేజీకి వెళ్ళడానికి సిద్ధమైంది. తర్వాత ఆమెకు తిరగడానికి స్కూటీ కావలసి వచ్చింది. అటు తర్వాత ఆమె ఎక్కడికి వెళుతుంది, ఆమె ఏమి చేస్తుంది అనే దానిపై మేము పూర్తిగా నియంత్రణను కోల్పోయాం.

❖❖❖

కాలేజీలో చేరిన తర్వాత రేఖ ఇంగ్లీషు అధ్యాపకుడు సురేంద్రన్ పట్ల అత్యంత అభిమానం చూపేది. ఏ విషయం వచ్చినా అతని అభిప్రాయానికి తెచ్చి జతపరుస్తుండేది. అప్పటిదాకా ఏ అధ్యాపకుడి పట్ల అంత ఉత్సాహం చూపడం చూడని విజి 'కాలేజీలో ఇంగ్లీషు తప్ప ఇంకేమి చెప్పరా?' అని ఒకసారి అడిగారు. సురేంద్రన్ సన్నగా పొట్టిగా ఉన్న వ్యక్తి. తల నుండి దశదిశలా చిమ్ముతున్న చెదరిన మొరటు వెంట్రుకలు తప్ప అతన్ని వర్ణించడానికి వేరే ఏమీ ప్రత్యేకమైనది

నాకు స్ఫురించదు. కాలేజీ వెనుక గేటులోంచి బయటకు వెళ్లి సిగరెట్ తాగుతాడట. అతన్ని పరోక్షంగా దెప్పిపొడవటానికి సిగరెట్ తాగేవారిని నిందించసాగాను. ఇది విచిత్రమైన అసూయ. లేదా భయం. లేదా ఇంకేదైనా? రేఖ నా పరిధి నుంచి తప్పించుకుని వెళుతోందన్న భావనతోపాటు ఎవరో మూర్ఖుడి మాటకు అంత విలువ ఇస్తూ తిరుగుతుందనే అసహనం. సురేంద్రన్ మీద చూపే అసహనం అకారణం కాదన్నది నిరూపించడానికి పెనుగులాడేవాడిని.

అప్పుడప్పుడు రేఖ మాట్లాడుతున్న పెద్దపెద్ద విప్లవాత్మకమైన మాటలకు అతనే మూలం అని నా ఊహకు ఆధారాలు లేకపోలేదు. అతను చదివే పుస్తకాలు, చర్చించే విషయాలు ఆ వయసు పిల్లల గుండెల్లో తుపాను రేపేలాంటివే. అతనిని ఎదుర్కోవడానికి నేను మరింత ఉదారంగా వ్యవహరించాల్సి వచ్చింది. వివాహమనే సంకెళ్ళు, లైంగిక పావిత్ర్యపు బొల్లుదనం, పురుషాధిక్యత, మొదలైన విషయాలను ఇంట్లో ముగ్గురి సమక్షంలో చర్చించడానికి వెనుకాడలేదు. పిల్లలు, ముఖ్యంగా ఆడపిల్లలు, ఇలా ఇతరుల ప్రభావానికి లోనైనంతగా ఆందోళన కలిగించే విషయం ఇంకొకటి ఉండదని అనుభవంలోకి రాసాగింది.

ఒకసారి రేఖ మహిళల ర్యాలీకి వెళ్ళటం మరుసటి రోజు పేపర్‌లో వచ్చిన ఫోటో ద్వారా తెలిసింది. చెప్పకుండా వెళ్ళినందుకు తిట్టాలా వద్దా అనే సందిగ్ధంలో ఉన్నప్పుడు ఆ ఫోటోలో రేఖతోపాటు ఉన్నది ప్రముఖ వ్యాపారవేత్త షీలా వాధ్వానీ కూతురని తెలిసింది. ఈ విషయాన్ని సంతోషంతో స్వీకరించాను. అమ్మాయిలిద్దరూ తమ పెద్ద బ్యానర్ ఇరుచివరలను చేతులతో పట్టుకుని, స్త్రీల గుంపు ముందు వరుసలో నడుస్తున్నారు.

ఆ రోజు ఆఫీస్ లంచ్ బ్రేక్‌లో వాధ్వాని కూతురు పక్కన ఉన్నది నా కూతురే అని చెప్పుకుంటూ గర్వపడ్డాను. భోజనం చేసిన తర్వాత పాటిల్ అనే వ్యక్తి నన్ను పక్కకు పిలిచాడు. "ఆదర్శం అనేది మనలాంటి వారి దారిలో ముళ్ళకంపలాంటిది. దాని వ్యసనానికి బానిసలైన వారికి శాంతి ఉండదు. దాన్ని తిరస్కరించకూడదు. అయితే పెంపుడు జంతువులా అదుపులో ఉంచుకోవాలి. పిల్లలకు అర్థం కాదు. అందులోకి దూకుతారు. ఇవన్నీ ఎప్పుడు వదులుకోవాలో తెలియక నా కొడుకు చెడిపోయాడు. ఇప్పుడు అతనికి దొరికే ఉద్యోగంతో గది అద్దె కూడా చెల్లించలేడు. సగం జీవితం తప్పుడు పోలీసు కేసులను నిభాయించడంలోనే గడిచిపోయింది".

పాటిల్ ఆందోళన నన్ను తాకింది. రోజంతా ఆ ఉపదేశం బాధించినా

విజికి దాన్ని చెప్పలేకపోయాను. రేఖకు కూడా చెప్పలేదు.

పాటిల్ మాట్లాడుతుండగా నా మదిలో మరో ఆలోచన మెరుపులా మెరిసిపోయింది. రేఖ స్నేహితురాలు సాధారణమైన వ్యక్తికాదు. వాధ్వాని కూతురు. వాధ్వానీ కూతురు స్నేహితురాలికి వాధ్వాని బయోటెక్ కంపెనీలో ఉద్యోగం దొరకటానికి ఒక నిమిషం చాలు. ఆ సీతను 'ఐ డంట్ లైక్ హర్' అంటే ఏమిటి, ఇప్పుడు మంచి స్నేహమే చేసింది. నిరసన ప్రదర్శనలు ఇలాంటి అవకాశాలను సమకూర్చుతుంటే ఎందుకు పాడుచేయాలి? అయినా వారి స్నేహపు లోతును పరీక్షించే అవకాశం నాకు ఎప్పుడూ రాలేదు.

రేఖ పెరిగేకొద్దీ, మేము ముగ్గురమూ ఇంట్లో మా మా కొత్త స్థానాలను కనుక్కోసాగాం. రేఖ తిరుగుబాటు బావుటకు విజి మద్దతు వుందనే అనుమానం కొన్నిసార్లు వేధించింది.

ఇలా వుండగా ఒక సంఘటన నన్ను కలవరపరిచింది. రేఖ స్నేహితురాలు సాషా రేపిన తుఫాను అది.

ఆ రాత్రి నాకు ఏదో శబ్దం రావడంతో మెలకువ వచ్చింది. పక్కన విజి లేదు. బెడ్‌రూమ్ తలుపు ఓరగా వేసివుంది. బయట గుసగుసలు. పన్నెండు గంటలైంది. లేచి బయటకు వస్తే, హాల్లో ఒక అమ్మాయి కూర్చునివుంది.

"ఈమె నా మిత్రురాలు. సాషా" అని రేఖ పరిచయం చేసినపుడు "హలో అంకుల్" అంది. నేను రాగానే వాళ్ళు మాటలు ఆపారు.

"తెల్లవారిందా లేదా మీరింకా పడుకోనేలేదా?" నా జోక్‌కి ఎవరూ నవ్వలేదు.

"సారీ నాన్నా. నువ్వు పడుకో. ఈరోజు సాషా ఇక్కడే ఉంటుంది" గుసగుసగా చెప్పింది రేఖ. విజి అంగీకారంగా తలూపింది.

మళ్ళీ పడుకోవడానికి వెళ్ళాను. తలుపును పూర్తిగా మూయకుండా, ఓరగా వేసినందువల్ల బయటి గుసగుసలు వినిపిస్తున్నాయి. వాటి నడుమ సురేంద్రన్ పేరు వినిపించటం, నా భ్రమనో, నిజమో అర్థం కాలేదు. విజి వస్తుందని ఎదురుచూశాను. అడగడానికి చాలా ప్రశ్నలు ఉన్నాయి. ఈ అమ్మాయి ఈ అర్థరాత్రి సమయంలో ఎందుకు వచ్చింది? భోజనం తర్వాత విజికీ, రేఖాకూ గుడ్ నైట్ చెప్పి పడుకోవడం గుర్తొచ్చింది. బయట హాల్లో లైట్ ఆర్పింది కూడా నేనే. ఏదో ఆపద రాకుండా ఎవరూ ఇలా అర్థరాత్రి రారు. విజి నన్ను నిద్ర లేపకుండా తానొక్కతే లేచి వెళ్ళింది. ఇందులో రేఖ పాత్ర ఏమిటి?

మరుసటి రోజు ఉదయం విజి లేపేవరకూ మెలకువ రాలేదు. లేవగానే మొదట నేను అడిగింది సాషా గురించి.

"అయ్యో, అదొక పెద్దకథ. తర్వాత చెప్తాను. అలాంటిదేమీ జరగలేదు. ఇంట్లో ఆమె మనస్తాపం చెంది వచ్చింది. అంతే" వివరాల్లోకి వెళ్లకుండా విజి దాన్ని తోసిపుచ్చింది.

"ఆమె ఇక్కడికి రావటం ఆమె ఇంటివాళ్ళకు తెలుసా? ఆమె ఇల్లు ఎక్కడుంది?"

"తెలుసో తెలియదో. ఆమె దాన్ని పరిష్కరించుకుంటుంది. వదిలేయండి. ఇల్లు ఎక్కడుందో తెలియదు"

"ఆమె వయస్సు ఎంత?"

"రేఖ కంటే పెద్దది"

"ఆమెకు పద్దెనిమిదేళ్ళు లేకపోతే పోలీస్ ఫిర్యాదు చేస్తే క్రిమినల్ కేసు అవుతుంది"

"నాన్నా, ఆమెకు ఇరవై రెండు. మీరిద్దరూ మెల్లగా మాట్లాడండి. లోపల ఆమె నిద్రపోతోంది" గదిలోకి వచ్చిన రేఖ హెచ్చరించింది.

"నీకు శాసా అనే పేరున్న క్లాస్‌మేట్ ఉన్నట్లు గుర్తులేదు" అని గుసగుసగా అన్నాను.

"శాసా కాదు. సాషా" రేఖ సరిదిద్దింది. "ఫ్రెండ్ కావటానికి క్లాస్‌మేట్ కానక్కర్లేదు"

"మీరిద్దరూ జాగ్రత్తగా ఉండండి. ఈరోజు కాలేజీ తప్పించకండి"

"డోంట్ వర్రీ. ఆమెను త్వరగా లేపుతాను"

"అమ్మ విషయమేమిటో చెప్పలేదు. నీవైనా చెప్పు"

"అయ్యో, అదొక పెద్ద కథ. తర్వాత చెప్తాను"

"ఇది అక్షరాల అమ్మ జవాబు. నువ్వు ఆమె నుంచే నేర్చుకుని ఉండాలి. ఆ పెద్దకథను చెప్పడానికి మీకు ఎప్పుడూ ఇష్టం లేదన్నదే దాని అంతరార్థం. నేను శాసానే అడుగుతాను" నాకు కోపం పెరగసాగింది.

"నాన్నా ప్లీజ్. ఆమె సాషా"

"సారీ, నాలుకకు తిరగని పేరది"

"నా పేరు కంటే బాగుందిలే"

"పద్దెనిమిది వచ్చిందికదా. మార్చుకో"

"దానికంతా ఇప్పుడు తీరిక లేదు"

"రాత్రి ఆ సమయంలో ఇక్కడికి వచ్చిందంటే జాగ్రత్తగా ఉండాలా? వద్దా? పరోపకారమని మెడలో రాయి కట్టుకోకూడదు"

"రాత్రి పదకొండు గంటలకు ఫోన్ చేసి ఉండేందుకు చోటిస్తావా అంది. రావద్దని చెప్పాలా?"

"అమ్మాయిలు రాత్రి ఇల్లు వదిలి రావటం, దాన్ని నువ్వు సపోర్ట్ చేయడం"

ఇప్పుడు విజి గొంతు తగ్గించి చెప్పసాగింది. "వారం క్రితం బలవంతంగా పెళ్లిచేశారు. ఇరువైపులా ధనవంతులే. ఈమె మరొకరిని ప్రేమిస్తోంది. నిన్న ఇంట్లో చెప్పకుండా అతన్ని చూడటానికి వెళ్ళింది. భర్త తనను ముట్టలేదని చెప్పటంతో ఆ దుర్మార్గుడు 'ఫస్ట్ నైట్ కాకపోయివుంటే ఏమైనా చేసివుండొచ్చు. పెళ్ళయిన తర్వాత భార్యను ఏ మగవాడు ఊరకే వదులుతాడు' అని అన్నాడట. ఈమెకు ఏమీ తొచక ఇక్కడికి వచ్చింది"

"మీరిద్దరూ ఈమె సమస్యలో పడకండి. ఇదంతా మీకెందుకు? ఏదైనా జరగరానిది జరిగితే అది మన తలకు చుట్టుకుంటుంది"

విజి వదల్లేదు.

"ప్రస్తుతం సాషాకు కావలసింది సహాయం. నిన్ను అడగకుండా రాత్రి ఇక్కడ ఉంచుకున్నందుకు కోపంకదా?"

"ఒక ఇంట్లో రాత్రి ఆడపిల్ల ఇంటికి రాలేదు. ఎక్కడుందో తెలియదనటంతో పరిణామాలు ఎలా ఉంటాయో తెలుసా? బుద్ధి చెప్పి వెనక్కి పంపకుండా, ఆమె జీవితాన్ని నాశనం చేస్తున్నారు. ఇప్పుడే ఆమె ఇంటివాళ్ళకు తెలియజేయడం మన కర్తవ్యం" ఉద్వేగంతో చిన్నగా వణుకుతున్నాను.

"అంత బాధ కలిగివుంటే ఆమెకు ఇంటి నుంచి ఫోన్ వచ్చి ఉండాల్సింది"

రేఖతో వాదించటానికి మనస్కరించలేదు. లోపలికి వెళ్లి ఆఫీసుకి బయలుదేరడానికి సిద్ధమయ్యాను.

సాయంత్రం ఇంటికి వచ్చేసరికి సాషా వెళ్లిపోయింది. మరింత కూపీ లాగడానికి చూశాను. తల్లీకూతుళ్ళు ఇద్దరూ నోరు విప్పలేదు.

❖❖❖

క్రమంగా మా కుటుంబ గొడవల స్వరూపం మారసాగింది. నాకూ, విజికీ యుద్ధోన్మాదం ఉండలేదు. కానీ సర్దుకునిపోవడమంటే నిప్పుమీద బూడిద కప్పినట్లే. ప్రతి సర్దుబాటులోనూ ఒకింత బూడిద తొలగించినప్పటికీ, లోపల మంట అలాగే

ఉంటుంది. ఈమధ్య కొన్నిసార్లు రేఖ విషయంలో మా మధ్య అభిప్రాయ భేదాలు వచ్చినప్పుడు విజి బూడిద పైపొరను కెలికి పరీక్షిస్తున్నదేమో అనిపించేది.

జ్ఞాపకాల్లో వెనక్కి వెనక్కి వెళితే, దాంపత్యమూ ఎప్పుడు కర్తవ్య నిర్వహణ దారిపట్టిందో అర్థంకాదు. బహుశా రేఖ పుట్టినప్పుడు కావచ్చు. భార్యాభర్తల మధ్య సమానత్వం నిజంగా పరీక్షించబడే సందర్భాల్లో ఇది కూడా ముఖ్యమైంది. రేఖ రాత్రంతా పాల కోసం ఏడ్చి, పాలిస్తే తాగకుండా మరింత అరిచేసి, విజిని నిద్రపోనిచ్చేది కాదు. విజికి పగటినిద్ర చాలేదికాదు. ఆమె తల్లి మా ఇంటికి వచ్చి వున్నది నాలుగు వారాలే మాత్రమే. నేను ఒక వారం సెలవు తీసుకున్నవాడిని, ముఖ్యమైన ప్రాజెక్ట్ కారణంగా మళ్లీ సెలవు అడిగే అవకాశం లేకుండా పోయింది. రాత్రి బిడ్డ గొడవ వల్ల నిద్ర రాదని, ప్రాజెక్ట్ డెడ్‌లైన్ కారణంగా నేను మరో గదిలో తలుపు వేసుకుని పడుకోవడం ప్రారంభమైంది. నిద్రనుంచి లేచి ఉదయం చాయ్‌కోసం వంటగదికి వస్తే అక్కడ వాచిపోయిన కళ్ళతో విజి ఇంటిని పట్టాలపై పెట్టడానికి ప్రయత్నిస్తున్న దృశ్యం కనిపించేది.

అప్పట్లో విజిని సంతోషపరచడానికి ప్రయత్నిస్తే, ఆమెకు అది కృత్రిమంగా అనిపించి అసహనం చెందేది. "నాటకాలు చాలు. ఇది పుస్తకంలోని సన్నివేశం కాదు. ఇరవై నాలుగు గంటలపాటు మరో జీవితం మీపై ఆధారపడి ఉండటం గురించి మీ మగవాళ్ళకి ఏం తెలుస్తుంది?" అని అనేది. ఇలా ఆమె అన్నప్పుడల్లా 'పుస్తకం చదివి అందులోని ఆణిముత్యాలను ఏరుకుని మా ముందు పోసినట్లు కాదు అని ఆమె అనకపోయినా వినిపించేది. ఆమె ఉద్విగ్నురాలైనప్పుడు ఒకసారి, "అవును, ఈ ఇల్లు, ఈ బిడ్డ నా ఒక్కదాని బాధ్యత. ఇప్పుడు సంతృప్తి కలిగిందా?" అంది. ఒక ఉదయం, వంటమనిషిని పెట్టుకోమని నూటా ఒకటవసారి సలహా ఇచ్చినప్పుడు, ఆమె మండిపడింది.

"చెప్పానుకదా. నేనే చేసి చస్తాను, కానీ ఎవరినీ ఇక్కడ లోపలికి అనుమతించను. ఎందుకు నా చేతి రుచి విసుగొచ్చిందా? వేరే దారి లేదు. ఈ ఇంట్లో ఇదే దొరుకుతుంది"

"కోప్పడకు. కాస్త ఆలోచించు. నీ దారిలో ఉండే అడ్డంకులను ముందుగా గుర్తిస్తే..."

నా మాటలను మధ్యలోనే ఆపి, "చాలు. ముందు నీ తివారీ నోరు మూయించు. ఒకే అడ్డంకి రేఖ. ఇప్పుడు ఏం చేయాలనుకుంటున్నావు?" అని దెప్పిపొడిచింది.

నాకు అవమానం కలిగి 'వద్దులే' అనే మాటను ఉపయోగించి ఆమెను లొంగదీసుకోవాలని అనిపించినా అది మితిమీరిన దౌర్జన్యంగా అనిపించి మౌనం వహించాను.

పెరిగి పెద్దవుతున్నకొద్దీ రేఖను అదుపులో ఉంచడం కష్టమవుతూ పోయింది. ఎప్పుడో వెళుతుంది, ఎప్పుడో ఇంటికి వస్తుంది. చదువులో వెనుకపడకపోవడంతో దాన్ని అంకుశంలా వాడి నిగ్రహించటానికి కూడా సాధ్యం కాలేదు. అడిగిన వాటన్నింటికి ఆమెకు దగ్గర ఏదో సంజాయిషీలు ఉంటాయి. కొన్నిసార్లు సాయంత్రం ఎనిమిది దాటిన తర్వాత ఆమె స్నేహితులు వచ్చి బయటకు తీసుకెళ్తారు. ఆమె తిరిగి వచ్చేవరకూ నిద్రపోకుండా ఎదురుచూడాల్సి వస్తుంది. ఒకసారి ఆమె రాత్రి రెండు గంటలకు వచ్చింది. ఆ రోజు నేలానింగీని ఒక్కటి చేశాను. "ఇది నీకు నీ కూతురుకు సంబంధించింది" అంటూ విజి ఆ సంఘటనకు దూరంగా వుండిపోయి నన్ను మరింతగా రెచ్చగొట్టింది.

ఆ రోజు శనివారం. రేఖ తన హైస్కూల్ స్నేహితురాలి పుట్టిన రోజని చెప్పి వెళ్ళింది. సాయంత్రం ఐదు గంటలకు వెళింది రాత్రి తొమ్మిది గంటలకు "ఈరోజు ఇక్కడే ఉండి రేపు వస్తాను" అని మెసేజ్ చేసింది. నేను ఆ మెసేజ్‌ను అరగంట ఆలస్యంగా చూశాను.

"వద్దు. ఇంటికి రా"

"ఎందుకు ఉండకూడదు?"

"ఇది వాదించే సమయం కాదు. ఇంటికి రా. వచ్చిన తర్వాత చెబుతాను"

"ఈమె ఇల్లు చాలా దూరం. నా ఫ్రెండ్స్ ఇక్కడ ఉన్నారు. ఈ సమయంలో ఒంటరిగా రావడం సేఫ్ కాదు"

"అడ్రస్ చెప్పు. నేను వచ్చి తీసుకొస్తాను"

"ఎవరైనా డ్రాప్ చేస్తారేమో అడుగుతాను"

"రెడీగా ఉన్నాను. నువ్వు అడ్రస్ పంపగానే, బయలుదేరుతాను"

"వద్దు. ఇక్కడొక ఫ్రెండ్ డ్రాప్ చేస్తుందట. భోజనం చేసి బయలుదేరటమే"

"సరే, బయలుదేరినపుడు మెసేజ్ చెయ్"

పదకొండు అయినా ఆమె నుండి మెసేజ్ రాలేదు. ఫోన్ చేసినా జవాబులేదు. మళ్లీ మెసేజ్ పంపాను.

"ఇంకా బయలుదేరలేదా?"

"ఈరోజు చాలా మంది ఇక్కడే ఉంటారు. నువ్వెందుకు పట్టుబడుతున్నావు?

ఇంతకు ముందు కూడా నేను స్నేహితుల ఇంట్లో రాత్రి ఉన్నానుకదా?"

"తెలియని మనుషులు, తెలియని ప్రదేశంలో రాత్రి గడపడం మంచిదికాదు. ఇప్పుడే బయలుదేరు"

"ఇంకా భోజనం పెట్టలేదు. భోజనం కాగానే బయలుదేరతాను. నువ్వు పడుకో"

"నువ్వు వచ్చేదాకా నేను పడుకోను"

"నీ ఇష్టం. పడుకోవద్దు"

మరో గంటవరకూ ఆమె నుంచి ఎటువంటి కబురు లేదు.

"బయలుదేరావా లేదా?"

"ఆకలి కడుపుతోనే బయలుదేరుతాను. ఇంకా భోజనం రాలేదు. ఇప్పుడే కేక్ కట్ చేసింది"

ఆమె వచ్చేవరకూ నేను హాలులోనే కూర్చుని కాలం గడిపాను. రాగానే నన్ను నిందిస్తున్నట్టు "చూడు, వచ్చాను" వ్యంగ్యంగా అని మండిపడుతూ గదిలోకి వెళ్ళింది. ఆమె వెనుక అనుసరించిన గాలిలో అనుమానాస్పద వాసనల కోసం వెతికాను.

మొత్తానికి రేఖ సమస్యాత్మకమైన పిల్లగా ఎదుగుతోంది. చిన్న చిన్న విషయాలను మేమే పెద్దగా చేస్తున్నామో లేదా ఆమె చేస్తోందో మాకు తెలిసేదికాదు. ఈ మధ్యనైతే నా అభిప్రాయాలు కొన్నింటిని మగవాళ్ళ అభిప్రాయాలని ఆరోపిస్తూ వాదనను మరో దిశకు మళ్ళిస్తోంది. అప్పుడు తప్పనిసరిగా నేను వారికి ప్రత్యర్థిగా మారుతున్నాను. రేఖ సెలవులో ఊరికి వెళితే ఊపిరి పీల్చుకోవడానికి కాస్త సమయం దొరికేది. ఆమెను అక్కడికి పంపడం విజికి ఇష్టం లేకపోయినా, ఈ ఉపశమనం ఆమె కూడా కోరుకుంటోందని అనిపించేది.

ఈసారి కూడా రేఖ చివరి సంవత్సరపు మొదటి టర్మ్ పూర్తి చేసుకుని సెలవులకు ఊరికి బయలుదేరినపుడు విజి అసంతృప్తితోనే ఒప్పుకుంది. ఊరంటే అది కొండ ప్రాంతంలోని ఒక మారుమూల కుగ్రామం. పోస్టల్ అడ్రస్‌లో 'మావినమనె' అని ఉంది. అక్కడ రెండు తరాల కిందటి వాళ్ళు కట్టించిన, నేను పుట్టి పెరిగిన ఇల్లు ఉంది. అక్కడికి చేరటానికి తారురోడ్డు నుంచి మరలి, మూడు మైళ్ళు మట్టిరోడ్డులో వెళ్ళాలి. తోటలు, పొలాల గట్టులపై చిన్న దారిలో నడిస్తే అరమైలు తగ్గుతుంది. రెండు మైళ్ల దూరంలో ఉన్నది మా ఇల్లొకటే. మా పొలంలోనే నివసిస్తున్న పనివాళ్ళ కుటుంబం తప్ప కూతవేటు దూరంలో ఎవరూ లేరు. చాలా

దగ్గరగా ఉన్న మార్కెట్ టౌన్ ఆరు మైళ్ల దూరంలో ఉంది. పాఠశాల మూడు మైళ్ల దూరంలో ఉంది.

'మావినమనె' గ్రామంలో ఉన్న మా కుటుంబానికి చెందిన తోటలు, పొలాలు అన్నింటిని మా నాన్న తమ్ముడు అంతన్న చూసుకుంటున్నాడు. అతన్ని ఒక్కసారి చూస్తే అతని నుదుటి మధ్య ఉన్న కాసు వెడల్పున్న బొప్పి మరవకుండా చేస్తుంది. మీడియం ఎత్తులో సన్నగా ఉన్నప్పటికీ బలమైన శరీర నిర్మాణంకల మనిషి. నా తండ్రి గోవిందరావు కంటే చిన్నవాడైనప్పటికీ, అందరూ అతన్ని అంతన్నా అని పిలుస్తారు. అతను తోటలో పనిచేసేవారికి అంతయ్యగారు. అంతన్న తోట పనుల్లో నిష్ణాతుడు. తవ్వడం, మట్టిని మోయడం మొదలు ఏ పనికీ వెనుకాడని మనిషి. చెట్లు ఎక్కడంలో నిపుణుడు. ఎత్తయిన కొబ్బరి చెట్టునూ నేలపై నడిచినంత సులువుగా వేగంగా ఎక్కేవాడు. మహా కోపిష్టి, నిక్కచ్చి మనిషి. కొంచెం ఉబ్బినట్టున్న అతని కళ్ళు కోపానికి మరింత ఉగ్రతను ఇచ్చేవి.

'మావినమనె'లో ఫోన్ లేదు. అక్కడ మొబైల్ నెట్‌వర్క్ కూడా దొరకదు. సంవత్సరం క్రితం, ఇంటి నుంచి మైలు దూరంలో ఉన్న ఒక దిబ్బమీద నిలుచుంటే సిగ్నల్ దొరుకుతుందని కనుక్కున్న తర్వాత నాలుగైదు రోజులకు ఒకసారి రేఖ విజికి ఫోన్ చేస్తుండేది. వారానికో, పదిహేను రోజులకో ఒకసారి అంతన్న టౌన్‌కు వచ్చినపుడు రాజారావు కిరాణా కొట్టులోంచి నాతో మాట్లాడి కుశల ప్రశ్నలు ఆరా తీసే పద్ధతి పెట్టుకున్నాడు. ఎంత ఒత్తిడిపెట్టినా అతను మొబైల్ కొనటానికి అంగీకరించలేదు. "అది ఒక తలనొప్పి. శరీరానికి ఒక కొత్త అవయవాన్ని అంటుకట్టినట్లు. ఇక్కడ ఎవరికి ఫోన్ చేయాల్సివుంది? మీతో రోజూ మాట్లాడేది ఏముంటుంది? ఇంట్లో సిగ్నల్ కూడా దొరకదు. అంత అవసరం వస్తే రాజారావుగారి కొట్టులో ఫోన్ ఉందికదా" అని మొబైల్‌ను నిరాకరించాడు. పొలాల గట్ల వెంబడి వెళితే రాజారావు ఇల్లు మా ఇంటికి మూడు మైళ్ల దూరంలో ఉంది. మరీ అంత అర్జెంట్ విషయం ఉంటే రాజారావుగారికి తెలియజేస్తే చాలు, మనిషిని పంపి కబురు అందజేసేవారు. సులభంగా సంప్రదించడానికి దొరకని ప్రదేశం కావడం కూడా రేఖకు ఆ ఊరి పట్ల ఉన్న ఆకర్షణలలో ఒకటి.

మా నాన్నకు తన వంశానికి చెందిన తోటలు, పొలాల బాధ్యత చిన్న వయస్సులోనే భుజాల మీద పడ్డాయి. ఆస్తి పంచుకుంటే అది ఎవరికీ చాలదనే వివేకం ఉండడంతో అన్నదమ్ములు కలిసే ఉండేవారు. అంతన్నకు పిల్లలు లేరు. అతని భార్య రమ మరణానికి అతని కోపిష్టి స్వభావమే కారణమని

మాట్లాడుకునేవారు. భర్త కోపానికి భయపడి ఆమె రొమ్ములోని గడ్డను ఎవరికీ చెప్పకుండా దాచిపెట్టడంతో, చివరికి అది చేయి దాటిపోయింది. ఆమెను పట్టణంలోని ఆసుపత్రికి తీసుకెళ్లింది అంతన్ననే. అక్కడ ఏం చెప్పారో, ఏ మందులు ఇచ్చారో అన్నీ అతనికి మాత్రమే తెలుసు. అక్కడి నుంచి వచ్చిన తర్వాత మంచం పట్టిన ఆమె మళ్లీ లేవనేలేదు.

ఉదయం అందరికంటే ముందే అంతన్న లేస్తాడు. స్నానాలగదిలోని పొయ్యిని వెలిగించే పని అతనిదే. ఇంటి ఆడవాళ్ళు కాస్త ఆలస్యంగా నిద్రలేస్తే అతనికి అసహనం. స్నానాలగదిలోని ఆండా మూతను దఢేల్‌మని మూయడం, కట్టెలకుప్పలోంచి కట్టెలను విసురుగా లాగటం, వంటింట్లో పాత్రలను లాగి చప్పుడు చేయడం, వెనుక తలుపును బలంగా మూయడం– ఇలా కోలాహలాన్ని రేపేవాడు. తల్లితో సూటిగా ఏమీ చెప్పకపోయినా భార్యను తిడితే అది తల్లినీ తాకేలా ఉండేది. రమ చనిపోయిన తర్వాత అతని తిట్లు స్వగతమై, మారిన కాలం వైపు, మొత్తంగా పాడైపోయిన ప్రపంచం వైపు తిరిగాయి. ఆ ప్రపంచంలో స్త్రీలను నిందించడానికి పుష్కలంగా అవకాశాలు ఉన్నాయి.

ఇంత దుడుకువాడైన అంతన్న, మృదు స్వభావి అయిన మా నాన్నగారి ఆధీనంలో ఉండటం ఎలాగన్నది నాకు అర్థం కాదు. సోదరుడనే పెద్దరికం మాత్రమే అందుకు కారణమైతే కుటుంబ వ్యవస్థలో అంతర్లీనంగా వున్న 'పట్టు' పట్ల ఆశ్చర్యం కలుగుతుంది. లేదా నాన్న వ్యక్తిత్వాన్ని నేను తప్పుగా అర్థం చేసుకునివుండాలి. అతను స్వయంగా ఏమీ చేయకుండా, అన్నిటినీ తమ్ముడి చేత చేయించేవాడు. అందులో నన్ను శిక్షించడం కూడా ఉంది. నేను నాన్న కంటే అంతన్నకే ఎక్కువగా భయపడేవాణ్ణి. కొన్నిసార్లు అతను ఊహించని విధంగా పట్‌మని నా వీపునో, భుజాన్నో కొట్టేవాడు. అది కూడా ఈరోజు చేసిన తప్పుని గుర్తుపెట్టుకుని రేపో లేదా మరునాడో కొట్టేవాడు. అతన్ని చూస్తే భయపడటానికి ఇదే ముఖ్యమైన కారణం. కొన్నిసార్లు కొట్టిన తర్వాత, "ఎందుకో చెప్పు?" అని నన్నే అడిగేవాడు. అప్పుడు నేనే కారణం వెతకవలసి వచ్చేది. చెప్పుచెప్పుమంటూ వేధించేటప్పుడు అతనికి తెలియని నా రహస్యాలు కొన్ని బట్టబయలై అందుకు ప్రత్యేకంగా శిక్ష పడేది. నా పదవ తరగతి పూర్తయ్యేవరకూ అప్పుడప్పుడు పైకి లేస్తున్న అతని చెయ్యి, నేను కాలేజీలో చేరగానే బటన్ నొక్కినట్టు చప్పున ఆగిపోయింది. అతని స్వరంలోని దర్పాన్ని తొలి సమావేశంలోనే విజి గుర్తించింది. అన్నిటికి మించి, నేను అతని ముందు సూక్ష్మంగా బెదురుతున్నానని గ్రహించిన ఆమెకు అంతన్న

అంటే ఏమాత్రం పడదు. రేఖ గ్రామానికి వెళ్ళడం విజికి ఇష్టం లేకపోవడానికి ఇది కూడా ఒక కారణం.

చెట్టు ఎక్కే నైపుణ్యాన్ని రేఖకు ఆసక్తితో నేర్పింది అంతన్ననే. రేఖతో తిరుగుతున్నప్పుడు మాత్రం నేనెప్పుడూ చూడని అతని మరో ముఖం బయటికి వచ్చేది. ఆమెకు ఏదీ లేదనేవాడు కాదు. ఎవరిపట్లా చూపించని ప్రేమ ఆమెకే దక్కింది. ఆమె చిన్నతనంలో, అతను తోటలో పనులు చేయించడానికి తిరుగుతున్నప్పుడంతా ఆమె ఎల్లప్పుడూ అతని తోకలా ఉండేది. రేఖ తన సెలవులన్నీ అక్కడే గడిపేది. అంతన్న ఆమెకు 'రెడ్డమ్మా' అని ముద్దు పేరును ఇచ్చాడు. ఆ పేరులో ఉన్న యాజమాన్యపు సూచన చాలదన్నట్టు ఇంటి గేటు పక్కనున్న స్తంభంపై 'రేఖా ఫార్మ్స్' అని రంగులతో రాయించాడు. ఆమెకు పదేళ్ళు వచ్చేవరకూ ప్రతిసారి ఊరి నుంచి బెంగళూరుకు బయలుదేరేటప్పుడు తాను రానంటూ గొడవ చేసేది. ఈ అగ్నికి అంతన్న ఆజ్యం పోస్తున్నాడని విజి కళ్ళు ఎర్రబడేవి.

నా తల్లిదండ్రులు చనిపోయిన తర్వాత ఇంట్లో వంటమనిషి బాయక్క తప్ప ఇతర ఆడవాళ్ళే లేరు. ఆడవాళ్ళు లేని ఇంటికి అమ్మాయిని ఒక్కదాన్నే వారాలకొద్దీ పంపడం విజికి ఇష్టం లేదు. బాయక్క ఉందికదా అని సంజాయిషి ఇచ్చేవాడిని. జనం అంతన్న గురించి చులకనగా మాట్లాడుకోవటం విజి చెవిన కూడా పడింది. "అయ్యో, బాయక్క ముసలిది' అని ఒకసారి చెప్పినందుకు విజి నవ్వి 'ఆమె ముసలిది అయ్యింది ఇప్పుడు' అంది. వాస్తవమేమిటో స్పష్టంగా తెలియని ఈ విషయం చుట్టూ వదంతులు ఎప్పటినుంచో వ్యాపించినా ఊర్లో మా ఇంట్లో ఆ విషయం గురించి ఎవరూ బుర్రపాడుచేసుకోలేదు. అతని గొడవ అతనిది. తాను ఊళ్ళోనే చస్తానని అంతన్న కరాకండిగా చెప్పేశాడు. అందుకే అతను బతికున్నంతవరకూ బాయక్కకు ఆ ఇంటిలోపల ఒక చాప ఉండేది.

అప్పుడప్పుడు అమ్మా నాన్నల మధ్య జరుగుతున్న ఘర్షణల వల్ల, ఇంట్లోని ముగ్గురు పెద్దలు మాట్లాడుకునే కొన్ని నిగూఢమైన విషయాల వల్ల మా కుటుంబంలో నాకు తెలియని రహస్యమొకటి ఉందన్న భావన బాల్యమంతా నన్ను వెంటాడింది. అప్పుడప్పుడు ఇంట్లో సంచరించే ఈ ఏదో ఒకదానికీ, నా తల్లి తమ్ముడు రమణకూ సంబంధం ఉందని కూడా అనిపించేది. కానీ అదేమిటో అప్పట్లో స్పష్టంగా అర్థమయ్యేదికాదు. అటు తర్వాత కూడా ఎవరూ నాకు విప్పి చెప్పకపోయినప్పటికి, క్రమంగా ముక్కలు ముక్కలుగా విన్నవాటిని ఒకదానితో ఒకటి జతపరిచి నా

అవగాహన ఒక రూపాన్ని దాల్చింది.

అమ్మ స్వస్థలం హిత్లకై. అక్కడ నాలుగు ఎకరాల సారవంతమైన తోట వున్న మా తాత ఊళ్ళోని గట్టి ఆసాములలో ఒకరు. పోల్చవలసి వస్తే నాన్నకూ అప్పట్లో 'మావినమనె'లో ఉన్న తోట కూడా నాలుగు ఎకరాలే. అమ్మ పెళ్లయిన మరుసటి సంవత్సరమే మా అమ్మమ్మ తాతయ్యలు, ఏదో పెళ్లికి వెళ్ళినవారు పడవ ప్రమాదంలో చనిపోయారు. ప్రాణాలతో బయటపడిన రమణకు అప్పుడు పదకొండేళ్ళు. ఇల్లు, సారవంతమైన తోటమీద దాయాదుల కళ్ళు పడకముందే, వ్యవహార చతురుడైన అంతన్న, మా నాన్న కలిసి రమణను మా ఇంట్లోనే వుంచుకోవాలని నిర్ణయించుకుని తీసుకుని వచ్చారు. మరుసటి సంవత్సరం హిత్లకైలోని ఇల్లు, తోట అమ్మేసి, మా ఊరిలోనే చెరువు పక్కన నాలుగు ఎకరాల తోట కొన్నారు. ఆ తోట రమణకే చెందిందని, అతను ఆ తోట బాధ్యత తీసుకునేవరకూ తోటనూ, అతన్నీ తానే చూసుకుంటానని, ఊరి పంచాయితీ పెద్దల ఎదుట, దాయాదుల ముందు నాన్న ప్రమాణం చేశాడు. పైకి ఇది ఉదారంగా కనిపించినా దాని వెనుక ఉన్న వాస్తవం వేరు. మా నాన్న ఆ తోటను తన పేరు మీద కొన్నాడు. ఆ విషయం అమ్మకు తెలిసే సమయానికి దాదాపు సంవత్సరం అయిందట. ఆ విషయాన్ని అడిగితే అబ్బాయికి ఇంకా వయసు రాలేదని, వచ్చిన తర్వాత అది అతనికేకదా అనే వాదన సిద్ధంగా ఉండేది. ఆ తోటల మీద తమ్మునికి ఉన్న అధికారాన్ని దొరికిన ప్రతి సందర్భంలోనూ, అమ్మ నొక్కి చెబుతుండేది. ఆమె దాన్ని హిత్లకై తోట అని పిలిస్తే; నాన్న, అంతన్నలు దాన్ని చెరువు దగ్గరి తోట అని పిలిచేవారు. "ఏ పేరుతో పిలిచినా అది ఉన్నట్లే, ఉన్న చోటనే ఉంటుందికదా" అని ఒకసారి నాన్న అన్నప్పుడు, "అలాగైతే 'హిత్లకై తోట' అని పిలుద్దాం" అని ఎదురుదెబ్బ కొట్టింది. దాంతో రెచ్చిపోయిన నాన్న "ఎలా పిలిచినా అది నా పేరు మీదనే ఉంటుంది" అని ఆమెను దెప్పిపొడిచాడు. ఈ విషయంలో ఎవరికైనా ఎదురొడ్డి నిలబడే ధైర్యం, పట్టుదల అమ్మకు ఉండేవి. ఎవరినైనా అంటే ఇంట్లోని ఇద్దరు మగవాళ్ళను అని అర్థం.

నాకు ఒక సంఘటన బాగా గుర్తుంది.

అప్పుడు నా వయసు పదకొండేళ్ళు. ఇంటికి వచ్చిన దూరపు బంధువులు ఇంకా కంచె గేటు దాటలేదు, నాన్న అమ్మ మీద మండిపడ్డాడు.

"హిత్లకై అంట. హిత్లకై. ఇంకోసారి ఇంటికి వచ్చినవారి ముందు ఆ తోట పేరు ఎత్తావంటే చూడు. నువ్వు నాకు వ్యతిరేకంగా మీవైపు వాళ్ళను

కూడగట్టుతున్నావు" అని అరిచాడు.

"నలుగురి ముందు నువ్వు ఇచ్చిన మాటను ఎత్తి చెప్పడంలో తప్పేముంది?"

"నాకు ఎదురుచెప్తావా? నీ తమ్ముణ్ణి సాకటం లేదా? నేను లేకపోయి వుంటే వీధిన పడేవాడు"

"ఆ తోట పంట ముందు అదేమీ ఎక్కువ కాదు"

"ఈ యువరాజు అక్కడ కష్టపడతాడా?"

"ఇప్పుడు అతనికి పద్దెనిమిది దాటిందికదా. అతని పేరు మీద మార్చండి"

"అతను ఊరికి వచ్చి ఉంటానని చెప్పనీ. అదే రోజున మార్చుతాను"

"ఇదొక సాకు"

అదే సమయంలో లోపల వంటింట్లో అంతన్న రమను కోప్పడసాగాడు. నీటి చెంబు ఆమె చేతి నుంచి జారిపడటాన్ని మహా నేరంగా పరిగణిస్తూ అతనికంఠం క్షణ క్షణానికి పెరగసాగింది. అతని కేకల లక్ష్యం కేవలం అతని భార్య మాత్రమే కాదు; అది ఇంటి ఆడవాళ్ళకి చేసిన ఒక హెచ్చరిక. వదినకు సూటిగా చెప్పలేని విషయాన్ని ఇలా పరోక్షంగా తెలియజేసేవాడు.

"చేయి జారుతుంది. ఒంట్లో కొవ్వు పెరిగితే జారక ఏమి?"

"ఊఁ..."

"మాటకు మాట, మాట్లాడవద్దు అన్నాను. తిరిగి జవాబివ్వడం నేర్పాల్సిన అవసరం లేదు. మిమ్మల్నందరినీ ఎక్కడ పెట్టాలో అక్కడ పెట్టాలి. పేనుకు పెత్తనం ఇస్తే తలంతా కొరికిందట"

'.....'

"పుట్టింటి నుంచి ఏ ఐశ్వర్యాన్ని తెచ్చావని నీకు ఈ గర్వం?"

'......'

'అబ్బబ్బా, ఎంత మాట. చెక్క నోరు అయివుంటే విరిగిపోయేది. సరిగ్గా రెండు దెబ్బలు వేయకపోతే ఆగిపోయే మాటలు కావవి"

అమ్మ మాటలాపి పెరట్లోకి వెళ్ళిన తర్వాతే అంతన్న ప్రతాపం ఆగింది. భార్యను అదుపులోకి తీసుకురావడం కూడా నాన్న తమ్ముడికి అప్పగించినట్లు ఆనాటి సన్నివేశం ఉంది.

నా తల్లివైపు దాయాదులు అప్పుడప్పుడు వచ్చి రమణను చూసుకుని వెళ్ళేవారు. ఇది తోట విషయంలో నాన్న ఏమీ చేయకుండా

అమ్మ పన్నిన వ్యూహం కూడా కావచ్చు. చదువు పట్ల ఆసక్తి ఉన్న రమణను ప్రోత్సహించి టౌన్‌కు పంపించడం నాన్న, అంతన్నలకు వ్యతిరేక తంత్రం కావచ్చు. ఇప్పుడు అంతా నా ఊహ కావచ్చు. రమణ గురించి నా జ్ఞాపకాలన్నీ అతను సెలవులో ఊరికి వచ్చినప్పటి సంఘటనలతో మొదలవుతాయి. నేను స్కూల్లో చేరుతున్న సమయంలోనే అతను టౌన్‌లో చదువుతున్నాడు.

దురదృష్టం ఏమిటంటే తన తోబుట్టువుకు నమ్మకద్రోహం జరుగుతుందేమోననే కలవరం అమ్మ మనస్సులో ఎప్పుడూ పడగ ఊపుతూ ఆమె మనశ్శాంతిని కలచివేసింది. పుట్టింటి రుణం తీర్చడానికి బదులుగా ఉన్నదంతా దోచుకున్నామనే అపరాధ భావన మానని గాయంలా ఆమెను చివరివరకూ వేధించింది. తన భర్తను కూడా నమ్మలేని ఆమె పరిస్థితి ఎలా ఉండేదనే విషయాన్ని ఇప్పుడు నేను మరింత స్పష్టంగా ఊహించగలను. అప్పట్లో అది కేవలం భార్యాభర్తల చిల్లర గొడవలా కనిపించింది. రాక్షసుడి ప్రాణం చిలుకలో ఉన్నట్లుగా అమ్మ ప్రాణం ఆ తోటలో ఉందని తెలిసిన నాన్న అప్పుడప్పుడు ఆ చిలుకను అదిమి దాన్నుంచి చీత్కారాన్ని వెలువడించేవాడు. తోట ఇంకా తన పేరు మీదనే ఉందని గుర్తుచేసినా చాలు, పుట్టింటికి తన వల్ల అన్యాయం జరిగిందని అమ్మ గిలగిల్లాడేది. భర్త దుర్మార్గపు కృత్యాలతో కలవరపడిన ఆమెకు అతనితో జీవించడం, అందులోనూ అతనికి సేవ చేయడం అసహ్యంగా అనిపించివుండొచ్చు. అది కూడా ఎలాంటి సేవ. నశ్యపు డబ్బి మొదలు కాఫీ లోటా వరకూ, ధోవతి మొదలు ఒళ్ళు తుడుచుకునే తుండుగుడ్డ వరకు, అన్నిటినీ అతని చేతిలో పెట్టాలి. వీటన్నింటి మధ్య అతనికి ఏమైనా పొరపోయిందంటే ఇక కథ ముగిసినట్టే. అతను తారాస్థాయిలో దగ్గిదగ్గి, నోటిలోంచి పేగులు బయటికి తోసుకొస్తున్నట్లు కాండ్రించి, 'పైకప్పు చూడు, పైనున్న బల్లిని చూడు' అని అమ్మ బతిమిలాడుతున్నట్టే కళ్ళు, ముక్కులోంచి నీళ్ళు కార్చుతూ, తల పైకెత్తి, శూన్యపు చూపులతో ఇంటి కప్పును చూస్తుండేవాడు. అతను దగ్గి కాండ్రించేటప్పుడు కలిగిస్తున్న ధ్వని మనిషి శరీరం నుండి వెలువడే శబ్దమని అనిపించనంత భయంకరంగా ఉండేది. ఐదారు నిమిషాల తర్వాత, దగ్గు అదుపులోకి వచ్చి, అతని ముక్కును, నోటిని అమ్మ తుడిచిన తర్వాత, భోజనమో ఫలహారమో మళ్లీ కొనసాగేది. కొన్నిసార్లు కేవలం ఎంగిలి మింగేటప్పుడు కూడా అతనికి పొరపోవటం వల్ల కనీసం వారానికి రెండుసార్లయినా ఇలాంటి భయంకరమైన సంఘటనలు జరిగేవి. ఒకసారి ఒక పెళ్లి ఇంట్లో ఇలా జరగటంతో వెంటనే అమ్మను పిలిచారు. ఆమె మోకాళ్ళ నొప్పులను

దిగమింగుతూ, కుంటుకుంటూ వేగంగా వచ్చిన దృశ్యం ఇంకా కళ్ళముందుంది. నా పెళ్లి రోజున, అతనికి పొరపోకుండా అంతా సజావుగా ముగిసిందని అమ్మ సంతోషపడింది. నడివయసులోనే మొదలైన అమ్మ మోకాళ్ల నొప్పులు, ఎడతెగని శ్రమవల్ల రోజురోజుకూ పెరిగాయి. నాన్న పొరపోయే సమస్యకు చూపిన శ్రద్ధలో పావువంతు ఆమె మోకాళ్ళపై పెట్టివుంటే అవసానదశలో ఆమె నడవలేక మంచం పట్టేదికాదు.

నా బాల్యపు మూలల్లో ఉండే దాగిన ఇలాంటి ఎన్నో సూక్ష్మాతి సూక్ష్మాలను నేను విజికి చెప్పలేదు. వాటిని స్మరించుకోవడం అంటే సుప్త జ్వాలాముఖి దగ్గర సంచరిస్తున్నట్లు అనిపిస్తుంది. అంతేకాకుండా, వీటన్నింటిని ఎక్కువ వివరాలలో విప్పిపెట్టడమంటే కొట్టించుకోవడానికి కర్ర ఇచ్చినట్లే. నా తండ్రి, అంతన్న ఎంత సంజాయిషిలు ఇచ్చినా భార్య పుట్టింటి ఆస్తిని దోచుకున్నవారనే అపఖ్యాతి, ఆ ద్రోహపు మరక మా వంశానికి అంటుకుంది. ఒకసారి కుటుంబ వేడుకల్లో నా చెవిన పడేలా ఒకడు, “వక్కను దొంగిలించినా దొంగ, ఏనుగును దొంగిలించినా దొంగ, అలాంటప్పుడు ఏనుగునే దొంగిలిద్దాం” అని నా వెనుక అన్నది నేను ఎవరితోనూ చెప్పుకోలేదు. పెళ్లి సమయంలో ఇలాంటి వ్యవహారాలు ఇరువైపులవారికి చేర్చే మాయను తెలిసిన నాకు ఈ విషయం విజి కుటుంబానికి విపులంగా తెలిసిందనడంలో సందేహం లేదు. వాళ్ళు మా అందరి గురించి ఏమనుకుని వుండొచ్చు? దేన్ని పరిగణించి, లేదా నిర్లక్ష్యం చేసి, లేదా క్షమించి పెళ్ళికి ఒప్పుకుని వుండొచ్చు? విజి తనంతట తాను ఈ విషయాన్ని ప్రస్తావించకపోవటం వల్ల నేనూ ఈ తేనెతుట్టెకు రాయి విసరలేదు. మా మధ్యని ఎలాంటి సన్నిహిత క్షణాలోనూ ఆమె తన మనసులోని ఈ గది తలుపు తెరవలేదు. తలుపు తట్టే ధైర్యం నాకూ రాలేదు.

❖

5

బయటకు తోయడానికి ఎంత ప్రయత్నించినప్పటికీ, రాజా, నందాల సమావేశం ఆదివారమంతా మనస్సును ఆక్రమించుకుంది. నా సరిహద్దు కావలనున్నది ఏదో లోపలికి రావడానికి తలుపు తడుతున్నట్టు అనిపించసాగింది. బయటికి ఎంత ధైర్యం ప్రదర్శించినా విజి కూడా కలవరపడటం నాకు అర్థమైంది. మొట్టమొదటిసారి ఇలాంటి జనం ఇంటి లోపలికి వచ్చి అతిథుల స్థానంలో కూర్చున్నారు. ప్రతి చిన్న విషయమూ నా వెనుకటి అభిప్రాయాన్ని బలపరుస్తోంది. రాజా ముఖ లక్షణాల మొదలు అతని ముక్కు పుటాల వరకు. కూర్చున్న భంగిమ నుండి మాటల తీరు వరకు. మధ్యలో నందకు తుమ్ము వచ్చినపుడు, తన దోసిట్లోనే తుమ్మి, చేతులను ప్యాంటు తొడలకు తుడుచుకున్నాడు.

నా అవగాహనకు అందని విషయాలు రేఖ ప్రపంచంలో సంభవిస్తాయని అంగీకరించడం నాకు అంత సులభం లేదు. ఆమె ఇతర విషయాల్లో ఆమె చూపించిన ముందస్తు ప్రౌఢత్వ స్థాయిని ప్రేమకామాల విషయంలో ఆసక్తి చూపటం లేదని నా అభిప్రాయం. విజి దీన్ని ఒప్పుకోదని నాకు తెలుసు. 'అది తండ్రి అనే మగవాడి అభిప్రాయం' అనేది. కూతురును తాను బాగా అర్థం చేసుకుందనో, తనకే ఎక్కువ శ్రద్ధ ఉందనో లేదా ఆమె భావనాత్మకంగా తనకు చాలా దగ్గరనో చూపించుకునే పైపోటీలో నిమగ్నమై, స్పష్టమైన అభిప్రాయాన్ని చేరుకునే సందర్భంలో నేనూ, విజి కూడా మృదువైపోయేవాళ్ళం.

సోమవారం ఉదయం ఇద్దరం ఎప్పటికంటే ఆలస్యంగా నిద్రలేచాం. చాయ్

తాగుతున్నప్పుడు "రాజారావుకు ఫోన్ చేస్తాను. మనకు ఫోన్ చేయమని రేఖకు చెప్పమందాం" అన్నాను.

నిన్నటి రోజున వచ్చినవారి గురించి ఆమెతో మాట్లాడి స్పష్టం చేసుకునేవరకు నా మనసు శాంతించదు.

"నాకూ అలాగే అనిపించింది"

"అతను కబురు అందించేది రాత్రే. ఇక ఆమె ఫోన్ చేసేది రేపే".

ఆమెను తొందరగా చేరుకోగల అవకాశాల గురించి ఆలోచించసాగాను.

"అర్జెంట్ అంటే వెంటనే తెలపకుండా ఉండదు. ఈ రోజుల్లో ఫోన్ ద్వారా చేరుకోలేని ఇల్లు భూమి మీద ఇదొక్కటే" విజిలో కోపం, నిరాశ నాకు కనిపించసాగాయి.

ఆఫీస్‌కు వెళ్ళడానికి రెడీ అవుతుండగా, మధ్యలో బాల్కనీకి వెళ్లి తొంగి చూశాడు. సమస్తమూ సహజంగా కనిపించింది. భవనం ముందు చాలా మంది నడుస్తూ వెళుతున్నారు. నా కల్పనను కాస్త సడలిస్తే చాలు, వాళ్ళలో రాజా, నందాల అనుచరులను చూడవచ్చు. నేను గబుక్కున లోపలికి వచ్చి బాల్కనీ తలుపు మూశాను.

❖❖❖

సాయంత్రం 5 గంటలకు విజికి ఫోన్ చేసినపుడు, ఆమె కాల్ తీసుకోకుండానే మెసేజ్ పెట్టింది. 'అర్జెంట్ కాకపోతే అరగంట తర్వాత నేనే చేస్తాను' అని.

"వెరీ వెరీ అర్జెంట్. ఇప్పుడే ఫోన్ చెయ్. రేఖ విషయం" జవాబిచ్చి ఎదురుచూశాను. రెండుమూడు నిమిషాల వరకూ ఆమె నుంచి ఎలాంటి ప్రతిస్పందన రాకపోవడంతో మళ్లీ ఫోన్ చేశాను.

"ఏమిటి?" విజి గుసగుసలాడగానే మీటింగ్ మధ్యలో ఫోన్ ఎత్తినట్లు అనిపించింది.

"నా మెసేజ్ చూడలేదా?"

"లేదు. ఏమిటో త్వరగా చెప్పు"

"ఇప్పుడే అంతన్న ఫోన్ చేశాడు. రేఖ మొన్న రాత్రే బెంగళూరు బయలుదేరిందట. నువ్వు వెంటనే ఇంటికిరా"

"ఏమిటీ? నువ్వు ఏం చెబుతున్నావు? సరిగ్గా విన్నావు కదా? ఒక నిమిషం ఆగు" ఆమె స్వరం ఒక్కసారిగా మారిపోయింది. క్షీణమైన ఫోన్ కనెక్షన్‌లోనూ,

ఆమె లోపల ఎగిసిన కంపనం తెలుస్తోంది. ఆమె తనతో ఉన్నవారితో 'ఎక్స్క్యూజ్ మీ' అనటం వినిపించింది.

"ఆయన ఏమన్నారు? సరిగ్గా చెప్పు" స్వరం పెద్దదైంది.

మీటింగ్ రూమ్ నుండి బయటకు వచ్చివుండాలి.

"సరిగ్గా రెండుసార్లు విన్నాను. నువ్వు ఇప్పుడే బయలుదేరు"

"ఆయన ఏమన్నారు? మరోసారి చెప్పు"

"తెల్లవారుజామున రాజారావుకు ఫోన్ చేసి అర్జంట్‌గా ఫోన్ చేయమని రేఖకు చెప్పమని అన్నాను. అంతన్న టౌన్‌కి వచ్చి, ఫోన్ చేసి, మొన్న సాయంత్రం నేనే ఆమెను బస్‌కు వదిలివచ్చానుకదా అన్నాడు. నువ్వు ఇప్పుడే రా"

"నేను ఇప్పుడే బయలుదేరుతున్నాను. ఆమె మొబైల్‌కు ఫోన్ చేశావా?"

"స్విచ్ ఆఫ్ అయ్యింది. నువ్వు ముందు బయలుదేరు. ఇప్పుడు నేను ఇంటికి వెళ్ళే దారిలో ఉన్నాను"

విజి కంటే ముందే ఇల్లు చేరుకుని, విజి కోసం ఎదురుచూస్తూ సోఫాలో కూర్చున్నాను.

ఐదు నిమిషాల్లో లిఫ్ట్ డోర్ తెరిచిన చప్పుడైంది. అడుగుల వేగం విజిదే. హడావుడిగా తలుపు తీసుకుని లోపలికి వచ్చింది. తన వెనుక తలుపు మూసి, చేతిలో ఉన్న బ్యాగు, సంచులను కుర్చీ మీదకు విసిరేసి, పొంగుకు వచ్చిన దుఃఖంతో వంద ప్రశ్నలు అడగసాగింది. విసిరిన వేగానికి ఆమె లంచ్ బ్యాగ్ నుంచి తినకుండా ఉండిపోయిన బత్తాయి పండు బయటికి దొర్లింది.

ఉద్వేగంతో, "ఎక్కడికి వెళ్ళింది? మొన్న బయలుదేరి ఉంటే నిన్ననే వచ్చివుండాలికదా" అన్న ఆమె, తర్వాత ఏమీ తోచక, నోరు కట్టివేసినట్టయి ఆర్ద్రంగా "పిల్లకు ఏమైంది?" అని అంటూ వెక్కసాగింది.

ఆమె బాధను ఎలా పంచుకోవాలో తెలియలేదు.

"ఎక్కడికి వెళుతుంది? తప్పకుండా వస్తుంది. చెడుగా ఆలోచించకు" నాకు నమ్మకంలేని మాటలు మాట్లాడాను.

"ఒక్కసారి ఇంటికి రానీ. ఆ పాడు ఊరికి ఇకపై పంపను"

"దానికీ దీనికీ సంబంధం లేదు విజి"

ఇలాంటి సమయంలోనూ ఊరిని సమర్థించే మాట నా నోటి నుంచి రావటంతో కోపగించుకుంది.

"కావాలంటే నువ్వే వెళ్ళి అక్కడ పడివుండు" అంది.

మధ్యమధ్యన ఆమె వెక్కిళ్ల శబ్దం తప్ప మిగతావన్నీ స్తబ్ధమయ్యాయి. ఈ మౌనాన్ని తట్టుకోలేక లేచి బత్తాయి పండు తీసుకుని, ఆమె లంచ్ బ్యాగ్ లోంచి బాక్స్ బయటికి తీసి వంటింటి సింక్‌లో పెట్టబోయాను.

"బాక్స్ వెనుక ఎందుకు పడ్డావు? ఇప్పుడేమి చేయాలో చూడు. ఏదైనా చెయ్యి. ప్లీజ్" అని అరిచింది. ఆ అరుపులో ఏడుపు కలగలిసి ఉంది. ఏదైనా చెయ్యి అనగానే, భుజాలకెక్కిన బాధ్యతను ఎలా మోయాలో తెలియక, బాక్స్‌ను అక్కడే వదిలేసి, వచ్చి సోఫాలో ఆమె పక్కన కూర్చున్నాను.

విజి కంగారుపడడం వల్ల బాధవేసింది. ధైర్యాన్ని ప్రదర్శించడం తప్ప నాకు వేరే మార్గం లేకపోయింది. ఆమె తల వంచుకుని, అరచేతుల్లో ముఖం దాచుకుని కూర్చుంది. ఆమె వీపు మీద చెయ్యి వేసి నిమిరాను. నా చెయ్యి తాకగానే గభాలున లేచి వెళ్ళి ఎదురుగా వున్న కుర్చీలో కూర్చుంది. ఈ ప్రతిస్పందన కొద్ది నిమిషాల క్రితం మా మధ్య జరిగిన మాటల పోట్లాట ప్రతిఫలమో లేక ఈమధ్య ఆమె చూపిస్తున్న మొత్తం అసహనం వేడివల్ల పుట్టిందో తెలియలేదు.

"అంతన్న ఆ సురేశ్‌తో మాట్లాడి మళ్ళీ ఫోన్ చేస్తానని చెప్పాడు. ఎవరో అర్థమైందికదా- ఆ 'సిడినుడి' పత్రిక నడుపుతున్నాడుకదా అతనే. రేఖను వదలడానికి వెళ్ళినపుడు కనిపించాడట. ఎలాగూ అతను ఉన్నాడుకదా అని బస్సు కదిలేవరకూ ఎదురుచూడకుండా అంతన్న ఇంటికి వచ్చాడట. ఇప్పుడు సురేశ్‌ను కలిసి మళ్లీ ఫోన్ చేస్తాడు. కేవలం నెగిటివ్‌గా ఆలోచించకు"

"మంచిగా ఆలోచించటం, పాజిటివ్‌గా ఉండటంలాంటి పొల్లుమాటలను పక్కనపెట్టి, సూటిగా ఏదో ఒకటి ఇప్పుడు చేయాలి. బయలుదేరిన మనిషి వచ్చి చేరలేదంటే ఏమి పాజిటివ్‌గా ఆలోచించాలి?"

మనస్సుకు తోచినట్టు రాళ్ళు విసురుతున్నట్టు కనిపించినా, నేను జవాబివ్వలేదు.

ఆమె మధ్యమధ్యన శబ్దం చేయకుండా వెక్కుతోంది.

"పోలీసు కంప్లయింట్ ఇద్దామా?" అని సూచించాను.

"అంతకన్నా ముందు ఒకసారి ఆ అబ్బాయిలను అడుగుదాం. వాళ్ళు వచ్చింది కూడా శనివారం సాయంత్రమే. నువ్వు వాళ్ళ ఫోన్ నంబర్ తీసుకుని ఉండాల్సింది. ఇప్పుడు వాళ్ళను ఎక్కడని వెతకాలి?"

"ఆమె స్నేహితుల్లో ఎవరి ఫోన్ నెంబర్ అయినా నీ దగ్గర ఉందా? ఉంటే ఆ ఎంపీత్రీ నంబర్ అడుగుదాం" నా ఫోన్ ఓపెన్ చేసి వెతకసాగాను. కాలేజీ

నంబర్ తప్ప ఇంకేమీ దొరకలేదు.

"అతని పేరేమిటి? అదే రిపోర్టర్ రంగన్న. అతనికి తెలిసినవారిని కనుక్కుంటే ఎంపీత్రీ నంబర్ దొరకవచ్చు. దొరకవచ్చేమిటి, తప్పకుండా దొరుకుతుంది" ఇప్పుడు నెమ్మదిగా ఆమెకొక క్లారిటీ ఏర్పడసాగింది.

"ఏదైనా గరాజులోనో, చిన్న కొట్టులోనో అడిగితే అతని ఆచూకి దొరుకుతుంది"

విజి మళ్లీ మండిపడింది.

"సినిమాలో చూపిస్తున్నట్టు లోకం నడుస్తోందని అనుకుంటున్నావా? గరాజుకు వెళితే అడ్రసు దొరకటానికి? మూర్ఖుడిలా మాట్లాడకు"

'మూర్ఖుడు' అన్నందుకు నాకు కోపం వచ్చింది. ఇలాంటి వారికే వాళ్ళతో పరిచయాలు ఉంటాయి. మనలాంటివాళ్ళకు వీళ్ళెవరూ అవసరం లేదు. పోలీసుల కంటే ముందు వాళ్ళ దగ్గరికి వెళ్ళకూడదనిపిస్తుంది. అన్నట్టు, సినిమాల్లో మాదిరి ఎందుకు జరగకూడదు? హిందీ సినిమాలను అనుకరిస్తూ వివాహవేడుకల్లో పిచ్చిపట్టినట్టు డ్యాన్సులు చేయటం లేదా?"

"ఏదో ఒకటి చేద్దాం. వాదిస్తూ ఇంట్లో కూర్చుంటే ఏమీ లాభం లేదు"

ఇంతలో ఫోన్ మోగింది.

"అంతన్న కావచ్చు" అని అంటూ ఫోన్ తీసుకున్నాను.

అటువైపు నుంచి అంతన్న తాను సురేష్‌ని కలిసిన విషయం గురించి చెప్పసాగాడు.

"ఈ రోజు రాత్రికే బయలుదేరి వస్తాం. ఆమె చిన్నపిల్ల. ఇతనికి బాధ్యత ఉండక్కర్లేదా?" నా మాటలు విని, అటువైపు సంభాషణను ఊహించి విజి, "వచ్చిందా? ఎక్కడికి వెళ్ళిందట? ఎవరితో వెళ్ళింది?" అని మధ్యలో తలదూర్చింది. ఒక చేత్తో 'ఆగు' అన్నట్టు సైగచేస్తూ మాటలు కొనసాగించి పూర్తిచేశాను.

"అంతన్న ఆ సురేష్‌ను కలవటానికి వెళ్ళాడట. ఆయన మాటలు వింటుంటే సురేష్‌కు ఏదో తెలిసినట్టుందట. సరిగ్గా మాట్లాడటం లేదట. ఒకటి అడిగితే ఇంకేదో చెప్తున్నాడట. రేపు ఇక్కడికే వస్తుంది చూడండి. గాభరాపడి పోలీసుల దగ్గరికి వెళ్ళకండని అన్నాడట" అంతన్న మాటల సారాంశం చెప్పేటంతలో నేను అలసిపోయాను.

"నీ మాటలు విని ఆమె దొరికిందని అనుకున్నాను. అతనికి పెళ్ళయింది కదా?"

“దేనికి?” విజి అసంబద్ధమైన ప్రశ్న వల్ల చిరాకు వేసింది.

“ఈ పత్రికల వాళ్ళు అపశకునంలా మనకు తగలబడ్డారు”

“ఆమె ఆ కొంపకు వెళ్ళడమే నాకు ఇష్టం లేదు. ఆమెకు ఎందుకు అంత ఆకర్షణ అని ఆలోచించాల్సింది. ఈసారి వెళ్లనని చెప్పిన మనిషి అటుతర్వాత ఒక్కసారిగా బయలుదేరటానికి సిద్ధమైంది. వద్దని ఎంత చెప్పినా మొండిగా పట్టుబట్టి వెళ్ళింది. అవునా? అంత అవసరం ఏముండింది?” అని, మళ్ళీ “ఈరోజే ఊరికి వెళదాం. ఇప్పుడే టికెట్ బుక్ చేస్తాను”

“ఆమె ఊళ్ళో లేకుంటే ఎందుకు వెళ్లాలి? అదేమిటో బాధ్యత అన్నావుకదా?”

“తను ఎదిగిన అమ్మాయి, ఆమెకు తనకంటూ బాధ్యతలు ఉన్నాయి, వస్తుంది, భయపడకండి అని సురేశ్ అన్నాడట. అంతన్నకు అతని మీద నమ్మకం లేదు. మీరిద్దరూ ఇప్పుడే బయలుదేరి రండని అన్నాడు”

“ఇక్కడ పోలీసు కంప్లయింట్ ఇవ్వడం వద్దా?”

“ఇప్పుడు స్టేషన్‌కి వెళ్తే రాత్రి బస్సు పట్టుకోలేం. మొదట మనల్ని ప్రశ్నించడం ప్రారంభిస్తారు. ముఖ్యంగా ఊళ్ళోనే కదా ఆమె ఉండింది. అంత అవసరం వస్తే అక్కడే ఫిర్యాదు చేయడం మంచిది”

“మన ఆఫీసులో జైశంకర్ అని కమీషనర్‌కు కావలసినవాడు ఒకడున్నాడు. అడిగితే సహాయం చేస్తాడు”

“ప్రస్తుతం వద్దు. మొదట ఊరికి వెళదాం”

బస్‌కు టికెట్ బుక్ చేయడానికి ఫోన్ చేశాను. ఎప్పుడూ వెళ్ళే ట్రావెల్స్‌లో చివరి వరుసలో సీట్లు దొరికాయి.

“కేవలం రెండు సీట్లే ఉన్నాయట. పదిహేను నిమిషాలు ఆలస్యం చేసినా దొరికేవికావు అన్నాడు. అదృష్టం మన వైపు ఉంది”

ఇంత చిన్న విషయాన్నీ నేను శుభసూచకమన్నది తనను ఓదార్చడానికేనని ఆమెకు అర్థమైవుండొచ్చు. ఆమెకూడా దాన్ని నమ్ముతుందనడంలో సందేహం లేదు.

సాయంత్రం గడిచి చీకటి కమ్మసాగింది. లేచి వెళ్ళి లైటు వేసుకోవాలనే మనస్సు, శక్తి ఇద్దరికీ లేదు. టిక్కెట్టు దొరికినందువల్ల కాస్త ఊరటగా ఉంది. అంతన్న నుంచి ఫోన్ రావటంతో ఒక భరోసా తీగ దొరికింది. గది మొత్తం చీకటి కమ్ముకున్నప్పుడు లైట్ వేశాను. ఒక్కసారిగా వెలుతురు పడగానే గదిలోని

వస్తువులన్నీ స్పష్టంగా కనిపించాయి. చెల్లాచెదురుగా పడివున్న న్యూస్ పేపర్ చూసి, మడచిపెట్టాలనే తపన కలిగింది. వెంటనే, ప్రస్తుత పరిస్థితి ఎదుట ప్రతిదీ అప్రస్తుతమని అనిపించింది.

సోఫాలో నీరసంగా కూర్చున్న విజి, ముడతలు పడిన చీర కొంగుభాగాన్ని అలవాటుగా తొడపై పెట్టుకుని, అరచేత్తో రుద్దుతూ ముడుతలను సరిచేయసాగింది. క్షణం తర్వాత, ఆమె తాను ఏమి చేస్తుందో అవగాహనకు వచ్చినట్లు, చప్పున ఆపేసింది.

"చాయ్ చేయనా?" అని అడిగాను.

"నాకేమీ వద్దు. ఆమె ఫోన్ కలుస్తుందేమో చూడు"

"అప్పుడే చూశాను. నాలుగుసార్లు ప్రయత్నించాను"

"మరోసారి ఫోన్‌చేసి చూడు"

డయల్ చేశాను.

"అదే. స్విచ్ ఆఫ్ అయినట్టుగా ఉంది"

విజి తన ఫోన్‌తో ప్రయత్నించింది.

"కన్నడలోనే మెసేజ్ వస్తోంది. అంటే కర్ణాటకలో స్విచ్ ఆఫ్ అయింది. మా ఆఫీసులో ఒకడు అబద్ధం చెప్పి అతని ఫోన్ నుంచి వచ్చిన మరాఠీ మెసేజ్‌లతో ఇరుక్కుపోయాడు" మాట్లాడుతూ ఓ అరక్షణం మరో లోకంలోకి వెళ్ళిపోయింది. "నీ ఫోన్ వచ్చినప్పుడు మీటింగ్‌లో ఉన్నాను. కాంట్రాక్ట్ నిర్ణయానికి సంబంధించి క్లయింట్‌తో చివరి మీటింగ్. ఏం చేయాలి. అలాగే లేచి వచ్చేశాను. ఎవరికీ సరిగ్గా ఏమీ చెప్పలేకపోయాను. ఫ్యామిలీ ఎమర్జెన్సీ అని మెసేజ్ పంపాను. హెల్ప్ కావాలా అని అడిగినవారికి థాంక్స్ చెప్పిచెప్పి అలసిపోయాను. ఈ పిల్ల ఎలాంటి కష్టాన్ని తెచ్చిపెట్టిందికదా"

నేను ఏటిఎంకు వెళ్లి కొంత డబ్బు తీసుకుని వస్తాను. ఎందుకైనా అవసరం కావచ్చు" అంటూ వెళ్ళడానికి సిద్ధమయ్యాను.

"ఇది కిడ్నాప్ కేసు కాదుకదా?"

"ఏమేమో ఆలోచిస్తున్నావు? ఏటిఎంలో దొరికేది ఇరవై వేలు. ఎవరైనా మన అమ్మాయి కోసం కేవలం ఇరవై వేలు అడుగుతారా?" అని అంటుండగా సంభాషణలోని అసంబద్ధత స్ఫురించి మౌనం వహించాను.

విజి మనసులో ఏం ఆలోచిస్తోందో ఊహించడానికి సాధ్యం కాలేదు. నేను బాధను తట్టుకోవడానికి ప్రయత్నించడం కూడా ఏదో ఒక పుస్తకం నుండి

తీసుకుని, స్వభావానికి ఒంటబట్టించుకోవడానికి చేస్తున్న కసరత్తులా తనకు కనిపిస్తుందేమో?

"ఆ అమ్మాయి వచ్చిందికదా, సాశానో లేదా శాసానో, ఏమిటి ఆమె పేరు? ఆమె ఫోన్ నంబర్ ఉందా?"

"లేదు. ఏ ఫ్రెండ్ నంబరూ లేదు. అడిగినా ఆమె ఇవ్వదు"

"ఆమెను రాత్రి ఇంట్లో ఉంచుకున్నావు. అయినా ఫోన్ నంబర్ తీసుకోలేదు. బెంగుళూరుకు వచ్చిన రేఖ ఆమె ఇంటికి వెళ్ళలేదుకదా?" అసహనపు మాటలు నా నుంచి బయటికి వచ్చాయి.

"అక్కడికి ఎందుకు వెళుతుంది? రేఖకు ఒక మెసేజ్ పంపుతాను. ఫోన్ కనెక్ట్ అయినపుడైనా చూడనీ" గొడవకు అవకాశం ఇవ్వకూడదని ఫోన్‌లో ముఖం దూర్చి స్క్రీన్‌ని టచ్ చేయసాగింది.

నేను రేఖ గదిలోకి వెళ్ళాను. ఆమె టేబుల్ చక్కగా సర్దివుంది. నా వెనుకే విజి వచ్చింది. "నిన్న నేనే అన్నీ సర్దిపెట్టాను" అంటూ అక్కడున్న వస్తువులను అటు ఇటు జరపసాగింది. నేనూ అక్కడే తిరగసాగాను. ఈరోజు తెలిసిన విషయం వల్ల ఇంతవరకూ సామాన్యమని పట్టించుకోని వాటికి కొత్త అర్థాలు స్ఫురించవచ్చని ఇద్దరం అనిపించింది.

ఏటీఎంకు వెళ్లి డబ్బులు తీసుకుని వచ్చాను. బస్సు బయలుదేరడానికి ఇంకా మూడుగంటలు ఉంది. ఇంటి నుండి బస్టాండ్ అరగంట దారి. ఇద్దరం అన్యమనస్కంగానే మా బట్టలు తీసుకున్నాం. ఆకలి వేసినా తినాలని అనిపించలేదు. ఒత్తిడిపెట్టి కంచంలో కొంచెం అన్నం, పెరుగు వేసి విజికి ఇచ్చాను. ఇటువంటి దుర్భరమైన సందర్భంలోనూ నెమ్మదిగా శరీరపు అలసట, ఆకలి దౌర్బల్యాల మధ్యన భోజనఫలహారాల రూపంలో ప్రాపంచికపట్టు ఆవరిస్తుండటం అవగాహనకు వచ్చింది. దాన్ని ప్రతిఘటిస్తున్న దానిలా ఊరగాయ వడ్డించడానికి వస్తే "వద్దు వద్దు" అని నిరాకరించింది. నాలుగు ముద్దలు తిని, 'ఇక తినలేను' అంటూ వంటింటికి వెళ్ళి కంచం పెట్టి వచ్చింది.

ఆటో ఎక్కి బస్టాండ్ చేరుకున్నాం. బస్టాండ్‌లోని దుకాణంలో అరటిపళ్ళను గమనించి, "తింటావా?" అని అడిగాను.

"వద్దు. ఏమీ సహించటంలేదు. కావాలంటే నువ్వు తిను" అంది.

ఆమె మా ఇద్దరి దుఃఖపు తీవ్రత వేరు వేరుగా ఉందని సూచించినట్లు అనిపించింది.

దుకాణానికి వెళ్లి రెండు వాటర్ బాటిల్స్ తీసుకొచ్చాను.

బస్సు బయలుదేరినప్పుడు, చివరి సీటులో ప్రయాణం చేయాల్సిన ఇబ్బందిని అనుభవిస్తూనే నిద్రపోవడానికి ప్రయత్నించాను. బస్సు చిన్నచిన్న ఊళ్ళను దాటిపోయేటప్పుడు ప్రతి ఊళ్ళోనూ కనీసం రెండు లేదా మూడు స్పీడ్ బ్రేకర్లు ఉండేవి. బస్సు డ్రైవర్‌కు ముందరి చక్రాన్ని స్పీడ్ బ్రేకర్ మీదుగా ఎక్కించేటప్పుడు ఉన్న సహనం వెనుక చక్రాన్ని దాటించే వరకూ ఉండేది కాదు. ఎదుట చీకట్లో పరిచివున్న ఖాళీ రోడ్డు ప్రలోభాన్ని తప్పించుకోవడం ఎంతటి ఓపిక కలిగిన డ్రైవర్‌కైనా కష్టమని చివరి సీటు అనుభవం చెబుతోంది.

బస్సు ఏదో ఊళ్ళో ప్రవేశించినట్లు కొన్నిసార్లు తగ్గిన బస్సు వేగం వల్లనూ, కొన్నిసార్లు బయట వెలుతురు వల్లనూ తెలుస్తోంది. అప్పుడు స్పీడ్ బ్రేకర్ల కోసం ఎదురుచూడటం. వెనుక చక్రం స్పీడ్ బ్రేకర్ మీదుగా వెళ్ళినప్పుడు వెనుక సీటులో కూర్చున్నవారిని ఎత్తివేసే కుదుపులను తట్టుకోవడానికి సీటు హ్యాండిల్‌ను పట్టుకోవడం. అలా చేసేటప్పుడు ఒకసారి విజి చేతిమీద నా చేయి పడటంతో అప్రయత్నంగా పట్టుకున్నాను. విజి అపరిచితుడి చేయి తాకినట్టు తన చేతిని విదిల్చుకుంది. పట్‌మని చెంప వాయించినట్టు అనిపించింది. ఆమె వైపు తిరిగితే, ఆమె కళ్ళు మూసుకుని కూర్చునివుంది.

కిటికీలోంచి బయట చీకటిని చూస్తూ కూర్చున్నాను. పగటిపూట చాలాసార్లు ప్రయాణం చేసిన దారే ఇది. వెలుతురులో పరిచితమైన ఊళ్ళు నిర్జనమైన రాత్రిలో వేరుగా కనిపిస్తున్నాయి. వేషధారణ తొలగించిన నాటకంలోని పాత్రధారుల్లా గుర్తు దొరకనట్టు ఉన్నాయి.

బస్సు తెల్లవారుజామున ఆరుగంటలకు ఊరి సమీపంలోని క్రాస్‌కు చేరుకుంటుంది. కుడివైపున పెద్ద చెరువు. ఆ క్రాస్‌లో దిగి మూడు మైళ్లు మట్టిరోడ్డులో నడిస్తే ఊరు. నేను ఇక్కడ దిగుతానని బెంగుళూరులోనే చెప్పివుండాల్సింది. లేదా ప్రయాణం మధ్యన అతను విశ్రాంతి తీసుకోవడానికి ఆపిన చోట అతనితోపాటు చాయ్ తాగుతూ పలకరించి ఫలానా చోట ఆపమని అర్థించాలి. ఈ మార్గంలో ప్రయాణించే డ్రైవర్లకు ఈ అభ్యర్థన కొత్త కాదు.

వెలుతురు పరుచుకోసాగింది.

"దిగాల్సిన స్టేజ్ దాటిపోయిందా?" అని సందేహంగా అడిగింది.

"నాకు తెలియకుండా ఉంటుందా?" అని కోపంగా అడిగాను.

బస్సు ఆపగానే కృతజ్ఞతలు తెలిపి ఇద్దరమూ దిగాం.

చుట్టుపక్కల ఉన్న దట్టమైన చెట్ల మధ్య నుంచి తేలికగా వీచే ఉదయపు చల్లటి గాలి హాయిగా ఉంది.

"బస్సులో ఎంత ఉక్క, బయట ఎంత బాగుంది"

విజి 'ఆc' అంది. అంతే. ఈ సమయంలో సంతోషకరమైన విషయాలను గమనించడం కూడా మన దుఃఖానికి ద్రోహం చేసినట్లు ఆమెకు అనిపించివుండొచ్చు.

మాట్లాడకుండా నడవసాగాం. మట్టి రోడ్డు అయినా దుమ్ము లేదు. ఇరువైపులా తోటల పెంపకందారులు అతిక్రమణం వల్ల ముందుకు సాగుతున్న కొద్దీ దారి ఇరుకుగా మారింది. రేఖ ఒక్కతే వచ్చినప్పుడు ఆమె ఇక్కడ ఒంటరిగా నడవటం ఊహించాను. ప్రతిసారి అంతన్న ఆమె కోసం తెల్లవారుజామున క్రాస్ వరకు వచ్చి ఎదురుచూసేవాడు. ఒకటిరెండు సార్లు అతను ఆలస్యంగా రావటం వల్లనో, లేదా బస్సు త్వరగా రావటం వల్లనో ఆమె ఒంటరిగానే వెళ్ళింది. తర్వాత ఆమెకు ఈ సాహసాన్ని, మధ్యదారిలో అంతన్న ఎదురుపడి ఆశ్చర్యపడటాన్ని చెప్పటంలో ఎంత సంతోషమో.

చివరి మలుపు దాటగానే ఇంటి తోట గేటు కనిపించింది. దాని పక్కనున్న గేటుకు అడ్డంగా మూడు మందపాటి వెదురు బొంగులు ఉన్నాయి. తోట చుట్టూ వేసిన తీగ కంచె చుట్టూ దట్టమైన పొదలు, మొక్కలు పెరిగి ఆకుపచ్చని గోడను లేపినట్టుగా వుంది. గేటు నుండి ఇంటివరకూ ఒక కాలిబాట. పెరట్లో రకరకాల పండ్ల చెట్లు. ఇంటికి ఒకవైపున అరటిచెట్ల గుంపు.

ఇంటి ముందు భాగంలో, ఈ చివర నుండి ఆ చివర వరకు అరుగును, అరుగు మధ్యలో ఉన్న మెట్లు రెండు భాగాలుగా విభజించాయి. మెట్లెక్కితే ఇంటి ప్రధాన ద్వారం.

ఇల్లు దగ్గరవుతుండగా విజి "అంతన్న మీద కోపం తెచ్చుకోకు. దానివల్ల ఏమీ మారదు. మాటకు మాట పెరిగి మరో గొడవ వద్దు" అంది

"అక్కడి వరకు వెళ్ళినవాడు బస్సు ఎక్కించకుండా వచ్చాడుకదా అని నాకు కోపం"

ఇంటి ముందున్న అరుగు చేరుకోగానే మా కోసమే ఎదురు చూస్తున్న అంతన్న ప్రత్యక్షమయ్యాడు.

"రండి...రండి" అంటూ ఇద్దరినీ ఆహ్వానించాడు.

చెప్పులు కింద వదిలేసి మెట్లెక్కాం.

"ఏమైనా తెలిసిందా?" నాకు ఓపిక లేకపోయింది.

"లోపలికి రండి, మాట్లాడుదాం" అంటూ ఇంట్లోకి వెళ్ళాడు అంతన్న.

హాలులో నాలుగు కుర్చీలు ఉన్నాయి. ఒక పక్క చెక్క బెంచీ. నేను బాంచీ మీద కూర్చున్నాను. కుర్చీలో అంతన్న కూర్చున్నాడు.

"ముఖం కడుక్కుని వస్తావా. కాఫీ తయారుగా ఉంది"

"అన్ని తర్వాత. ముందు రేఖ విషయం చెప్పు" విసురుగా అన్నానని నేను అనుకున్నా, అతని ముందు మాట్లాడేటప్పుడు అది అప్రయత్నంగా పదును పోగొట్టుకుంది. మారుమాట్లాడకుండా అంతన్న మొదటి నుంచి మొదలుపెట్టాడు.

"ఇంకా కొన్ని రోజులు ఉంటానన్నది, గత శనివారం ఉన్నట్టుండి ఈ రోజే వెళతాను, కాలేజీలో వర్క్ ఉంది, వీలైతే వస్తానని అంది. మళ్ళీ మళ్ళీ వచ్చి వెళ్ళటం ఎందుకు? నాలుగు రోజులు ఉండి వెళ్ళు, ఈరోజు టికెట్ దొరకడం కష్టమని అన్నాను. మీకు తెలుసుకదా, ఒక్కసారి ఆమె తలలో ఏదైనా దూరిందా, దాన్ని చేయకుండా వదలదు. సరేనని అదే రాత్రికి టికెట్ బుక్ చేశాను"

"నేనే వెళ్ళి బస్సు ఎక్కించి రావాలనుకున్నాను. పెద్దన్నకు రిక్షా తీసుకుని రమ్మని చెప్పాను. అక్కడ బస్టాండ్‌లో సురేష్, అతని భార్య కవిత కనిపించారు. కవిత పెద్దమ్మను బెంగుళూరుకు పంపటానికి వచ్చారు. ఆ రోజు బస్సు రావటం ఆలస్యం అన్నారు. మేము బస్ వచ్చేవరకు ఎలాగూ ఇక్కడే ఉంటాం, అనవసరంగా మీరెందుకు వెయిట్ చేస్తారు అన్నాడు సురేష్. రేఖ తరుచుగా అతని ఇంటికి వెళ్ళి వచ్చేదికదా. సరే, వెళ్ళిన రిక్షాలోనే వెళ్ళొచ్చని వచ్చేశాను. నిన్న నీ ఫోన్ వచ్చిన తర్వాతే మళ్ళీ నేను సురేష్‌తో మాట్లాడటానికి వెళ్ళాను. అతడిని నమ్మకుండా వుండాల్సింది"

"అతను ఏమన్నాడు?" విజి ఆగలేకపోయింది.

"ఏమీ స్పష్టంగా చెప్పలేదు. టౌన్‌లో అతనికొక కార్యాలయం ఉంది. ఆఫీసు అంటే ఒక గది మాత్రమే.'ఆమె బస్సులో వెళ్ళిందికదా. నేనే బస్సెక్కించాను. మీకు ఎవరు ఫోన్ చేశారు? ఆమె బెంగుళూరు వెళ్ళకుండా మధ్యలో దిగిపోతే అది నా తప్పు కాదు. ఆమె ఏమైనా చిన్న పిల్లనా? ఆమెకు ఇష్టమొచ్చిన చోటికి వెళుతుంది'–ఇలా బాధ్యత లేకుండా మాట్లాడాడు. నేను దబాయించి అడిగేసరికి – 'వస్తుంది భయపడకండి' అన్నాడు. అతనికి ఏదో తెలుసు. దాచిపెడుతున్నాడు. ఎంత అడిగినా ఇంతకంటే మరో మాట మాట్లాడటం లేదు. ఎన్నిరకాలుగా అడిగినా చెప్పిందే చెబుతున్నాడు"

"ఇప్పుడే అతని ఇంటికి వెళదాం" అంటూ నేను లేచాను.

"అలాగే వెళదాం. అటుతర్వాత అతను బయటికి వెళితే సాయంత్రం వరకూ దొరకడు. పదిగంటలకు ముందు పద్దన్న రిక్షా దొరకదు. అడ్డదారిలో నడిచి వెళితే సురేష్ ఇల్లు మూడు మైళ్ళ దూరంలో ఉంది. సైకిల్ ఒక్కటే ఉంది. చిట్టితల్లి దాన్నే తీసుకుని ఇక్కడంతా తిరిగేది. సురేశ్ ఇంటికి కూడా దాని మీదే వెళ్ళేది"

"ఆమె బయలుదేరిన విషయం ఎందుకు ఫోన్ చేసి చెప్పలేదు? ఇప్పుడు చూడు" దెప్పిపొడవకుండా ఉండలేకపోయాను.

విజి ఏమీ మాట్లాడకుండా కూర్చుంది. "మీరంతా ఎలా ఉన్నారు?" అంటూ బాయక్క కాఫీతో నిండిన లోటాలను తెచ్చింది. విజి బ్యాగ్‌లోంచి బ్రష్ పేస్ట్ తీసుకుని స్నానాలగదికి వెళ్ళింది. నేను కాఫీ లోటా తీసుకున్నాను.

మరో పదిహేను నిమిషాల్లో మేం ముగ్గురం బయలుదేరేందుకు సిద్ధమయ్యాం, దూరం తగ్గుతుందని పొలాలు, తోటలు దాటుకుంటూ వెళ్ళే దారి పట్టాం. దారిపొడవునా సురేష్ గురించి అడిగినట్టల్లా అంతన్న అతని చరిత్రను విప్పి పెట్టాడు.

"నువ్వు చదువుకోవడానికి ఊరు విడిచి వెళ్ళినప్పుడు, అతనింకా చిన్న పిల్లవాడు. అంటే, ఇప్పుడు అతని వయస్సును అంచనా వెయ్యి. అతను నలభైకి దగ్గరగా ఉన్నాడు. ఎం.ఎ. చేసి ఆ తర్వాత లా చేశాడు. భార్య కవిత మంచి అమ్మాయి. ఆమె చాలా ఆత్మీయంగా మాట్లాడుతుంది. ఆమెకు మనుషులు కావాలి. రేఖ అక్కడికి వెళితే భోజనం చేసే వస్తుంది. అతనికి టౌన్‌లోని ఓ కాలేజీలో ఉద్యోగం వచ్చింది. ముఖ్యంగా ఈ పల్లెటూరి కాలేజీకి ఎవరు వస్తారు? అయితే అతను కొంచెం గొడవలమారి. విద్యార్థులను కూడగట్టడం, వారికి విప్లవాత్మకమైన ఉపన్యాసాలు చేయడం ప్రారంభించాడు. పాఠాలు కూడా బాగానే చెబుతాడట. ఆ తర్వాత అక్కడే కొందరితో విరోధం తెచ్చుకుని ఉద్యోగం మానేసి 'సిడినుడి' అనే వారపత్రికను ప్రారంభించాడు. తోటలు ఉన్నాయి. వార్తాపత్రికతో సంసారాన్ని నడపాల్సిన అవసరం లేదు. అయితే పత్రిక బాగానే నడుస్తోందట. స్థానిక వార్తలు, చాడీలు, కొట్లాటలు, వ్యభిచారాలను వీధుల్లోకి తీసుకురావడానికి ఇప్పటి దాకా ఏ పత్రిక లేదు. ఇప్పుడు టౌన్‌లోని దాదాపు అన్ని ఇళ్ళల్లోనూ ఈ పత్రికను తెప్పిస్తారట"

ఒకసారి గౌడ అబ్బాయి బ్రాహ్మణ అమ్మాయితో పారిపోయాడని పుకారు

పుట్టింది. ఇతనే వాళ్ళకు మద్దతు ఇచ్చాడని వార్తలు వచ్చాయి. పోలీసుల గురించి, చట్టం గురించి, మేజర్ అయినవారి గురించి మొదలైనవన్నీ ఇతనే చెప్పించిన ఉపాయమని జనం మాట్లాడుకున్నారు. పారిపోయిన వాళ్ళిద్దరు ఎవరు, కాలేజీ విద్యార్థులా? కాదా? అనే విషయం కూడా ఎవరికీ కచ్చితంగా తెలియదు. అంతా ఊహాగానాలపైనే ఆధారపడింది. కొందరి అభిప్రాయం ప్రకారం, ఇలాంటి విషయాలన్నీ ఊర్లో చర్చకు రావాలని, ఇలాంటి సందర్భం వస్తే ఎవరు ఎటువైపు ఉంటారో తెలియాలని అతనే సృష్టించిన కట్టుకథట. ప్రతివారం అతని పత్రికలో అదే వార్త. ఆ సమయంలో అతని పత్రికకు ఎక్కువ ప్రచారం జరిగింది. చివరివరకూ వాళ్ళెవరో తెలియలేదు. నిజానికి చుట్టుపక్కల ఎవరి ఇంట్లోనూ అలాంటి ఘటన జరిగినట్లు సాక్ష్యాలు లేవు.

"అయితే ఒకటి మాత్రం నిజం. ప్రభుత్వ ప్రణాళికలు, శాఖల లోపాలను గురించి ప్రతి వారం రాస్తాడు. అనుచరులూ ఉన్నారు, శత్రువులూ ఉన్నారు. పత్రికలో తన పేరుకు ముందు పెద్ద అక్షరాలతో ఎంఎ, ఎల్ఎల్బి అని వేసుకుంటాడు. అదే బెదిరింపులా కనిపిస్తోంది. చుట్టుపక్కల ఉన్న పది ఊర్లలో ఏ సమస్య వచ్చినా ఇతనికి మొదట రిపోర్టు అందుతుంది. రెండేళ్ళ క్రితం ఇక్కడ అడవిలో ఇద్దరు నక్సలైట్లను కాల్చి చంపారుకదా, వాళ్ళు అడవిలోకి వెళ్ళే ముందు ఇతన్ని కలిశారట. ఇదంతా ఊహాగానాలు. నిజానిజాలు భగవంతుడికే తెలుసు"

నక్సల్! అది ఎలాంటి పదం. ఎంతటి మైమరిచిన ఘడియలోనూ గొంతులో చిక్కుకునే పదం. అంతన్న నుండి అంత సులభంగా బయటికి వచ్చిందని ఆశ్చర్యం వేసింది. అది లేవనెత్తే జ్ఞాపకాలు తనలో ఇంకా మాసిపోలేదు. ఒక్కసారిగా పుట్టిన అశాంతిని ఛేదిస్తూ అన్నాను– "నేను సురేశ్‌ని చూడలేదు"

"చూసివుంటావు. గుర్తు లేదు. అంతే. దుష్టుడు కాదు. సంఘ సంస్కరణల మత్తు ఎక్కినవారికి ఎక్కడ తప్పుగా కనిపిస్తుందో చెప్పడానికి సాధ్యంకాదు. ఎప్పుడు తలకిందులు అవుతాడో ఊహించడం కష్టం. గడిచిన కోతల సమయంలో రైతులనంతా సమావేశపరిచి పండుగ రోజున పనికి వెళ్ళవద్దని రెచ్చగొట్టాడు. మా కుటుంబానికి చెందిన రైతుకూలీలు సంప్రదాయాన్ని వదలలేని సంకటంలో పదినిమిషాలు వచ్చి చేతులు జోడించి వెళ్ళిపోయారు. ఇతనివి ఇలాంటి కార్యకలాపాలు. సొంత కులానికే వ్యతిరేకంగా మనుషులను ఎగదోస్తున్నావుకదా అని చెప్పబోయినవారికి తనకు కులం లేదన్నాడట. ఇదంతా పత్రికలో రాయటం

వేరు, జిల్లాలోని రాజకీయ నాయకులందరికీ మారుపేర్లు పెట్టాడు. పాఠకులకు మరొకరి విమర్శలను, లోపాలను చదవడం సరదాగా ఉంటుంది. రాసింది అబద్ధమైతే పరువు నష్టం దావా వేయమంటాడు"

కాలిబాట కొండ చివరను చేరింది. అక్కడ నిలబడి అరఘడియ అలసట తీర్చుకున్న తర్వాత అంతన్న కింద ఏటవాలు చివరన చెట్లుమొక్కల మధ్య ఉన్న పెంకుటింటిని చూపించాడు. "అదే సురేశ్ ఇల్లు. అదిగో, ఇంటికి అటు వైపు కనిపించే రోడ్డు హైవేలోకి వెళ్ళి కలుస్తుంది. కారు ఉంటే అతని ఇంటి వరకూ దారి ఉంది"

ముగ్గురమూ కొండ దిగి ఇంటిముందు నిలబడి చూసేసరికి, ఇంటి పక్కనే ఉన్న కొట్టంలో పనిమనిషి ఏదో పని చేస్తూ కనిపించాడు. ఇంటి తలుపు తెరిచి ఉంది. ఇంటి ముందరి ముంగిలిని శుభ్రంగా చిమ్మారు. ఇంటివాళ్ళు ఎప్పుడో లేచి పనిలో నిమగ్నమైన భావన కలిగేలా వాతావరణం నెలకొంది. పాత ఇల్లు. బయట పెద్ద అరుగు. లోపలి ఇంట్లో అంతగా వెలుతురు లేదు. ఎవరి జాడ కనిపించకపోవటంతో అంతన్న 'సురేష్' అంటూ గట్టిగా పిలిచాడు. తలుపు ద్వారబంధానికి కుడివైపున ఒక వృత్తాకారపు పాతకాలపు కాలింగ్ బెల్ బటన్ వుంది. బటన్ నొక్కాను. అది శబ్దం చేయలేదు.

'సురేష్" తలుపు గడియను చేత్తో కొడుతూ అంతన్న మళ్ళీ పిలిచాడు.

సురేష్ భార్య కవిత వచ్చింది. మమ్మల్ని చూసి ఆశ్చర్యంతో, "అరే, ఏమిటి అంతన్నా ఇంత ఉదయమే వచ్చారు? అంతా బాగుందికదా? రండి, లోపలికి రండి" అంటూ ఆహ్వానించింది. 'ఈయన స్నానానికి వెళ్ళారు. తొందరగా వచ్చేస్తారు" లోపలి హాల్లోని కుర్చీలను అటుఇటు జరిపి చిన్న టీపాయ్ మీదున్న పుస్తకాలు తీసిపెట్టింది. చుట్టూ ఉన్న తోట కారణంగా ఇంటి లోపలి గాలికూడా తేమగా ఉంది.

నడిచి రావటంతో అలసిపోయి ముగ్గురం కుర్చీల్లో కూర్చున్నాం.

"చూస్తుంటే మీరు నడిచి వచ్చినట్లున్నారు" అని ఆత్మీయంగా అడిగింది.

"ఈ సమయంలో పెద్దన్న రిక్షా ఎక్కడ దొరుకుతుంది? ఇతన్ని గుర్తు పట్టారుకదా. మా వెంకటరమణ. ఇక ఈమె విజి. ఉదయం బస్సుకు వచ్చారు"

"నాకు ఆమె జ్ఞాపకం ఉంది. ఆమెకు నేను జ్ఞాపకం లేకపోవచ్చు. మీరందరూ రావడం బాగుంది. ఇప్పుడే చాయ్ చేయడానికి నీళ్ళు పెట్టాను. అందరికీ చాయ్ చేస్తాను. మీ అందరికి చాయ్ ఇష్టమేకదా?" కవిత అమాయకమైన

ఉత్సాహం, చురుకైన వ్యక్తిత్వం వాతావరణంలో ఉల్లాసాన్ని నింపాయి.

లోపల నుంచి నీటి చెంబు, లోటా తెచ్చి టీపాయ్ మీద పెట్టి విజి వైపు తిరిగింది. "నేను మిమ్మల్ని ఎప్పుడు చూశానో తెలుసా? చాలా ఏళ్ల కిందటే. మీరు మీ కజిన్ అనఘ పెళ్లికి వచ్చారు. శివమొగ్గలో పెళ్లి చేశారుకదా. ఆ పెళ్లికి నేనూ వచ్చాను. ఆమె మా ఇంటికి ఎన్నిసార్లు వచ్చిందో లెక్కలేదు.

చైతన్యాన్ని చిమ్ముతున్న కవితను చూస్తూ ఒక్క క్షణం మైమరచాను. పని హడావిడిలో కాళ్లకు అడ్డుపడకుండా కాస్త పైకి కట్టిన చీరలోంచి ఆమె మడమలు కనిపిస్తున్నాయి. దానిపై వెండి కడియాలు కనిపిస్తున్నాయి. జుట్టు కుదురుగా వుంది. ఉదయాన్నే తల దువ్వుకుని జడవేసుకుంది. నుదుటిపై కొంచెం పెద్ద కుంకుమ బొట్టు. నవ్వినపుడు ఇరువైపులా స్పష్టంగా కనిపించే చిన్న కోరపళ్ళు. వంటింటి పొయ్యి ముందరి వేడివల్ల ఆమె ముఖం ఎర్రబారింది. నుదుటి మీద చెమట బిందువులు. ఆమె చిన్నచిన్న కదలికల్లోనూ వ్యక్తమవుతున్న చైతన్యానికి ఆశ్చర్యపోయినట్లుగా ఆమెనే చూస్తూ కూర్చున్న విజి ముఖం మీద కూడా ప్రశంసాభావం ఉంది.

"ఈయన ఇప్పుడే స్నానానికి వెళ్ళారు. పెనం పెట్టాను. స్నానం అయ్యేలోపు మీరు ఒక్కొక్క దోసె తినేయండి. తర్వాత అందరం కలిసి ఆయనతోపాటు చాయ్ తాగుదాం" అని కవిత పట్టుబట్టింది. కాల్చిన దోసె పెనం పరిమళాలు అన్ని వైపులా వ్యాపించాయి.

"చాయ్ మాత్రమే చాలు. సురేష్‌తో మాట్లాడి వెళ్ళాలి" వీలైనంత నిర్మోహమాటంగా ఉండేందుకు ప్రయత్నించాను.

"ఎందుకు, టిఫిన్ చేసి వచ్చారా?"

అంతన్న సమాధానం తీక్షణంగా ఉంది. "తినలేదు. ఈరోజు ఏమీ వద్దు. టైమ్ బాగా లేదు"

కవిత కంగారు పడింది. ఆమె తేరుకుని నన్నూ, విజినీ అర్థించింది. "ఉదయం నుంచి కేవలం చాయ్‌తో ఉంటే మళ్ళీ మీరు ఇంటికి నడిచి వెళ్ళాలికదా? అంతన్న నడవగలరు. మీకు అలవాటు లేదు. పైగా ఎప్పుడో కానీ రారు. మీరు తింటే, అంతన్న తింటారు. రండి, లోపలికి రండి. ఇప్పటికే పెనం పెట్టాను"

ఆమె ఆతిథ్యాన్ని ఎలా తిరస్కరించాలో తెలియలేదు. ముగ్గురమూ ఒక్కక్షణం ఏమీ తోచనట్టు కూర్చున్నాం. కవిత ప్రవర్తన చూస్తుంటే రేఖ విషయం ఆమెకు ఏమీ తెలియనట్లుంది.

"ఎందుకు మౌనంగా ఉన్నారు? రండి రండి"

విజినే మొదటి అడుగు పెట్టింది. నడిచి వచ్చిన అలసట, ఆకలితోపాటు దోసె వాసన ఆకర్షణకు మారుమాట్లాడకుండా లొంగిపోయి అనుసరించాను. అంతన్న కూడా వ్యతిరేకించలేదు.

మసకచీకటి కమ్మిన మధ్యగది దాటిన తర్వాత వంటగది. చక్కగా ఉంది. అక్కడక్కడా కూర్చిన గాజు పెంకులు, పెద్ద పెద్ద కిటికీల గుండా లోపలికి వెలుతురు పుష్కలంగా వస్తుంది. ఒకవైపు ఆరు కుర్చీల డైనింగ్ టేబుల్ ఉంది. ఆమె వంటగది గట్టును చూపించింది. "దీన్ని ఈ మధ్యనే చేయించాను. చూడండి, టౌన్‌లోని ఇల్లులాగే ఉందికదా?" వచ్చినవారి చూపులు ఫ్రిజ్ వైపు వెళ్లడం గమనించి, "మా దగ్గర అన్నీ ఉన్నాయి. కానీ కరెంటు లేకపోవటంతో అది కేవలం కబోర్డ్ అయ్యింది" అని తమాషా చేసింది. కవిత టేబుల్ మీద నాలుగు స్టీల్ ప్లేట్లు పెట్టింది. పక్కనే నీళ్ళ లోటాలు.

కవిత అందరి కంచాల్లో చట్నీ వడ్డించింది. దోసె వేయడానికి నిలుచున్నా ఆమె మాటలు ఆపలేదు. "ఇక్కడ ఏ పనికైనా మనుషులు దొరకడం కష్టమైంది. నిన్న రెండు కొబ్బరికాయలు నేనే ఒలిచాను. కాయలు దించడానికి బతిమిలాడి పిల్చుకునిరావాలి. అడిగితే తప్ప నాలుగు కాయలను ఒలిచిపెట్టి వెళ్ళరు"

"మా సంగతి ఏమిటో తెలుసా? మొన్న శివప్ప పన్నెండు మైళ్ల దూరం నుంచి వ్యానులో తీసుకుని వచ్చాడు. సిటీలో పనులకు వెళతారుకదా కారెక్కి, అలా అయ్యింది కథ. ఐదు గంటలు కాగానే పాంపాం అంటూ హారన్ మోగిస్తూ మోటర్ బండి వచ్చిందా, వీళ్ళు పోలోమంటూ ఎక్కి వెళ్ళిపోతారు. ఇలా అయితే తోటలో పని పూర్తి అవుతుందా?" అంతన్న ఫిర్యాదుల కంతునే విప్పారు.

ఆమె మొదటి దోసె తీసింది. అది ఎవరి కంచంలోనూ వేయలేదు. తర్వాతి దోసె వేస్తున్నప్పుడు, మాకు కలిగిన సందేహాలను నివారించింది. "మొదటి దోసెను కాస్త మందంగా వేయాలి. పెనాన్ని మచ్చిక చేసుకోవడానికి. ఎవరైనా ఇంటికి వచ్చినప్పుడే పెనం మన మర్యాదను తీస్తుందికదా. ఇక ఒకదానిపై ఒకటి పల్చగా గబగబా వస్తాయి చూడండి"

తర్వాత దోసె అంతన్నకు వేసింది. తర్వాతి దోసెను నాకు వేయడానికి వచ్చినపుడు విజికి వేయించాను. విజి మొదటి ముక్క నోట పెట్టగానే "ఎంత బాగుంది" అని పెద్దగా అంది. కవితకు సంతోషం కలిగింది. "మా తోటలోని కొబ్బరికాయకదా? కొబ్బరి దోసెకు మృదువైన కొబ్బరి ఉంటే దాని రుచే వేరు"

అంది

"అదే కొబ్బరికాయతో నాకైతే ఇలా చేయటానికి రాదు" విజి ఆమెకు చెందాల్సిన పొగడ్తలను అందజేసింది.

నాకు దోసె వచ్చినపుడు పెరటి తలుపుల నుండి సురేష్ లోపలికి వచ్చాడు. తెల్లటి పంచె కట్టుకున్నాడు. భుజాల మీద టవల్ వేసుకున్నాడు. మమ్మల్ని చూసి, "మాటలు వినిపించాయి, ఇంత తొందరగా వచ్చింది ఎవరో అనుకున్నాను. ఐదు నిమిషాలు. వస్తాను" అంటూ హడావుడిగా లోపలి గదిలోకి వెళ్ళాడు.

"త్వరగా రండి. గంటల తరబడి చేయకండి" అని కవిత తన భర్తని అరిచి మా వైపు తిరిగింది. నేను చాయ్ చేస్తాను. ఈయనకూ రాగానే చాయ్ కావాలి"

సురేష్ వచ్చేవరకు గడిపిన పదినిమిషాలు చాలా దీర్ఘంగా అనిపించి మా సహనానికి పరీక్ష పెట్టింది. మేము దోసె తినడం పూర్తి చేశాం. కవిత చాయ్‌తో నిండిన కప్పులతో వచ్చింది. ఇంకా సురేష్ రాకపోవడంతో, వచ్చిన వాళ్ళు సహనం కోల్పోతుండటం గ్రహించిన దానిలా, "జుట్టుకు బఫ్ తెచ్చుకోవాలికదా" అని నవ్వుతూ చేతిని నుదుటి ముందు కదిలించి బఫ్ ఆకారంగా చేతిని చూపింది. రాత్రంతా ప్రయాణం, నిన్నటి నుంచి గడిచిన ఒత్తిడితో కూడిన క్షణాలు, రేఖ జాడ తెలుసుకోవటానికి వచ్చి ఆ ఆత్రుత లేనివాళ్లలా దోసెలు తినడానికి కూర్చున్న మాకు– అదంతా వింతగా అయోమయంగా అనిపించింది.

"మిమ్మల్ని ఎదురు చూసేలా చేశాను. మీరు వస్తారని తెలిసివుంటే ముందుగానే స్నానం చేసేవాడిని" సురేష్ క్షమాపణ అడుగుతూ వచ్చాడు. అతను ప్యాంట్, షర్టు వేసుకుని రావటం చూస్తే ఇక బయలుదేరడానికి సిద్ధమైనట్టు కనిపించాడు.

"చాయ్‌కు నీళ్ళు పెట్టిన తర్వాతే నేను స్నానానికి వెళ్ళేది" సమర్థన కోసం భార్యవైపు చూశాడు.

"స్నానం తర్వాత పూజ లేకపోయినా చాయ్ అభిషేకం మాత్రం తప్పదు" అని కవిత నవ్వి అతని చేతికి చాయ్ కప్పు అందించింది.

ఎవరూ ప్రతిస్పందించలేదు. "తాగండి, చాయ్ చల్లారిపోతుంది" అని పెనం దగ్గరికి వెళ్ళింది. వీళ్ళ అభిమానం వల్ల ఇబ్బంది కలగసాగింది.

"ఈరోజు పట్టణంలో డి.సి.వస్తారని తొందరగా బయలుదేరాను. వీళ్ళు లంచం తినకుండా కనీసం ఒక్కటైనా ప్రాజెక్ట్ చేశారా? మేము ఏదైనా రాస్తే

మా మీద అరుస్తారు. నాలుగు పరువు నష్టం కేసుల్లో గెలిచాను. ఇంకా ఏడు వున్నాయి. ఇప్పుడు ఇదంతా అలవాటైంది"

మీసాలు లేని ముఖం. నున్నగా షేవ్ చేసుకున్నాడు. పొడవైన, భారీ శరీరంకల మనిషి. లేత నీలం రంగు షర్టు, నలుపు రంగు ప్యాంటు. లోపలి బనియన్ మెడ దగ్గర తొంగి చూస్తోంది. నుదుటిపై, ముక్కుకొన వద్ద కొన్ని చెమట చుక్కలు మెరుస్తున్నాయి. కొంచెం చదునుగా, వెడల్పుగా వున్న ముక్కుపుటాలు.

"మన దగ్గర మోరల్ ఎడ్యుకేషన్ లేకపోవడమే దీనికి కారణం. సరైన వయసులో పిల్లలకు మంచీ చెడులూ నేర్పకపోతే దేశం ఇలాగే నాశనమైపోతుంది. చెత్త ఇంటి లోపల ఉన్నప్పటికీ అది 'చెత్త' అని తెలిసేలా నేర్పాలి. తెలిసిన తర్వాత ఎత్తి బయటికి పారేయడం నేర్పించాలి"

సురేష్ మాట్లాడుతున్నప్పుడు, అతని బఫ్ వచ్చేలా పైకి దువ్విన జుట్టు విన్యాసాన్ని గమనిస్తున్న నాకు, ఇతను మమ్మల్ని ఇక్కడ కూర్చోబెట్టి లోపల అద్దం ముందు జుట్టులో బఫ్ తెచ్చుకోవడంలో నిమగ్నమయ్యాడని అర్థమై మరింత కోపం వచ్చింది. మేము ఎందుకు వచ్చామని కూడా అడగలేదు. రేఖవిషయాన్ని ఎత్తకుండా వీలైనంత జాప్యం వచేయడానికి అతను ప్రయత్నిస్తున్నట్లు కనిపించింది.

"చూడండి థియోక్రాటిక్ స్టేట్‌లో..." అని సురేష్ కొత్త టాపిక్ ప్రస్తావిస్తూండగా మధ్యలోనే అడ్డుపడుతూ కఠినంగా, "సురేష్, బుకాయింపులు చాలించు, మేము ఎందుకు వచ్చామో మీకు తెలుసు. రేఖ ఎక్కడుంది?"

నా ప్రశ్న వల్ల అతని ముఖంలో కలిగిన సూక్ష్మమైన మార్పును గమనించాను.

"ఈ ప్రశ్న అడగడానికే మీరు దండెత్తి వచ్చారా? నిజం చెప్పాలంటే ఆమె ఎక్కడుందో నాకు తెలియదు" అతనిలో కొంచెం కూడా సంకోచం లేదు.

"ఏయ్, ఏం మాట్లాడుతున్నావ్ నువ్వు? ఆమెను ఏం చేశావ్?" అని అరిచేశాను.

నా చెయ్యి వణుకుతోంది. నాకు తెలియకుండానే లేచి నిలుచున్నాను.

"పదా, పోలీస్ స్టేషన్‌కు. చిన్నపిల్లను అపహరించే దంధా చేస్తున్నాడు బోడివెధవ. ఎక్కడుందో మొదట చెప్పు. థియోక్రాటిక్ స్టేట్ అంట. దాన్ని ముడ్డిలో పెట్టుకో" అని అరుస్తున్నప్పుడు కోపంతో ఒళ్ళంతా అదురుతోంది. నోటి నుంచి మాటలు సరిగా వెలువడటం లేదు.

ఆకస్మాత్తుగా భగ్గుమని ఎగిసిన రగడ వల్ల కవిత ఒక్కసారిగా గాభరాపడుతూ

"అంతన్నా... అంతన్నా..." అంటూ తడబడసాగింది.

సురేష్ కంగారు పడలేదు. "కూర్చోండి. అరవకండి. చెప్పానుకదా, నిజంగానే నాకు తెలియదు. ఆమెను ఎందుకు అపహరిస్తాను? ఆమె ఎక్కడికి వెళ్లినా, ఆమె తన ఇష్టంతో వెళ్ళింది. ఆమె చిన్న పిల్ల కాదు. ఇరవై ఏళ్ల యువతి. మీరు పోలీసుల దగ్గరికి వెళ్ళవచ్చు. అయితే ఒక రోజు వేచి చూడటం మంచిదని నా అభిప్రాయం"

"ఇదంతా ఏమిటండి?" కవిత వాడిన ముఖంతో భర్త వైపు భయంగా చూసింది. 'అపహరణ', 'పోలీస్' అనే మాటలు ఆమెను కలవర పెట్టాయి. అతిథి సత్కారాల ఉత్సాహంలో ఉన్న ఆమెకు ఈ మలుపు ఆశ్చర్యంతో కూడిన షాక్‌ను కలిగించింది.

"మీ ఆయన ప్రతాపం చూడు" అంతన్న మాటలు కవితకు గుచ్చుకున్నాయి.

మా ఆందోళన గురించి ఏ మాత్రం పట్టించుకోకుండా, సురేష్ అంత ప్రశాంతంగా, మాకు పాఠం చెబుతున్న తీరుకు దిగడం చూసి ఇతను బాగా ముదిరిపోయిన వ్యక్తి అని నాకు నిర్ధారణ అయింది. రేఖ ఎక్కడ ఉందో అతనికి తెలుసు అనే భావనతో, ఆమె సురక్షితంగా వుందనే ఆలోచనతో లోలోపల నిశ్చింత కలిగింది. మరుక్షణమే ఈ నిశ్చింత చెదిరిపోయేలా 'యూ రిపోర్టర్' రంగన్న గుర్తొచ్చాడు. మొన్న అంకుల్స్ వచ్చివెళ్ళిన తర్వాత రంగన్న వివరాలు సేకరించాను. అతని పేరు రంగనాథ్. అతను ఒక వారపత్రికలో సాధారణమైన రిపోర్టర్‌గా వుండేవాడు. కథలు, కవితలు రాసుకుంటూ ఉండేవాడు. ఒకసారి అండర్ వరల్డ్ డాన్స్‌పై వరుసగా కథనాలు రాస్తున్నప్పుడు ఏర్పడిన పరిచయాల వల్ల అతని జీవితం మారిపోయింది. దేన్ని దాచిపెట్టి, దేన్ని రాస్తే ఖజానా తలుపులు తెరుచుకుంటాయనే జ్ఞానం కలిగివుండాలి. సొంతంగా వార్తాపత్రిక ప్రారంభించి గన్‌మ్యాన్‌ల మధ్య జీవించే స్థాయికి ఎదిగాడు. గతంలో అతనికి, సురేష్‌కు సంబంధం ఉండొచ్చా, దాన్ని ఇప్పటికీ పోషించుకుంటూ ఉండొచ్చా అనే అనుమానం మనసులో కదిలిపోయింది.

"నువ్వేం మొరుగుతున్నావో తెలుసా?" విజి ఇప్పుడు ప్రారంభించింది.

ఆమె ముఖంలోని తీవ్రతకు సురేష్ భయపడ్డాడు.

"మీ ఆందోళన నాకు అర్థమవుతుంది. నేను చెప్పేది మీరు నమ్మకముంచి వినాలి. నాకు తెలిసినదంతా చెబుతాను. ముందు సావకాశంగా వినండి. నిన్న అంతన్న కూడా వినే ఓపిక లేకుండా అరిచాడు"

రేఖ ఎవరితోనో పారిపోయి ఉంటుందేమో అనే సందేహం మొదటిసారిగా తలెత్తింది. "మా ఇంట్లో ఆమెను స్వతంత్రంగా పెంచాం. దేనికీ లేదు అనకుండా. ఎవరినైనా పెళ్లి చేసుకుంటానని చెప్పినా అంతే"

ఈ విషయం నేనెందుకు ప్రస్తావించానో అర్థమై "మేము కులం గిలం చూసేవాళ్ళం కాదు" అంది విజి.

"అయ్యో, ఆమె అలా పారిపోయేది కాదు. ఆమె కోరుకున్నది బహిరంగంగానే చేస్తుంది. అలాంటిదేమీ లేదు, చింతించకండి"

రేఖను బాగా అర్థం చేసుకున్నవాడిలా, ఆమెకు తానే ఆప్తుడిలా మాట్లాడం విని, నా ఒళ్ళు మండిపోయింది.

"నిన్ను దగ్గరగా రానివ్వడం పొరపాటు. ఎక్కడ పెట్టాలో అక్కడే పెట్టివుంటే బాగుండేది" అంతన్న కంఠం పొడుస్తున్నట్టుగా ఉంది.

"అంతన్నా, నేను ద్రోహం చేశానని భావించకండి"

"ఆమె వచ్చింది నా ఇంటికి. ఆమె బాధ్యత నాది. ఏదైనా పొరబాటు జరిగితే నీ ప్రాణాలు తీస్తాను"

"బెదిరిస్తున్నారా?"

"బెదిరింపు కాదు. చేసి చూపిస్తాను. నిన్ను నమ్మి చెడ్డాను. సెలవుల్లో వచ్చిన అమ్మాయిని గోతిలోకి తోశావు" కోపం వస్తే అంతన్న ముందూ వెనుకా చూసేవాడుకాదు.

దోసె మాడి పొగలు రాసాగింది. కవిత పరుగున వెళ్ళి స్టవ్‌మీద నుంచి పెనం తీసి పక్కన పెట్టింది.

"చివరగా చూసినవాడివి నువ్వే. ఇప్పుడు పోలీస్ స్టేషన్‌కు పదా. ఇంకా ఎదురుచూడలేం" స్థిరంగా, గడుసుగా అన్నాను.

"వెళ్దాం. ఎక్కడికి రమ్మన్నా వస్తాను. ముందు నేను చెప్పేది వినండి. అటుతర్వాత మీరే నిర్ణయించండి" సురేష్ కప్పు తీసుకుని అప్పటికే చల్లబడిన చాయ్ తాగాడు. ఆత్రుత చూపని అతని హావభావాలు మా సహనాన్ని పరీక్షిస్తున్నాయి.

"మీకు తెలుసో తెలియదో. ఆమెకు జర్నలిస్టు కావాలనే కోరిక. ఆమె నా ఆఫీసుకి చాలాసార్లు వచ్చింది. ఏదైనా సాహసంతో కూడిన సమాచారం సేకరించడానికి అవకాశం దొరకాలని అంటుండేది. ఈసారి అలాంటి అవకాశం కనిపించగానే తానే ముందుకు వచ్చింది. మొదట్లో నాకూ నమ్మకం కలగలేదు.

అయితే ఆమెలోని కుతూహలం చూసి అంగీకరించాను. ఆమె తీసుకువచ్చే సమాచారం విస్ఫోటదాయకంగా ఉంటుందని నా అంచనా. చూస్తుండండి. ఆమె ఎలా పేరు తెచ్చుకుంటుందో. భయపడకండి. ఈ రోజు సాయంత్రం లోపల వచ్చేస్తుంది"

"కథలు చెప్పడం ఆపు. ఆమెను ఎక్కడికి పంపావు?" విజి కంఠం ఇప్పుడు వణుకుతోంది.

"ఎలా చెప్పగలం? ఒక దశ తర్వాత స్థలం గురించి నాకూ స్పష్టమైన సమాచారం ఉండదు. ఇదంతా నమ్మకంపై ఆధారపడి ఉంటుంది. ఈరోజు తప్పకుండా వస్తుంది"

"విషయం ఏమిటో స్పష్టంగా చెప్పు"

"దయచేసి ఆమె వచ్చే వరకు ఆగండి. ఆమె ఇష్టానికి వ్యతిరేకంగా ఏమీ చేయలేదు"

అతని మాటలు విని నా కాళ్ళుచేతులు చచ్చుబడ్డాయి. అతను గుట్టుగా ప్రవర్తించడం చూస్తుంటే ఏదో నక్సల్ క్యాంపుకు పంపివుండే అవకాశం తప్ప మరేమీ నాకు స్ఫురించలేదు. వస్తున్నప్పుడు అంతన్న ఈ 'మాట' ఎత్తటంతో అదే మనసులో ఊగిసలాడుతోంది.

"సాహసం మండిపోయింది. ఇంత చిన్న అమ్మాయిని ప్రమాదంలోకి నెట్టడానికి నీకు మనసెలా ఒప్పింది? చిన్నపిల్ల తలలో ఏమేమి నింపావో ఆ దేవుడికే తెలుసు. ఆమెకు కన్నడలో నాలుగు వాక్యాలు రాయటానికి రాదు" అని విజి గద్గదికురాలైంది.

"ఆమెకు ఎన్నడైనా హాని చేస్తానా? కావాలంటే కవితనే అడగండి. ఏ భాషలో రాసినా కన్నడలో దిద్ది ప్రచురిస్తాను" తన ప్రోత్సాహం ఆమె అదృష్టమన్నట్టు సురేష్ మాట్లాడసాగాడు. తననూ ఇందులోకి లాగడంతో కవిత మూర్ఖురాలిలా 'అవునవును' అన్నట్టు తల ఊపసాగింది.

రేఖ ఇతనితో ప్రేమపాశంలో పడలేదుకదా అని ఒక్క క్షణం అనుమానం కలిగింది. తను విప్లవం కోసం తహతహలాడుతున్న ఇరవై ఏళ్ల అమ్మాయి. అతను రేపటి ప్రపంచాన్ని మారుస్తానంటూ, రెచ్చగొట్టేలా మాట్లాడగల మగవాడు. సురేష్ ముఖ కవళికలను నిశితంగా గమనించాను. అయితే ఆకర్షణకు ఏ లాజిక్ కానీ, కారణం కానీ అవసరం లేదనిపించింది. తలలోంచి అలాంటి ఆలోచనలను విదిలించి వేయడానికి ప్రయత్నించాను.

"నీ మూడుకాసుల పేపర్లో ఆమె పేరు తెచ్చుకోవాల్సిన అవసరం లేదు. అందులో వచ్చేదంతా వాళ్ళవీళ్ళ కుటుంబ కలహాల వార్తలే" అని అంతన్న కోపంతో బుసలుకొట్టసాగాడు.

"మీరు ఏమనుకుంటున్నారు? అక్రమాలు కనిపించినట్టల్లా లాగి వీధుల్లో పెట్టాను. నా వార్తలు వాట్సాప్‌లో ఎంత వైరల్ అయ్యాయో తెలుసా? వందలాది మంది చదివి ఫోన్ చేస్తారు. దుర్వాసన వేగంగా వ్యాపిస్తుంది. అంతేకాదు, అది ముక్కును త్వరగా వదిలి వెళ్ళదు"

"ఒకసారి ఆమె రానీ. మళ్ళీ ఇక్కడికి పంపిస్తే అప్పుడు చెప్పండి. నా మీద ఒట్టు" విజి కరాకండిగా చెప్పింది.

అంతన్న గడుసుగా అడిగాడు- "ఎక్కడుందో ఇప్పుడు చెప్పు. వెళ్ళి తీసుకొస్తాం"

"చెప్తున్నానుకదా అంతన్నా. ఈ రోజు సాయంత్రం వస్తుంది"

ఇదంతా తనకు తెలియకుండా, తన ఎదుటే జరిగిందన్నది నమ్మలేనిదానిలా దిక్కుతోచని కవిత మాట్లాడేటప్పుడు తడబడింది. "ఇదంతా ఏమిటండి. మీకు ఏం తెలుసో చెప్పేయండి"

"నువ్వు మధ్యలోకి రావద్దు. తెలిస్తే చెప్పనా?" సురేష్ కసిరి ఆమె వైపు గుర్రుగా చూశాడు.

"ఆమె ఎక్కడ ఉందో తెలియదని అనేవాడివి ఈ రోజు వస్తుందని ఇంత ఖచ్చితంగా ఎలా చెప్తావ్?" కొత్త మెలిక పెట్టాను.

"నాకు ఆమె బాగా తెలుసు. ఆమె వెళ్ళిన పని పూర్తిచేసుకుని వస్తుంది. చాలా గట్టిమనిషి"

ఆమె తనకి దగ్గరి మనిషి అనే భావం అతని మాటల్లో ధ్వనించటం నాకు ఎంత మాత్రం నచ్చలేదు. "నేను చెప్పేది ఇంతే సురేష్. నేను సాయంత్రం వరకు ఎదురు చూస్తాను. ఆలోగా ఆమె రాకపోతే నిన్ను లాక్కుని పోలీసుల దగ్గరికి వెళతాను"

బయలుదేరడానికి లేచాను. అందరం చేతులు కడుక్కోవడానికి స్నానాలగది వైపు కదిలాం.

"ఇక్కడికి వచ్చి చేతులు కడుక్కోండి. ఇక్కడొక బేసిన్ పెట్టించాం" కవిత మమ్మల్ని వంటగది వెనుక తలుపు దగ్గరకు తీసుకువెళ్ళింది. ఆమె ఇంకా పూర్తిగా కోలుకోలేదు. అక్కడున్న వాష్ బేసిన్‌లో వరుసగా ఒకరి తర్వాత ఒకరు చేతులు

కడుక్కుని హాల్లోకి వచ్చాం. చేతులు తుడుచుకోవడానికి టవల్ ఇవ్వడం కవిత మర్చిపోలేదు.

ఇక అక్కడ ఉండడం భరించలేనిదిగా అనిపించసాగింది.

"నిన్ను ఓ కంట కనిపెడతాను. సాయంత్రం లోపల తప్పించుకునిపోగలనని అనుకోవద్దు" అంతన్న ఉగ్రంగా చూస్తూ అన్నాడు.

"ఏం తప్పు చేశానని పారిపోవాలి? మీకు ఇదంతా అర్థం కాదు"

"మీలాంటి అతి తెలివైనవాళ్ళ పని సరిగ్గానే అర్థమవుతుంది. మీ అండర్ గ్రౌండ్ కార్యకలాపాలన్నీ బయటికి రావాలి. ప్రజలకు తెలియాలి"

"అండర్ గ్రౌండ్? ఊఁ... అది మీకు ఒక శబ్ధం మాత్రమే. అన్యాయాన్ని ఎదిరించేవాళ్లు ఇంకా ఉన్నారు. ఎవరి విషయాల్లోనో నేనెందుకు తలదూర్చుతున్నానా అనిపించవచ్చు. అవసరమైనపుడు నేను తలదూర్చేవాడినే. మీరేమైనా అనుకోండి"

"ఈ ఉపన్యాసాన్ని నీ పేపర్ కోసం పెట్టుకో. రేఖ ఎక్కడుందో చెప్పు" విజి ఒత్తిపెట్టింది.

అతను సమాధానం చెప్పలేదు.

అందరం బయటకు వచ్చాం. ముంగిట్లో నిలబడి అంతన్న మళ్ళీ అడిగాడు. "నిజం చెప్పు, ఎన్నిరోజుల నుంచి ఆమెను ఉపయోగించుకుంటున్నావు?"

"మీరు వందసార్లు అడిగినా, నాకు తెలిసినంత వరకే చెప్పగలను"

"మీరందరూ ఇందులో పండిపోయి ఉంటారు. పోలీసుల ఇంటరాగేషన్లకు నోరు విప్పనివారు మేమింత మర్యాదగా ఉంటే చెబుతారని నాకు అనిపించడం లేదు" అని నేను దెప్పిపొడిచాను.

"గాడిదలకు దెబ్బలే కావాలికదా! సరిగ్గా మూడున్నర మంది చదవని అతని న్యూస్ పేపర్‌ను ప్రపంచంలోనే ప్రసిద్ధి చెందిందని అనుకున్నాడు" అంతన్న మరింత కఠినంగా మారాడు.

సురేష్‌కు కోపం రాలేదు. మాటల్లో సమతౌల్యాన్ని కోల్పోలేదు. బదులుగా అతను రేఖను పొగిడాడు. "రేఖ అరుదైన అమ్మాయి. నేటి కాలంలో సమాజం, సంబంధాలు, రాజకీయాల గురించి ఆమె విభిన్నంగా ఆలోచిస్తున్నందుకు గర్వపడాలి. అది వంశపారంపర్యంగా వచ్చినట్టు ఉంది. మీరు ఆమె రాస్తున్న పోస్టలను చూడాలి. చాలా ధైర్యవంతురాలు. ఇక నా పేపర్ కారణంగా ఇద్దరు ముగ్గురికి మంచి జరిగినా చాలు" అన్నాడు.

'వంశం' పేరు ఎత్తగానే అంతన్నకు సర్రున కోపం పెరిగింది. "ఇప్పటి

వరకు నేను చూసింది ఒకే ఒక చెడ్డ విత్తనాన్ని. అది కూడా మా కుటుంబానికి చెందింది కాదు. నీకు సరిగ్గా ఏమీ తెలియకుండా మా వంశాన్ని వీధిలోకి తీసుకునిరాకు" అన్నాడు.

"ఇదంతా మనం ఏ దృష్టితో చూస్తాం అన్నదానిపై ఆధారపడింది అంతన్న. ఎవరో చేసిన అన్యాయాన్ని సరిదిద్దడం తమ బాధ్యత అని గింజుకునేవారూ వుంటారు. సొంత కుటుంబీకుల చేతికి చిప్ప ఇవ్వడానికి వెనుకాడనివారూ వుంటారు"

అంతన్న మరింత రెచ్చిపోయాడు, "గుంభనగా మాట్లాడకు. నా విషయానికి వస్తే, ఏ బోడిముండాకొడుకును నేను ఊరకే వదిలిపెట్టేవాడిని కాదు"

"నీ భార్యను పంపవచ్చుకదా? పరుల ధనాన్ని దానం చేయడం సులభం" అని విజి అంది.

'ఆటకు సరిపోయే దుస్తులు, రథానికి తగిన గుర్రం కావాలికదా?" సురేష్ కొంచెం ముందుకు వంగి గుసగుసగా అన్నాడు.

బయలుదేరే సమయానికి రగడ చేయకూడదని ఎంతో సంయమనంతో ప్రవర్తించాను. 'రాజకీయం', 'ధైర్యం' అనే మాటలు నన్ను కలవరపరిచాయి. "మరో విధమైన ఆలోచన అంటే మీ ఉద్దేశంలో ఏమిటి?"

"ఇప్పుడు దానికి సమయం లేదులేండి. ఈ రోజుల్లో రాజకీయాలు అడుగుపెట్టని చోటుందా? ఆ 'మురికి' వంటగదిలోకీ వచ్చింది. నా సొంత అక్క, భర్త భక్తి ఉన్మాదాన్ని భరించలేక, అతనిని విడిచిపెట్టడానికి సిద్ధంగా వుంది. రోజూ ఫోన్‌లో కుప్పలు తెప్పలుగా వచ్చిపడే చెత్తను ఎంచుకుని చదివి, దాన్ని చెబుతూ, 'దీనికి నీ తమ్ముడు ఏమంటాడు?' అని నిందిస్తాడట.

ప్రతిసారి అతను మాట్లాడటం మొదలుపెట్టగానే నేను భరించలేక ఏదేదో చెబుతాడన్న ఆందోళనతో ఊపిరి అందనట్టు ఉక్కిరిబిక్కిరి అవుతాను. ఇక ఇది చాలానిపించి బయలుదేరాను. 'ఇంకొకసారి చెబుతున్నాను. సాయంత్రం వరకూ టైమ్ ఉంది. ఆ తర్వాత మొదటి నిందితుడివి నువ్వే".

సురేష్ ఇంటి నుంచి బయలుదేరి పదినిమిషాల దారిని దాటేలోగా అందరం అలిసిపోయాం. అంతన్న నిందించసాగాడు-'ఆ పద్దన్న పరమసోమరి. ఆకాశమే మీద పడినా పదిగంటల వరకు రిక్షా బయటికి తీయడు. తనది ఆఫీస్ ఉద్యోగం అనుకున్నాడు. ఊళ్ళోకి మరో రిక్షా వచ్చే వరకూ అతని జోరు కొనసాగుతుంది. ఆ తర్వాత ఎవరు అడుగుతారు? సురేష్ ఇలాంటివారికే మద్దతు ఇస్తాడు. ప్రజలను

ఇబ్బందికి గురిచెయ్యడమే అతని రాజకీయం”

అంతన్న కోపం చల్లారలేదు. “వీడేమి ప్రపంచాన్ని మారుస్తాడు? బఫ్ తీసి దువ్వుకోవడానికి వీడికి అరగంట కావాలి. ఒట్టి పొల్లు మాటలు”

మళ్లీ ఎక్కువగా మాట్లాడకుండా రోడ్డు దాటాం. ఇంటి గేటు దాటుతుండగా పక్కనున్న స్తంభం మీద రాసింది గమనించకుండా ఉండలేకపోయాను.

ఇంట్లో కాలుపెట్టగానే బాయక్క “అందరికీ కాఫీ చేయనా?” అని లోపలి నుంచే అడిగింది.

“కొబ్బరినీళ్లు ఇచ్చేవాడిని. ఇప్పుడు ఒక్క పనివాడూ లేడు. ఆయును రానివ్వు, నేను తీయించి ఇస్తాను” అని అంటున్న అంతన్నతో నేను వద్దనలేదు.

మా మాటలు చెవినపడి బాయక్క అక్కడి నుంచే బిగ్గరగా కేక వేసింది. “ఆయు రాడంట. అతని భార్య వచ్చింది. ఆమె పెరట్లో ఉంది”

ఆయు భార్య పెరట్లోంచి ఇంటి ముంగిట్లోకి వచ్చి మూలన నిలబడింది. అంతన్న అటు వెళ్ళగానే ఏదో గొణుక్కుంది. అది అతనికి మాత్రమే అర్థమయ్యే భాషలో ఉంది. అటుతర్వాత కేవలం అతని అరుపులు వినిపించాయి. “ముందుగానే వచ్చిందా? లేదా నేను చెప్పి పంపిన తర్వాత జ్వరం వచ్చిందా? మొదట్లో అయితే నేనే చెట్టెక్కి ఉండేవాడిని. మీ ఇంటి దగ్గర హొన్నప్ప ఉన్నాడుకదా. అతన్నయినా రమ్మని చెప్పు. అబ్బబ్బా, మీ నాటకాలకు అవార్డులు ఇవ్వాలి” ఆమె పరధ్యానంగా తప్పనిసరి అన్నట్టు వింటూవుంది. ఇవన్నీ ఆమెకూ వినీవినీ అలవాటై వుండాలి.

అంతన్న వాక్ప్రవాహం ఆగిపోగానే “వస్తానయ్యా” అని ఆమె నిర్వికారంగా వెళ్ళిపోయింది.

“హొన్నప్పను పంపు” అని బిగ్గరగా అరుస్తూ అంతన్న హాల్లోకి వచ్చాడు.

“అయ్యో వదిలెయ్. నాకు కొబ్బరి నీళ్ళు వద్దు” అన్నాను.

“నీకు మాత్రమే కాదురా. రేఖ వస్తుందికదా. ఆమెకూ ఇష్టమే. ఇంట్లో ఒక్కటీ లేదు. చూశావుకదా, పల్లెటూరి స్వర్గంలో పనివాళ్ళతో పోట్లాడే సుఖం. మొట్టమొదలు, వాళ్ళను రాజ ఊరేగింపుగా తీసుకుని రావాలి. వచ్చిన తరువాత, వారికి పని చేయాలనే మనస్సు ఉండాలి. ఒకవేళ నేను వారిని తిట్టడం చెవిన పడితే నీ కూతురు నన్ను నిందిస్తుంది. పట్టణ నియమాలను ఇక్కడ పాటించి బతకగలమా? నాకు తెలిసిన మార్గం ఇదొక్కటే. బాధ్యతలు నీ భుజాలమీద పడ్డాక నీ ఇష్టం వచ్చినట్టు చెయ్యమని అన్నాను. ఒక్క మాట అనకుండా ఎవరి నుంచైనా పని చేయించుకోగలమా, చెప్పు? నేను తిట్టినట్టు నటిస్తాను. వాళ్ళు పని చేసినట్లు

నటించాలి” అని అన్నాడు.

అంతన్నకు చెప్పడానికి వంద ఫిర్యాదులు ఉన్నాయి.

“అక్కడ సురేష్ ఇంట్లో సందర్భం కాదు కాబట్టి మాట్లాడలేదు. అతను మొదట ఆయులాంటి వాళ్లనే పాడుచేస్తాడు. తోటల్లో పొలాల్లో పని చేయకుంటే ఇలాంటివారికి వేరే పనేముంది? వీరికి తక్కువ డబ్బులు ఇస్తున్నానా? జనాన్ని రెచ్చగొట్టి తమాషా చూడటమే అతని పని. నినాదాలు చేసే అనుచరులు ఉంటే ఎలుక కూడా పులి అవుతుంది” అన్నాడు అంతన్న.

ఆలోచనల్లో కూరుకుపోయిన విజి చేతిలో కాఫీ తాగిన లోటా పట్టుకుని మౌనంగా కూర్చునివుంది. కొద్దిసేపటి తర్వాత అంతన్న ఇద్దరినీ ఉద్దేశించి, కానీ ఎవరి కళ్లలోకి చూడకుండా ఉపదేశించే తీరులో అన్నాడు. “మనం దేనికో భయపడినట్లు కాదు. తక్కువ మందికి తెలిస్తే దాన్ని నిభాయించడం సులభం. దేన్నీ లోకమంతా టాంటాం చేయాల్సిన అవసరం లేదు. ఆడపిల్లల విషయంలో వీలైనంత మౌనంగా ఉండటం మనకే మంచిది”

విజి ముఖం కందపెట్టుకుని గదిలోకి వెళ్ళింది. నేను మౌనంగా ఉన్నాను. ప్రసంగం ఒక నిలకడకు వచ్చిందన్నట్లు అంతన్న పెరటి వైపు నడిచాడు.

❖

6

భోజనం అయ్యాక కూర్చున్నచోటే కళ్ళు మూతలుపడసాగాయి. విజి కళ్ళు కూడా బరువెక్కాయి. ఇక్కడికి వచ్చినప్పుడల్లా హాలుకు ఆనుకుని ఉన్న గదిని వాడుకునేవాళ్లం. అక్కడే కాస్త నడుము వాల్చుదామని బయలుదేరాను. మంచమెక్కి తలదిండు మీద తలపెట్టగానే, అక్కడ కమ్ముకున్న పరిచితమైన రేఖ పరిమళాన్ని గుర్తించాను. ఆమె కూడా ఇక్కడే పడుకునివుండాలి. కళ్ళు మూసుకోవాలని ఎంత ప్రయత్నించినా నిద్ర పట్టలేదు.

నాకు నిద్రపట్టడం లేదని తెలిసి విజి అంది–"ఈరోజు వస్తుందని సురేష్ మాటలు నమ్మి చేయాల్సిన పనులేవీ మనం చేయడం లేదనిపిస్తోంది"

"సాయంత్రం వరకు ఎదురుచూద్దాం. అటుతర్వాత సురేష్‌కి తిథి పెడతాను"

ఇద్దరూ మళ్ళీ మాట్లాడలేదు.

నాకు చిన్నగా నిద్రమబ్బు పట్టే లక్షణం కనిపించింది. అలసిపోయి శరీరం ఓడిపోయింది. ఏవేవో విషయాలు నా మనసులో మెదలసాగాయి. జైకొట్టే అనుచరుల గురించి అంతన్న చెప్పిన మాటలతో సహా.

ఒకే ఒక్కసారి నాకు అనుచరుల జయజయధ్వానాల మత్తు అనుభవం కలిగింది. కాలేజిలో ఉన్నప్పుడు పరీక్షలను వాయిదా వేయాలని, హాస్టల్ వ్యవస్థను మెరుగుపరచాలని విద్యార్థులంతా సమ్మెకు దిగారు. తరగతులను బహిష్కరించి ఊరేగింపుగా బయలుదేరారు. గుంపులో నడుస్తూ, ఎలాగో ముందు వరుసకు

చేరుకున్నాను. ధిక్కార నినాదాలు చేస్తున్నవాడు నా చేతుల్లో హ్యాండ్ మైక్‌ను పెట్టాడు. వద్దువద్దని నిరాకరించటంతో "ఐదు నిమిషాలు మాత్రమే. నా గొంతు ఎండిపోయింది" అని ఒత్తిడిపెట్టడంతో లొంగాల్సి వచ్చింది. అతను చేసిన సూచన మేరకు 'మా నడక న్యాయం వైపు' అనే తొలి నినాదాన్ని బిగ్గరగా అరవటానికి సిద్ధమయ్యాను. గొంతులో అంత శక్తిలేదు. 'మా నడక' అని మొదటి రెండు పదాలు అరవగానే వెనుకవున్న గుంపు 'న్యాయం వైపు' అంటూ ఒక్కగొంతుతో నినాదాలు చేశారు. వందలాది గొంతుల నుంచి ఒకేసారి చిమ్మిన స్పందన వల్ల ఒళ్ళు జలదరించింది. అనుచరులు ఉన్నారనే అవగాహన కలిగి, రెండవ నినాదం చేసే సమయానికంతా కంఠానికి ప్రత్యేకమైన ఠీవి వచ్చింది. 'కావాలి కావాలి' అనే నినాదానికి 'న్యాయం కావాలి' అనే సమాధానం రాగానే మరింత ఉత్సాహం వచ్చింది. పక్కన నడుస్తున్నవాడు కొత్త నినాదాలు చెప్పించాడు. హ్యాండ్ మైక్ ఝుళిపిస్తూ ముందుకు నడిచాను. ఒకటి రెండు మూడు నాలుగు. కొత్త వార్డెన్ కావలసిందే' నా దరువులకు నృత్యం చేసే జనసమూహంతో పూర్తిగా మత్తెక్కింది. నా బలాన్ని పరీక్షించడానికి వాక్యాన్ని మార్చాను. గుంపు సరిగ్గానే ప్రతిధ్వనించింది. పదినిముషాల తర్వాత నా దగ్గరి నుంచి మైక్ తీసుకోవడానికి మరొకరు వస్తే ఇవ్వాలని అనిపించలేదు. 'ఉండు, ఇస్తాను' అంటూ మరో రెండు సార్లు నినాదాలు చేశాను.

విజి నిద్రలో భారంగా ఊపిరి పీల్చుకోసాగింది. సగం తెరిచిన గది తలుపులోంచి హాలు, హాలు తలుపు నుంచి దానికి అవతలి ప్రాంగణమూ కనిపిస్తోంది. బయట ఎండలో నిశ్చలంగా ఉన్న మొక్కలు, చెట్లు చిత్రంలోపల వున్నట్లు కనిపించాయి. సైకిల్ మీద వచ్చిన పోస్ట్ మ్యాన్ అరుగుమీద కూర్చున్న అంతన్నకు ఒక ఉత్తరం ఇచ్చాడు. దాన్ని విప్పి, చూపులు సారించిన అంతన్న, 'మన సొసైటీ మీటింగ్ నోటీసు' అని స్వగతంగా అనుకుంటూ వినికిడి శక్తి తక్కువ ఉన్న పోస్ట్‌మ్యాన్‌తో గొంతు పెంచి ఉభయకుశలోపరి ముగించి హాలులోకి వచ్చి, తలుపు పక్కనున్న తీగకు ఉత్తరం గుచ్చి, తీగకొక్కెన్ని మళ్ళీ మేకుకు తగిలించాడు.

దాదాపు రెండున్నర అడుగులు ఉన్నటువంటి ఆ మందపాటి తీగకు నాకంటే ఎక్కువ వయస్సుంది. దాని ఒక చివరలో గుచ్చిన ఉత్తరాలు పడకుండా పట్టుకోవడానికి అరచేతి వెడల్పు వ్యాసంలో వృత్తాకారపు చెక్కముక్కను అమర్చారు. మరొక చివర కొక్కీ ఆకారంలో వంగి, మేకుకో, కొయ్యగూటానికో తగిలించడానికి

అనుకూలంగా ఉంది. ఉత్తరాలను గుచ్చడానికి సులభంగా ఉండటం కోసం కొక్కీ చివరన మేకులా చూపుగా ఉంది. మెడవరకూ ఉత్తరాలు ఉన్నప్పటికీ ఆ భారాన్ని తట్టుకునేంత మందమైన తీగ అది.

ఇప్పుడు ఇంట్లో ఎవరూ జ్ఞాపకం చేసుకోవడానికి ఇష్టపడని రమణ ఉత్తరాలు ఒకప్పుడు ఇదే తీగచేత పొట్టలో గుచ్చబడి వేలాడుతున్నాయి.

❖❖❖

ఆ రోజుల్లో చదువుకోవటానికి పట్టణానికి వెళ్ళిని అతి కొద్దిమందిలో రమణ ఒకడు. మా నాన్నకానీ, అంతన్న కానీ 10వ తరగతి దాటి ముందుకు వెళ్ళలేదు. రమణ మొండిపట్టు పట్టినవాడిలా పరీక్షలు దాటుకుని బెంగుళూరు చేరాడు. అక్కడి నుంచి హైదరాబాద్‌కు, తర్వాత వరంగల్‌కు వెళ్లాడు. మా అమ్మకి అప్పుడప్పుడూ ఉత్తరాలు రాసేవాడనటం తప్ప, అతనితో కాంటాక్ట్ తగ్గిపోయింది. అతను ఏం ఉద్యోగం చేసేవాడో ఎవరికీ సరిగ్గా తెలియదు. డబ్బు కోసం డిమాండ్ చేయకపోవడంతో తన కాళ్ళ మీద నిలబడ్డాడని భావించారు.

నా స్మృతిలో ఎంత వెనక్కు వెళ్లినా రమణ ఎప్పుడైనా ఒకసారి సెలవుల్లో ఊరికి వస్తున్న చిత్రమే నా మదిలో మెదులుతుంది. అంతన్నను పిలుస్తున్నట్టు, రమణకూ 'అన్న'ను తగిలించబోయి 'రమణన్న' అని అనడానికి నాలుక తిరగక, అది రమణ్ణ అయి చివరికి రమణ దగ్గరకు వచ్చి ఆగింది. అందువల్ల నాకంటే పెద్దవాడైనప్పటికీ రమణను పేరు పెట్టి పిలవడం అలవాటైంది. అమ్మ ఒకట్రెండు సార్లు 'రమణ మామ' అని పిలవమని సూచించింది. అప్పటికి నేను దిద్దుకునే దశను దాటిపోయాను. రమణకైతే అది ఎలాంటి వ్యత్యాసాన్నీ కలిగించలేదు.

రమణ మనసు ఊళ్ళో నిలవటం లేదని, వెనుతిరిగి పోవటానికే ఎదురుచూస్తున్నాడన్నది అతని ప్రతి సమావేశంలోనూ స్పష్టంగా కనిపించేది. అందరితోనూ స్నేహంగానే ఉన్నా, ఎవరితోనూ మరీ ఎక్కువ చనువుగా ఉండేవాడు కాదు. కొన్నిసార్లు తోటమనిషి ఆయుతో మాట్లాడుతూ బావిగట్టుపైన కూర్చునేవాడు. 'వాడు నీకు ఏం చెప్పాడు?' అని ఒకసారి అంతన్న ఆయును ప్రత్యేకంగా పిలిచి అడగటం గుర్తుంది. ఎవరూ పట్టించుకోని చిన్నచిన్న విషయాల్లో రమణకు తప్పు కనిపించేది. ఇంటి పనిమనుషులకు చాయ్ ఇచ్చే కప్పు నుండి, వారికి ఇచ్చే జీతం వరకు. స్కూలుకి ఇచ్చే విరాళం దగ్గర్నుంచి తోటకు వేసే ఎరువు వరకూ అన్నింట్లోనూ ఏదో లోపం చూసేవాడు. ఇంటికి వచ్చిన రెండుమూడు రోజుల్లోనే ఇదంతా మొదలైంది. రమణ అభిప్రాయాలతో ఏకీభవించని నాన్న, అంతన్నలు

అతనితో వాదనకు దిగకుండా 'అతనికి ఏం తెలుస్తుంది', 'పట్టణంలా కాదు ఇక్కడ' అని అతని వెనుక మాట్లాడుతూ అసహనాన్ని వెళ్ళగక్కేవారు. సహనం కోల్పోయిన ఆవేశపూరితమైన మాటలు అతనికి చెందవలసిన తోటవైపు మరలే ప్రమాదాన్ని గుర్తించినవారిలా రమణతో నేరుగా గొడవకు దిగేవాళ్ళు కాదు. కానీ వాళ్ళిద్దరూ అతను తిరిగి వెళ్ళడం కోసం ఎదురు చూస్తున్నారని నాకు అనిపించేది.

రమణ రావడానికి ఇంకా వారం రోజులు ఉండగానే ఇంట్లో విచిత్రమైన టెన్షన్ వాతావరణం నెలకొనేది. 'ఈసారి అయినా తను వచ్చినపుడు నిర్ణయం జరగాలి' అని అమ్మ అంటున్న మాటలు అనేకసార్లు నా చెవినపడ్డట్టు గుర్తుంది. కానీ ఆ తోట గురించి నిర్ణయించడం అంత సులభం కాలేదు. రమణ ఏ రోజూ దాని గురించి మాట్లాడటం నాకు గుర్తులేదు.

అతను వస్తే అతన్ని తాలూకా ఆఫీసుకు తీసుకెళ్ళి ఏవేవో పనులు చేయించుకోవటానికి జనం ఇంటికి వచ్చేవారు. అతనిలాగా చట్టాల గురించి మాట్లాడి ప్రభుత్వాధికారులను దారికి తీసుకుని రావటానికి ఇంకెవ్వరికీ సాధ్యం కాదని జనం పొగిడేవారు.

'విచిత్రమైన కుర్రవాడు. అతను అంత సులభంగా అర్థం కాడు. చిన్న చిన్న విషయాలకు కూడా బుర్రపాడుచేసుకునేవాడు. బోర్డు మూలలో రాస్తున్న తేదీలలోనూ తేడా ఉండకూడదు. తానే మాస్టారులా ప్రవర్తించేవాడు. ప్రతిదీ భూతద్దంలోంచి చూస్తే బతుకగలమా' అని హెడ్‌మాస్టారు హనుమంతరావుగారు రమణ విషయం వచ్చినప్పుడల్లా సగం గర్వంతో, సగం ఫిర్యాదుతో కూడిన స్వరంతో చెప్పేవారు.

రమణను నిజంగానే ప్రేమించేదంటే నా తల్లి. ప్రేమ, బాధ్యతలు, కర్తవ్యాలు ఒకదానిలో ఒకటి చేరి పుట్టిన బాంధవ్యమది. అతను వచ్చినప్పుడు, ఆమె అతనికి ఇష్టమైన మజ్జిగ దోసె చేసేది. అప్పడాల పచ్చి పిండిని తినడం అతనికి ఇష్టమని ఒకసారి వేసవి అంతా అతను వచ్చేవరకు అప్పడాలు చేయకుండా ఎదురుచూసింది.

నా బాల్యంలో రమణ వస్తే నాకూ సంబరమే. ఏదోఒక కొత్త విషయాన్ని చెబుతున్న అతనితో కలిసి ఉండడం ఎక్కడలేని ఆనందంగా ఉండేది. నేను పుట్టకముందే మానవులు చంద్రుడిపై కాలు మోపారనే విషయాన్ని అతను వర్ణిస్తున్న తీరు ఎంత ఉద్వేగంగా ఉండిందంటే అటుతర్వాత దానికి సంబంధించిన సినిమా చూసినపుడు నిస్తేజంగా అనిపించింది. నేను పెరుగుతున్నట్టల్లా మొదట్లో ఉన్న ఆకర్షణలు తగ్గుతూపోయాయి. రమణ చెప్పిన విషయాలూ, కథలూ మారసాగాయి.

కొన్నిసార్లు అతని ప్రవర్తన అర్థమయ్యేదికాదు. నేను తొమ్మిదో తరగతిలో వున్నప్పుడు, నా మ్యాథ్స్ నోట్‌బుక్ మొదటి పేజీ పైభాగంలో 'శ్రీ' అని రాసివుండటం గమనించి 'దీని అర్థం ఏమిటి?' అని అడిగాడు. అది తొరవె మాస్టారు సూచనల మేరకు రాసిందని తెలియగానే కోప్పడ్డాడు. మాస్టారుగారు 'శ్రీ' అని రాసి, దానికి ఇరువైపులా రెండు నిలువు గీతలు గీయమన్నారు. అది అన్నిటినీ సవ్యంగా, శుభంగా ముగింపజేస్తుందని ఆయన భరోసా ఇచ్చారు. "పిల్లల బుర్రలో ఇలాంటి మూఢనమ్మకాలను నింపేవారు మాథ్స్ ఏమి నేర్పుతారు?" అని మండిపడ్డాడు.

మరుసటి రోజు రమణ పాఠశాలకు వెళ్లి హెడ్‌మాస్టర్‌తో గొడవ పడ్డాడు. తర్వాత, మృదుస్వభావులైన తొరవె మాస్టారు క్లాసులో నా వైపు చూడటమే మానేశారు.

ఊరు విడిచి వెళ్ళగానే రమణతో సంబంధం పూర్తిగా తెగిపోయేది. రెండు నెలలకు ఒకసారి అతని ఉత్తరం వచ్చినపుడే అతని గురించి కొద్దోగొప్పో తెలిసేది. అతని చేతిరాత బ్రహ్మ లిపి. కాగితం మీద కాకి కాలు, పిచ్చుక కాలు పెట్టినట్లు. అందువల్ల అతనికి అదే పేరు వచ్చింది. ఇలాంటి చేతిరాతతో పబ్లిక్ పరీక్షల్లో ఎలా పాసయ్యాడని అతని మాస్టార్లందరూ ఆశ్చర్యపడేవారు. ఒకరైతే అతనికి ఎడమచేత్తో రాయమని సలహా ఇచ్చారని, అందువల్ల రాసే వేగం తగ్గి, అక్షరాలు స్పష్టంగా ఉంటాయని చెప్పారు. స్కూల్లో ఉన్నప్పుడు పరీక్షల భయంతో అదుపులో ఉన్న అతని చేతిరాత, అటు తర్వాత వాటన్నిటి నుండి అతను స్వతంత్రుడైనట్లు పూర్తిగా పట్టాలు తప్పింది. అతనిలా అస్తవ్యస్తంగా, కొక్కిరిబిక్కిరిగా రాయడానికి ప్రత్యేకమైన శక్తి కావాలి. సామాన్యులకు ఇంత నిర్లక్ష్యంగా రాయటం సాధ్యంకాదు. అలాంటి ఒక క్షోభ అంతరంగంలో వేళ్లూనుకున్నప్పుడే అది సాధ్యం. అంతేకాకుండా, వ్యవస్థ పట్ల అతనికి ఉన్న ఉదాసీనత కూడా కారణం అయివుండొచ్చునేమో!

ఉత్తరం కవరుపై అమ్మ పేరు ఉండేది. ఇది నాన్నకూ, అంతన్నకూ అసహనాన్ని కలిగించేది. 'సుందరి' అని రాస్తే ఎవరికి తెలుస్తుంది?' అని వాళ్ళు గొణుక్కుంటున్నప్పటికీ ఉత్తరాలు తప్పనిసరిగా ఇంటికి చేరేవి. 'ప్రియమైన అక్కయ్యకు' అని ఉత్తరం ప్రారంభమయ్యేది. లేదా అలా ప్రారంభమవుతుందని మేము నమ్మాం. కారణం, మొత్తం ఉత్తరంలో ఒక్క పదాన్ని కూడా నేరుగా చదవలేక పోయేవాళ్ళం. కారణం ముడులు ముడులుపడి, మెలికలు తిరిగి, జతకలిసి, జారిపోతున్నట్లు, తోసుకొస్తున్నట్లు, పొంగుకొస్తున్నట్లు, వంకరటింకరగా దొర్లి అర్థంకాని చిత్రాల శ్రేణిలా కాగితంపై ఉన్న లిపి ఏదని చెప్పడం కూడా అసాధ్యం. తన ఈ ప్రతిభ స్వయంగా రమణకూ తెలిసివుండటం వల్ల అతను ఇంటి

చిరునామాను ఎవరిచేతనో రాయించేవాడు. అడ్రస్ జాగాలో ఇంగ్లీషులోని 'టు' ను మాత్రం అతనే రాసేవాడు. రెండు పుల్లలున్న 'టి', సున్నా ఆకారంలో ఉన్న 'ఓ' అక్షరాలను పాడుచేయడం అసాధ్యమని నమ్మేవారు అతను వీటిని ధ్వంసం చేసిన తీరును చూడాలి. కొన్నిసార్లు 'టి' అక్షరం అడ్డు గీత మీద ఉరితాడులా 'ఓ' అక్షరం ఊగుతుండేది. కొన్నిసార్లు అది లంబరేఖను అంటే నిలువు గీత అడుగును హత్తుకుని వుండేది. ఒక్కొక్కసారి దాని నడుమును కరుచుకుని 'టి' అక్షరానికి కడుపు వచ్చినట్లు కనిపించేది. లోపల ఇంగ్లీషులో రాస్తున్న అతని చిరునామా హద్దులు లేకుండా వ్యాపించిన ముళ్లపొదలా ఉండేది.

రమణ ఉత్తరం వచ్చిన రోజున దాన్ని పోస్ట్‌మ్యాన్ నుంచి తీసుకున్న వెంటనే 'రమణ ఉత్తరం' అని నాన్న కేక వేసేవాడు. చాలా సార్లు నేను నాన్నతో కలిసి అరుగుమీద కూర్చుని ఉత్తరం వచ్చిన రోజే చదవాలని ప్రయత్నించాను. నాన్న ఓపిక ఐదు నిమిషాల్లోనే జావకారేది. ఉత్తరంలోని విషయాన్ని గ్రహించడానికి ప్రయత్నించి ఓడిపోయి, చాలాసేపు కష్టపడిన తర్వాత, 'చావనీ, ఏమి రాస్తాడో వీడు, అక్కడ టేబుల్ మీద పెట్టు' అని ఓటమిని ఒప్పుకునేవాడు.

తదుపరి దశలో, ఆ ఉత్తరాన్ని హాలులోని గోడగడియారం కింది బల్లమీద పెట్టేవారు. దానిమీద గాలికి ఎగిరిపోకుండా మెరిసే ఒక పెద్ద తెల్లనిరాయి. ప్రక్కన ఎర్రటి ఇంక్ పెన్ను. వెళ్లేటప్పుడు, వస్తున్నప్పుడు లేదా ఖాళీగా ఉన్నప్పుడు ఇంట్లో వాళ్ళందరూ ఆ ఉత్తరాన్ని చదవడానికి ప్రయత్నించేవారు. మొదటి చూపుకు కేవలం గీతలుగా, కలగాపులగమైన ముగ్గులా అది ఎంతో ప్రయత్నించిన తర్వాత నెమ్మదిగా అర్థమవ్వసాగింది. చదవకుండా తీసుకున్న ఎవరికైనా ఒక పదం స్ఫురించినా, దాన్ని వాళ్ళు ఎర్రఇంకుతో అదే పదం మీది రెండు పంక్తుల మధ్యనున్న ఖాళీలో చిన్నగా రాసేవారు.

అతని ఉత్తరాలలో కొన్నిసార్లు సుసంబద్ధ శబ్దాల అసంబద్ధ సమ్మేళనాలు ఎదురయ్యేవి. ఉదాహరణకు 'నిధుల కొరత ప్రియమైన మూఢనమ్మకాల పూలదండకు పునాది' ఇలా శబ్దాలు ఒకదానికొకటి పొందిక ఉండేదికాదు. క్రియాపదమే లేకపోతే, వాక్యం అర్థం ఏమిటో కూడా తెలిసేదికాదు. ఒకసారి ఒక శబ్దం మనస్సులోకి వస్తే దాన్ని అతని కాకి కాళ్ళు, పిచ్చుక కాళ్ళలలో కూర్చే ప్రయత్నం జరుగుతుందే తప్ప మొత్తం వాక్యంలోని అర్థం వైపు మనస్సు వెళ్ళేదికాదు. తప్పుదారి పట్టించటానికి ప్రతివాక్యంలోనూ అవకాశాలు పుష్కలంగా ఉండేవి. మొత్తానికి కష్టపడి వాక్యరచన చేసిన తర్వాత చాలాసార్లు ఆ

వాక్యానికీ ఉత్తరంలోని మిగిలిన వాక్యాలకూ సంబంధమే ఉండేదికాదు. ఇలా పొందికలేని వాక్యాలు కొట్టివేసి, వాటి పునర్మిళనం ప్రారంభమయ్యేది. 'కేరళలోని వృద్ధమహిళలకు నా మనసును పారేసుకున్నాను' అనే వాక్యం రమణ ఉత్తరాల్లో కనిపించగలిగే వాక్యమే అయినప్పటికీ, దాని తర్వాత వచ్చే 'అందుకే బ్యాంకు వాళ్లు ఇబ్బంది పెడుతున్నారు' అన్నది వెనుకటి పంక్తిలోని అసంబద్ధతను ఎత్తిచూపుతోంది. లేదా 'నా భార్యకు వారం రోజుల నుంచి అనారోగ్యం' అనే వాక్యం తర్వాత 'అని తెలియజేయడానికి సంతోషిస్తున్నాను' అనే వాక్యం ఎలా వస్తుంది? అంతకన్నా ముందు అతనికి భార్యనే లేనప్పుడు?

అమ్మ తాను గుర్తుపట్టిన పదాలను జ్ఞాపకం పెట్టుకుని 'ఇది సరిపోతుందేమో చూడు' అని నా అభిప్రాయం అడిగేది. ఆ తర్వాత ఆమె నా చేత వాటిని రాయించేది. ఆమె ఎన్నడూ అందులో స్వయంగా రాయడం నాకు జ్ఞాపకం లేదు. అప్పుడప్పుడు ఉత్తరం తీసుకుని తదేకంగా చూస్తూ, పదాలను ఊహిస్తూ, దాని ద్వారా ఎక్కడో ఉన్న తమ్ముడిని సంప్రదిస్తున్నట్టు నిలుచున్న ఆమె చిత్రం నా మనస్సులో సజీవంగా ఉంది.

ఒకట్రెండు వారాల్లో ఒక్కటొక్కటిగా ఆ పదాలు అర్థమవ్వసాగి, అది సులభంగా చదవగలిగే స్థాయికి చేరుకునేది. ఆ అడ్డుదిడ్డమైన గీతల నుంచి లిపిని, లిపి నుండి పదాలను, పదాల నుండి అర్ధవంతమైన వాక్యాలను, వాక్యాల నుండి భావార్థాన్ని నిర్మించడమంటే, నాగరికతలో భాష వికాసం చెందిన పూర్తి ప్రయాణాన్ని వేగంగా దాటిపోయినట్లుగా ఉండేది. అతని ఉత్తరం పూర్తిగా చదవగలిగిన ఒకట్రెండు రోజుల్లోనే అమ్మ నా చేత తిరుగు జవాబు రాయించేది. తర్వాత ఉత్తరాన్ని తీగకు గుచ్చి ఆ తీగను మేకుకు వేలాడదీసేవాడిని.

రమణ రాసిన ప్రతి ఉత్తరంలోనూ అమ్మను ఉద్దేశించి ఏదో ఒక విషయం ఉండేది. ఇక్కడ దొరికే పప్పు ఉడకడానికి చాలా సమయం తీసుకుంటుందని ఆమెను దృష్టిలో పెట్టుకుని రాసిన వాక్యం ఉండేది. లౌకిక విషయాల తర్వాత, చివరలో కొన్ని వాక్యాలలో చరిత్ర, రాజకీయపు మాటలు కచ్చితంగా ఉండేవి. అవి కొన్ని పంక్తులు మాత్రమే ఉన్నప్పటికీ, అతని అక్షరాల సంకెళ్లను ఛేదించి వాటిలోంచి అర్థాన్ని వెలికి తీయడం శిలను పిండి నీటిని తీసినట్లుగా ఉండేది. ఇలాంటి ఆలోచనల పరిచయమే లేకపోవటం వల్ల ఎప్పుడూ విననటువంటి బూర్జువా, నియంతృత్వం వంటి పదాలను ఎలా ఊహించుకోవాలి? నాన్న అయితే దానికి 'బంగారు రాత' అని వ్యంగ్యంగా పేరు కూడా పెట్టాడు. అందులో 'ఏదో

ఒకరోజున ప్రజలు వీటన్నిటినుంచి విసిగిపోతారు. సమానత్వపు మాటలను వినిపించుకునే కాలం వస్తుంది' -ఇలాంటి వాక్యాలు ఉండేవి.

రమణ లిపిని అంత సులభంగా చదవటానికి స్వయంగా అతనికే సాధ్యమయ్యేదికాదు. ఒక సెలవు రోజున వచ్చిన అంతన్న అతని చేతిలో ఒక పాత ఉత్తరం పెట్టి, ఒక వాక్యం మీద వేలుపెట్టి, 'ఇది ఏమిటి మహానుభావా, ఏమీ అర్థం కాలేదు' అని ప్రశ్నించాడు. ఎర్రటి సిరాను నింపుకుని రణరంగంలా కనిపిస్తున్న ఉత్తరం పట్టుకుని రమణ ఐదు నిమిషాలు తనుకులాడి "అయ్యో, దీన్నెందుకు చదవాలి? ఇప్పుడు నేనే వచ్చానుకదా" అన్నాడు.

తర్వాత ఎవరూ దాని గురించి పట్టించుకోనప్పటికీ, రమణ చివరి ఉత్తరం సృష్టించిన కోలాహలం మా కుటుంబపు జ్ఞాపకాల్లో స్థిరంగా నిలిచిపోయింది.

అది జూన్ నెల ఆరంభ సమయం. కొన్ని వారాల తర్వాత ప్రారంభమయ్యే ఇంజినీరింగ్ కాలేజీలో చేరటానికి నేను సిద్ధమవుతున్నాను. దీన్ని సాకుగా చూపి నాన్న సత్యనారాయణ పూజ చేయించి బంధువులను పిలిచి భోజనం పెట్టించారు. మొత్తానికి సంతోషం, పండుగ వాతావరణం. మధ్యాహ్న భోజనం అయ్యాక అరుగు మీద ఒక చివరన తాంబూలం సేవిస్తూ కబుర్లు చెప్పుకుంటున్నారు.

అరుగు మరొక చివర పరిచిన చాపలమీద ఆడమేళం చేరింది. అక్కడ పక్కనే ఉన్న బెంచీ మీద వేణుమామి చెవిటిదానిలా నటిస్తూ సంభాషణలన్నీ వింటూ పడుకునివుంది. నడివయసులో భర్త వేణు చనిపోయిన తర్వాత, భర్త ఉమ్మడి కుటుంబంలో పనిచేసుకుంటూ వుండటం ఆమెకు అనివార్యమైంది. ఆమెకొక పేరు ఉందన్న సంగతి విస్మరించి, వేణుకి భార్య అయినందున ఆమెను వేణుమామి అని పిలిచేవారు.

ఇలాంటి ఇళ్లలో పిల్లలు లేని వితంతువుల పరిస్థితి ఏమిటో చాలా తొందరగా అర్థం చేసుకుని వేణుమామి చేపట్టిన వివిధ రక్షణోపాయాల్లో చెవిటితనం ముఖ్యమైనది. భర్త చనిపోయిన షాక్‌తో మొద్దుబారుతున్న తన చెవులు ఇప్పుడు పూర్తిగా వినిపించడం లేదని ఏడాదిలోనే చెవిటిదానిలా స్థిరపడింది. దాన్ని సమర్థించుకోవడానికి ఆమె పెద్ద గొంతుతో మాట్లాడటం ప్రాక్టీస్ చేసుకుంది. చెప్పిన పనిని అరకొరగా చేయడం, ఇంటి మగవాళ్లకు వ్యతిరేకంగా మాట్లాడటం వీటన్నింటికీ చెవిటితనం సహాయంగా ఉండేది. చెవి పరీక్షలకు, హియరింగ్ ఎయిడ్ కొనటానికి అయ్యే ఖర్చుకు భయపడి భర్త కుటుంబంపెద్ద ఆసుపత్రికి వెళ్లకుండా

వాయిదాలు వేయడం ఆమెకు వరమైంది. 'చెవిటిది' అనే బిరుదు తనకు తగిలిందనే విషయం ఆమెకూ తెలుసు. 'ఇష్టమొచ్చినట్టు చెప్పుకోండ్రా. ఎలాగూ నాకు చెవులు వినిపించవు' అని చెప్పుకునే వేణుమామికి ఇప్పుడు వయసు పైబడినా 'చెవిటితనపు' పట్టును సడలించలేదు. 'ఎంత వయసుదాటినా ఆడదాని పరిస్థితి ఏమీ మారదుకదా' అన్నది ఆమె అప్పుడప్పుడు చెప్పే మాట.

కబుర్ల మధ్య, కొందరు ఆడవాళ్ళు వేణుమామిని ప్రశ్నలతో గెలకి, ఆమె మాట్లాడినదానికంతా నవ్వుతున్నారు. ఒక్కోసారి ఎవరూ అడగకపోయినా వేణుమామి తనంతట తానుగా ఏదైనా అనేది.

ఆడవాళ్ళ గుంపులోంచి ఒక స్వరం- "ఆ తిప్పన్నభట్టుగారి కూతురు పెళ్ళికి వెళ్ళానా, అక్కడి వైభవం చూసి మా ఇంటివాళ్ళు నిర్ఘాంతపోయారు. భోజనంతోపాటు కూల్ డ్రింక్స్ ఇచ్చారంటే చూడండి" అంది.

అది విన్న వేణుమామి అటువైపు తిరిగింది.

"అయ్యయ్యో అక్కడికి ఎందుకు వెళ్ళావు? ఆ జనార్ధన ఇంట్లో నీళ్ల కూడా తాగకూడదు. దాన్ని కూడా లెక్కపెట్టే పిసినారి అతను. అతను ఉచ్చులో చేపలు పట్టే రకం" అంది.

ఆమె అసంబద్ధమైన జవాబుకు అందరూ గొల్లుమని నవ్వారు. వేణుమామికీ, ఆ జనార్ధన ఇంటివాళ్ళకూ సరిపోదని తెలిసినవారికి మాత్రం ఆమె మాటలు అంత అమాయకంగా లేవని అర్థమైంది.

వాళ్లంతా నవ్వడం చూసి వేణుమామి మరింత రెచ్చిపోయింది. "నవ్వండే నవ్వండి. ఉన్నది ఉన్నట్లు చెబితే నవ్వుతారు. చెవులు వినిపించవని అనుకోకండి. వినిపిస్తాయి తెలుసా? నేను చెప్పినదానిలో ఏమి తప్పుందని మీరు నవ్వుతున్నారు?" అంది.

"వేణుమామి అమ్మమ్మా, నీకు చెవులు వినిపించవా?" ఒక చిన్న అమ్మాయి ఆమె దగ్గరికి వచ్చి చెవిలో అరిచింది.

"జిలేబి వద్దు మహాతల్లీ. భోజనంలో తిన్నవే ఎక్కువైంది. ఇప్పుడు మళ్ళీ ఎందుకు? చాయ్‌తోపాటు చూస్తాను?" అని బదులిచ్చి చాయ్ తాగేటప్పుడు జిలేబీ కావాలని ఇప్పుడే సూచించింది. దీనికి కూడా ఆ గుంపులో నవ్వులు ఎగిసిపడ్డాయి. ఏ సమయంలో అయినా, ఎన్నిసార్లు చాయ్ ఇచ్చినా తాగటంలో వేణుమామి ప్రసిద్ధురాలు.

ఇలా ఆడవాళ్ళ వైపు నుండి పొంగిన ఆనందపుటలలు, పరనింద చేసే

లఘుహాస్యపు లహరులు మగవాళ్ళ కూర్చున్న వైపుకూ ప్రవహిస్తూ దాన్ని వాళ్ళు కూడా ఆనందిస్తున్నారు. పొట్ట నిండటం వల్ల పుట్టిన బద్ధకం కారణంగానో ఏమో సాధారణంగా బిగుసుకున్నట్టు ఉంటున్న నాన్న కూడా రిలాక్స్ అయ్యాడు.

ఇలాంటి కబుర్ల మధ్యన మరొకామె "మా సునంద భర్తకు శివమొగ్గకు బదిలీ అయింది" అనే విషయాన్ని ప్రస్తావించింది. వేణుమామి మౌనంగా వుండటం వల్ల ఇంకొక ఆమె "వేణుమామి, వినిపించిందా?" అని గుచ్చింది.

వేణుమామి పెద్ద గొంతుతో, "వినిపించింది, వినిపించింది. మా సుజాత, రమణల వివాహం చేసే విషయంలో నేను కలగజేసుకోను. అయితే కానీ, జంట చక్కగా ఉంటుంది".

మళ్ళీ అన్ని వైపులా నవ్వులు. వేణుమామి తన కోరికను ఇలాగే బయటపెడుతుందని తెలియాల్సినవారికి తెలిసింది. సుజాత వేణుమామి బంధువు. వెనుకొకసారి ఇదే ప్రస్తావన వచ్చినపుడు, "మొదట రమణ వివాహానికి అంగీకరించనీ. తర్వాత మిగిలిన విషయాలు" అని అమ్మ అనటం నాకు బాగా జ్ఞాపకం ఉంది.

వేణుమామి చెప్పింది విని–"ఎవరు? మన కాకికాళ్ళ, పిచ్చుక కాళ్ళ రమణనా?" అని ఒకరు ప్రశ్నించారు. మళ్ళీ నవ్వులు. దీని కొస పట్టుకుని మగవాళ్ళ చిత్తం రమణ వైపు తిరిగింది.

'దిల్‌దార్ మనిషి. చాయ్ తాగి బిల్లు తానే చెల్లిస్తానని మనస్ఫూర్తిగా గొడవపడేవాడు అతనొక్కడే'

'అతను మాట్లాడితే తాలూకా ఆఫీసు ఆఫీసరూ గజగజా వణికేవాడు'

'కనిపించకుండా చాలా కాలమైంది. ఉత్తరం రాస్తుంటాడా?'

'అతనిది బ్రహ్మలిపి. చదవటానికి బ్రహ్మకు కూడా సాధ్యం కాదు'

ఆ సమయంలో ఏదో గుర్తుకొచ్చినట్లు అంతన్న "రమణ ఉత్తరాన్ని చూస్తావేరా?" అని జవాబు కోసం ఎదురుచూడకుండా లోపలికి వెళ్ళి, వారం రోజుల క్రితం వచ్చిన రమణ ఉత్తరం తీసుకుని వచ్చాడు. ఈ నాటి ధార్మిక కార్యక్రమం ఏర్పాట్లలో మునిగి వుండటం వల్ల ఉత్తరంలోని విషయాన్ని ఛేదించటానికి మేము ఎవరమూ గంభీరంగా ప్రయత్నించలేదు.

గుంపులో ముందు కూర్చున్న రాజా, అంతన్న చేతిలోంచి దాన్ని తీసుకున్నాడు. దాన్ని అతను చదవడానికి పట్టుకోగానే 'మొదటి నుంచి చదవాలి' అని మిగిలినవాళ్ళు ఆర్డర్ చేశారు. కళ్ల ముందు గజిబిజిగా ఉన్న అక్షరమాలను

చూసి కలవరపడి, ఒక్కొక్క అక్షరాన్ని ఏరుకుంటూ 'ప్రియమైన అక్క అయిన' అనటాన్ని 'కీనరాయిప అసంవాద' అని ఉచ్చరించగానే నవ్వు పొంగింది. తాను తెచ్చి ఇచ్చిన ఉత్తరం పుట్టించిన ఇలాంటి ఫలితం వల్ల అంతన్నకు సంతోషం కలిగింది.

"చాల్చాలు. ఇటివ్వు నాకు. నేను చదువుతాను" అంటూ పంజు అనే వ్యక్తి ఉత్తరాన్ని లాక్కునేలా ముందుకు వచ్చాడు. రాజు ఎటువంటి అడ్డు చెప్పకుండా ఉత్తరాన్ని అతనికి ఇచ్చాడు.

ఉత్తరాన్ని ఒకసారి చూడగానే తను చేబట్టిన దుస్సాహసం అర్థమై ముఖం వివర్ణమైంది. అంతేకాకుండా రాజు అంత తొందరగా తనకి ఎందుకు అందించాడో కూడా తెలిసింది. ఇప్పుడు అతనికి వేరే దారి లేదు. అదీకాక, ఆడవాళ్ళ గుంపు నుంచి ఒకరిద్దరు అరుగుకు ఇటు వైపు జరుగుతున్న సంఘటనల వైపు దృష్టి సారించసాగారు.

ఒకట్రెండు సెకండ్లలోనే పంజు ఆ ఉత్తరంలోని సంకీర్ణమైన అక్షరాల వలలో మైమరిచాడు. అతను ఉచ్చరించిన మొదటి వాక్యం భరోసాను కలిగించేలా ఉంది. ప్రియమైన అక్క సుందరికి సాష్టాంగా ప్రణామాల విషయమైనప్పటికీ, పెద్దగా అడ్డంకులు లేకుండా చదవడం విశేషం. అటుతర్వాత ముందరిది ఇనుప గుగ్గిళ్ళు. పంజు ఉత్తరంలోంచి చూపులు తప్పించి, ఒక్కక్షణం అటూ ఇటూ చూశాడు. గుమిగూడిన జనం తనవైపే చూస్తుండటం వల్ల అతను ధైర్యం కోల్పోయినవాడిలా కనిపించాడు.

"అర్థంకాకపోతే ఆ వాక్యాన్ని వదిలెయ్. ముందుకు సాగి, ఏమి అర్థం అవుతుందో అది చదువు. మేము కూడా ఒక్కసారికే అతని ఉత్తరాన్ని చదవనే లేదు" అంతన్న నవ్వుతూ అతన్ని ప్రోత్సహించాడు.

పంజు చేతిలోని కాగితాన్ని ఒకింత పైకి జరిపాడు. అతని చూపు ఉత్తరం కింది భాగం వైపు మరలడం అర్థమైంది. అక్షరాలను తన మనసులోనే దండలా కూర్చుతున్నాడని కూడా స్పష్టమైంది. వాటిని పదాలుగా జతచేసి చివరికి నోరు తెరిచి అన్నాడు–'సకీనా ముద్దు!'

"సరిగ్గా చెప్పావు. ఇంకొకసారి చదువు, చూద్దాం" అని ఒకడు ఆటపట్టిస్తూ అన్నాడు. ఉత్తరంలో చూపులు నాటిన పంజు తనను ఆటపట్టించడం అర్థంకాక ఇంకొకసారి "సకీనా ముద్దు" అని గట్టిగా చదివాడు.

"చదువు, ముందరిది చదువు. ఎప్పుడు, ఎక్కడ, ఎన్ని అని రాశాడో చూద్దాం"

అని ఇంకొకతను అనగానే అక్కడ ఉన్న వారందరూ పకపకా నవ్వారు. పంజుకు పరిస్థితి అర్థమైనప్పటికీ, "అరే, నేను సరిగ్గానే చదువుతున్నాను. ఇక్కడ చూడండి. సకీనా ముద్దు పొందడం మంచిది" ఈసారి తర్వాతి రెండు పదాలు కూడా కలిపి చదివాడు.

"సకీనా నుంచి ముద్దు పొందింది అక్కకు ఉత్తరం రాసి తెలిపేటంత అర్జంట్ విషయమా?" పొంగుకొస్తున్న నవ్వును ఆపుకుంటూ అన్నాడొకడు.

పంజు కొనసాగించాడు. "నాకు సకీనా భయం లేదు"

మొత్తం వాతావరణంలో ఉన్న సంతోషంలో తేలుతూ, అక్కడ ఉన్నవారందరూ తలొకమాట అన్నారు.

"అవునయ్యా, మహా ధైర్యవంతుడు! ముద్దు పొందిన తర్వాత ఇంకెందుకు భయం?"

"ఒకవైపు వేణుమామి సుజాత అంటోంది. నువ్వు సకీనా అంటున్నావు. రమణది భలే ఛాన్సు"

"తర్వాత ఏముందో చదువు మహానుభావా! సిగ్గుపడకు"

"నువ్వొక్కడివే చదువుకుని ఆనందించకు. మాకూ వినిపించు. అతను ముద్దుతో ఆపేవాడుకాదు"

ఎవరు ఎలా చదివినా ఉత్తరంలో అలాంటిదేమీ ఉండదన్న నమ్మకంతో అంతన్న, నాన్న హాయిగా కూర్చుని జరుగుతున్న నాటకాన్ని ఆనందంగా ఆస్వాదిస్తున్నారు.

అప్పుడు గురుదాస అనే వ్యక్తి, "నేను అతని క్లాస్‌మేట్‌ని. నాకు ఇవ్వండి, నేను చదువుతాను" అని అనగానే పంజు ఉత్తరాన్ని గురుదాస వైపు చాపాడు. ఉత్తరాన్ని చదవడానికి, చేతిరాతను అర్థం చేసుకోవడానికి క్లాస్‌మేట్ కావడమే అవసరమైన అర్హత అని అతను ప్రకటించడం ఎవరికీ తప్పుగా కనిపించలేదు.

ఒకట్రెండు నిముషాలు దాన్ని తదేకంగా చూసిన తర్వాత గురుదాస నెమ్మదిగా, దాదాపు అర్థమయ్యేలా ఉత్తరం చదవసాగాడు. ఉత్తరం మొదట్లో ఉన్న ఉభయకుశలోపరి వాక్యాలను దాటి తర్వాతి వాక్యాలనూ అతను విరిచి విరిచి చదవడం చూసి ఒకతను "నువ్వు ఊహించుకుని చదవకు. అక్కడున్నది చదువు" అని వ్యంగ్యంగా అన్నాడు.

"స్కూల్లో మాస్టార్లు అతని ఆన్సర్ పేపర్లను నా చేతే చదివించేవారు. మీకు తెలుసా? అతను పాసు కావడమే నా వల్ల" అని గురుదాస ఎదురుదెబ్బ కొట్టాడు.

అతను సులభంగా చదివిన తీరును చూస్తే అతను చెప్పింది అబద్ధం కాదు.

"ఇంతకు ముందే తెలిసివుంటే నీ చేతనే చదివించేవాడినికదా మహానుభావా" అని అంతన్న అన్నాడు.

గురుదాస కూడా పంజులాగా కాగితాన్ని కొంచెం పైకి జరిపాడు. అతని చూపులు క్రిందికి మరలాయి. ఎదురుగా కూర్చున్నవారు ఇప్పుడతను సకీనా ముద్దు విషయం ఎత్తుతాడని ఎదురుచూశారు. గురుదాసు ముఖంలో గందరగోళం నెలకొంది. ఉత్తరంలోంచి కళ్ళెత్తి చుట్టూ ఒకసారి చూశాడు. తలెత్తి ఇంటి కప్పు వైపు చూశాడు.

ఉత్తరంలోని విషయం మంచివార్త కాదన్నట్లుగా అతని ముఖం పాలిపోయింది. నవ్వులు పొంగడానికి ఎదురుచూసినవారు అతని నుండి వచ్చే ఆణిముత్యాల కోసం ఎదురు చూస్తున్నారు. తన చుట్టుపక్కల నుంచి వస్తున్న నవ్వులు, కేకలు, హాస్యపు సకిలింపుల వైరుధ్యాన్ని తానొక్కడే భరించలేనట్లుగా, ధైర్యం తెచ్చుకుని నోరు తెరిచాడు. బిగించిన ముడిని విప్పి ఒక భయంకరమైన మృగాన్ని జనసమూహంలోకి దూకించినట్లు ఆ వాక్యాన్ని ఒక్క ఊపిరిలో గబుక్కున ఉచ్చరించాడు.

'చావుద్వారా ముక్తి పొందడం మంచిది'

ఇప్పటి వరకు పదేపదే విని నవ్వి సంతోషపడ్డ వాక్యం ఇప్పుడు విషాదాంత నాటకపు ముగింపు వాక్యంలా వినిపించింది. జీవితపు ఆనందానికి అతి దగ్గరగా నిలబడి దురదృష్టం పళ్లు ఇకిలిస్తోంది. 'సకీనా ముద్దు' అని అందరూ ఆనందించిన పదయుగళం నిజానికి 'చావుద్వారా ముక్తి'.

ఇది చెవినపడ్డ వారంతా చప్పున జాగృతమయ్యారు. మగవాళ్ళు కూర్చున్న చోట గొడవ సద్దుమణిగి గుసగుసలు మొదలయ్యాయి. ఇంతసేపు అతను సరళంగా చదివినందువల్ల, ఇప్పుడు చదివినదానికి ప్రామాణికత వచ్చింది. స్పష్టం చేయడానికి, వాక్యాన్ని మళ్లీ మొదటి నుండి ప్రారంభించాడు.

"పోలీసుల చేతుల్లో చిక్కుకోవడం కంటే చావడమే మేలు"

ఇది విన్నవాళ్ళ ఒంటిమీద చన్నీళ్ళు కుమ్మరించినట్లయింది. పూర్తిగా అర్థంకాకపోయినా అదొక చెడువార్త అని కచ్చితమై గుసగుసలు ప్రారంభమయ్యాయి.

గురుదాసు తనకు దొరికిన ప్రాముఖ్యతను వృధా పోనివ్వకుండా కర్తవ్యాన్ని నిర్వహించేవాడి నిర్లిప్తతతో తర్వాతి రెండు వాక్యాలనూ చదివాడు.

"ఇకపై నువ్వు నన్ను చూస్తావో లేదో, నా భాగం ఆస్తిని ఈ విధంగా పంచాలి"

ఇది చెవిన పడగానే, కూర్చున్న చోటి నుంచి నాన్న గబుక్కున లేచి నిలబడి అంతన్న వైపు చూశాడు.

"ఏయ్... ఏయ్... ఏం చదువుతున్నావు? చెడు. అపశకునం. చాలు చాలు. ఇటివ్వు. తమాషాకు ఒక హద్దు ఉండాలి" అంతన్న కోపంతో అరిచి, అతని ముందుకు దూకి ఉత్తరం లాక్కున్నాడు.

'నేను ఇక్కడ ఒకామెతో జీవిస్తున్నాను" తర్వాతి చిన్న వాక్యం ఈ ఆర్భాటానికి బెదిరిన గురుదాస నోటి నుంచి చిన్న గొణుగుడుగా బయటపడింది.

క్షణంలో జరిగిపోయిన ఈ సంఘటనకు ఎలా ప్రతిస్పందించాలో తెలియక గుమిగూడిన మగవాళ్ళు ఒక్కసారిగా తటస్థంగా ఉండిపోయారు. ఉత్తరం పట్టుకున్న అంతన్నను అనుసరిస్తూ నాన్న ఇంట్లోకి నడిచాడు.

ఒక్కసారిగా అక్కడ సూతకపు ఛాయ ఆవరించింది.

ఎవరూ ఊహించని విధంగా జరిగిన సంఘటనలోని గంభీరత ఎవరి అంచనాకు సరిగ్గా దొరకలేదు. అంతన్న ప్రతిస్పందన తీవ్రత ఎలా ఉండిందంటే ఇంకా ఎక్కువసేపు అక్కడ ఉండడం సాధ్యంకాదని ఎవరికీ చెప్పనవసరం లేదు. ఆ వార్త, అరుగు ఇటువైపు నుంచి అటు ఆడవాళ్ళ వైపు వెళ్ళేటంతలో 'రమణ ఉత్తరంలో ఏదో దుర్వార్త అట' అనే సారాంశంగా మారిపోయింది. తాను చదివిన ఉత్తరంలోని విషయంలోని దుర్భరతను సరిగ్గా అర్థం చేసుకున్న గురుదాస మరుక్షణమే సైకిల్ ఎక్కి అక్కడి నుంచి కనుమరుగయ్యాడు.

వంటవాళ్లు, ఉదయం నుంచి పనిచేసిన ఇతరులూ అప్పుడే భోజనం ముగించారు. అమ్మకు ఈ వార్త చేరేటంతలో నాన్న, అంతన్నలు ఆ ఉత్తరాన్ని లోపల దాచిపెట్టి పాలిపోయిన ముఖాలతో బయటకు వచ్చారు. "ఏమిటి? ఏం జరిగింది?" అని కుంటుతూ వచ్చిన అమ్మను శాంతింపజేయడానికి నాన్న ఇంకేదో చెప్పాడు. ఉల్లాసంతో నిండిన ఇంట్లో కొన్ని నిముషాల్లోనే భయమనే భారమైన నీడ పరుచుకుంది.

సరిగ్గా ఏమీ తెలియనప్పటికీ, మారిన వాతావరణాన్ని గుర్తించిన అతిథులు ఒక్కొక్కరుగా గబగబా వెళ్లిపోయారు. వేణుమామి చాయ్ వస్తుందని కూడా ఎదురుచూడలేదు. కొద్దిసేపట్లోనే ఇల్లు ఖాళీ అయింది.

అందరూ వెళ్ళిపోయాక నాన్న, అంతన్నలు హాల్లో రమణ ఉత్తరం ముందు

పెట్టుకుని చాపమీద కూర్చున్నారు. ఎదురుగా ఉన్న గోడకు ఆనుకుని నేనూ, అమ్మ మరొక చాప మీద కూర్చున్నాం. ఎదురుగా ఉన్న మరొక చాప మీద కూర్చున్నాము. భయపడిపోయిన అమ్మ అడుగుతున్న ప్రశ్నలకు ఎవరి దగ్గరా సమాధానం లేదు. "నాకు తెలిస్తేకదా చెప్పటానికి?" అని నాన్న కోప్పడ్డాడు. ఉత్తరంలోని మర్మాన్ని తెలుసుకోవటానికి తొందరపడుతున్న నాన్న, అంతన్నలు కొద్దిసేపటి తర్వాత "మీరూ చూడండి" అంటూ దాన్ని మా వైపు చాపారు. నాకు అందులో ఒక్క అక్షరం స్ఫురించలేదు. ఉత్తరం మధ్యలో 'సకీనా ముద్దు' అన్నది మాత్రమే కనిపిస్తోంది. దాన్ని తలలోంచి తీసిపారేయటానికి ఎంత ప్రయత్నించినా, పళ్ళు ఇకిలిస్తూ వెక్కిరిస్తున్న విధిలా పదే పదే అదే జోడింపు, అవే పదాల సమూహాలు కనిపించసాగాయి. అమ్మ కన్నీళ్లు తుడుచుకుంటూ, ఉత్తరం వైపు చూడటానికి కూడా ఇష్టపడకుండా కూర్చుంది.

"మళ్లీ గురుదాసను పిలవనా?" అంతన్న అడిగాడు.

"మొదట అలాగే అనుకున్నాను. అయితే ఇంటి విషయాలు బయటివారి నోటి నుంచి వినకూడదని మౌనం వహించాను" నాన్న నిరుత్సాహంగా అన్నాడు.

"ఎందుకు ఉత్తరాన్ని బయటకు తెచ్చానో?" ఒక్కక్షణం మైమరిచిన తప్పుకు అంతన్న బాధపడ్డాడు.

తరువాతి నాలుగైదు గంటల వ్యవధిలో మేము హాల్లో కూర్చుని, ఉత్తరాన్ని చేతి నుండి చేతికి మార్చుతూ అందులోని విషయాన్ని ఛేదించడానికి ప్రయత్నించాం. ఉత్తరంలోని రాత మారటంతో మాకు స్ఫురిస్తున్న పదాలూ వేరయ్యాయి. 'మృత్యువు' చుట్టూ తిరిగే పదాలే మనస్సులోకి అధికాధికంగా తోసుకొచ్చాయి. అదే రోజు మధ్యాహ్నం 'నాకు చావు భయం లేదు' అనే వాక్యాన్ని 'నాకు సకీనా అంటే భయంలేదు' అని చదివి ఎంత నవ్వుకున్నాం!

ఆ రాత్రి ఎవరూ సరిగ్గా భోజనం చేయలేదు. అమ్మ మధ్యాహ్నం చేసిన వంటకాల్లో మిగిలిన పదార్థాలను వేడి చేసి వడ్డించింది. రోజంతా పనిచేసి అలసిపోయినప్పటికీ అమ్మ కళ్ళల్లో నిద్ర జాడ కనిపించలేదు.

రాత్రి తొమ్మిది గంటల సమయంలో ఉత్తరంలోని ముఖ్యమైన వాక్యాలు దొరికాయి. అందులోని విషయాలకు ఒక క్రమం లేదు. మనస్సులో పొంగిన క్రమంలోనే వాటిని రాసినట్లుగా ఉన్నాయి.

నేను అత్యంత ముఖ్యమైన పని నిమిత్తం అజ్ఞాతంలో ఉన్నాను. పోలీసులు పట్టుకుంటే చంపేస్తారు. నాకు 'చావు' గురించి భయం లేదు. వాళ్ళకు నా గురించి

అన్ని విషయాలు తెలిసివుండొచ్చు. వాళ్ళు ఇంటి వరకూ తప్పకుండా వస్తారు. పోలీసుల చేతులకు దొరకడం కంటే చావు నుంచి ముక్తిపొందడం మేలు.

ఇకపై నువ్వు నన్ను చూస్తావో లేదో? నా భాగం ఆస్తిని ఈ విధంగా పంచాలి. నేను ఒకామెతో ఉన్నాను. మేము పెళ్లి చేసుకోలేదు. భవిష్యత్తులో ఎప్పుడైనా ఆమె నిన్ను వెతుక్కుంటూ వస్తే, ఆమెకు దాన్ని ఇచ్చేయండి. ఆమె పేరును ఉద్దేశపూర్వకంగా ఇక్కడ రాయలేదు. ఆమెకు అన్యాయం జరగకూడదు. ఆమె రాకపోతే ఆస్తిని మన నలుగురు పనివాళ్ళకు పంచు. నీ కాలును జాగ్రత్తగా చూసుకో. నేను రాసిన పాత ఉత్తరాలు ఉంటే, ఆలస్యం చేయకుండా ఇప్పుడే వాటిని కాల్చివేసెయ్. ముఖ్యంగా నాకు ఉత్తరాలు పంపుతున్న చిరునామాలు ఎవరి చేతికి దొరకకూడదు. ఇంట్లో నాకు సంబంధించిన ఏ పత్రాలు దొరకకూడదు. నేను వేర్వేరు పేర్లతో జీవిస్తూ, వేరే మనిషిని అయినట్లు అనిపిస్తోంది. అయినా నా చిన్న జీవితావధిని ఒక గొప్ప కార్యానికి అంకితం చేసినందుకు గర్వపడుతున్నాను. దీని ప్రాముఖ్యత నీకు ఒక్కదానికే అర్థమవుతుంది.

ఉత్తరం చివర్లో నాన్న తమాషా చేస్తున్న 'బంగారు రాత' లేకపోవటం అపశకునంగా తోచింది. "ఉత్తరం రాగానే చదవాల్సింది" అంతన్న అభిప్రాయానికి అందరి మౌనంగీకారం ఉంది. అమ్మ వెక్కుతూ దేవుడి గదిలోకి వెళ్ళింది.

"ఇంటికి అపకారి, పరులకు ఉపకారి. వాడి భాగపు ఆస్తి అట" నాన్న హీనస్వరంతో అన్న మాటలు ప్రస్తుతం అమ్మ చెవులను చేరలేదు.

మరుసటి రోజు తెల్లవారుజామునే అంతన్న పాత ఉత్తరాలన్నీ తీగ గుత్తిలోంచి తీసి రాశిగా పోశాడు. అందులో రమణ రాసిన ఉత్తరాలను వెతకడం కష్టం కాలేదు. వాటన్నిటిని స్నానాలగది పొయ్యికి ఆహుతి ఇవ్వడానికి ముందు నాన్న ప్రతి ఉత్తరం మీద క్షణం సేపు చూపులు సారిస్తున్నాడు. అన్నదమ్ములు పొయ్యి ముందు కూర్చుని ఉత్తరాలను నిప్పుల్లో వేస్తున్నప్పుడు నేను, అమ్మ వెనుక నిలుచొని చూస్తున్నాం. రమణ ఉనికిని ఇంట్లోంచి శాశ్వతంగా చెరిపివేసేలా ఉత్తరాలను నిప్పుల జ్వాలకు అర్పిస్తున్న దృశ్యం నాకు అంత్యక్రియల చితిని గుర్తుచేసింది.

రానున్న రోజుల్లో మరెన్నో భయంకరమైన ఘటనలు చోటు చేసుకోబోతున్నాయి. ఉత్తరాలను కాల్చివేసిన మూడో రోజున ముగ్గురు పోలీసులు మఫ్టీలో ఇంటికి వచ్చారు. ఆ తర్వాత జరిగిన విచారణలోని ప్రతి నిమిషమూ నాలో తాజాగా ఉంది.

జేబులో ఎక్కడెక్కడో చేరిపోయిన అతి చిన్న వస్తువును వెతకడానికి ప్యాంటు జేబులను తడిమి, లోపలి దాన్ని బయటికి లాగి విదిలించినట్లు ఇంటివారిని పోలీసులు రకరకాలుగా పశ్నించారు. మేము ఊహించని ప్రశ్నలు. వాటన్నింటినీ ఎందుకు అడుగుతున్నారని, మా ప్రతిస్పందన మా భవిష్యత్తు జీవితం మీద ఏ విధంగా ఎలాంటి పరిణామాన్ని కలిగిస్తుందో తెలియదు.

రమణ సెలవుల్లో ఊరికి వచ్చినప్పుడు నాతో ఎక్కువ సమయం గడిపేవాడని కుటుంబసభ్యులే కాకుండా పనివాళ్ళు కూడా చెప్పారు. దాంతో పోలీసులు అటుతిరిగి ఇటుతిరిగి నా దగ్గరికే వచ్చేవారు. ఒక మనిషి దైనందిన కార్యకలాపాలను ఇన్ని రకాలుగా నిశితంగా పరిశీలించడం సాధ్యమేనని నాకు అప్పుడే తెలిసింది. నన్ను ప్రశ్నిస్తున్నప్పుడు మేడమీది గదికో లేదా ఇంటినుంచి కొద్ది దూరంలో ఉన్న పెరటి బావిగట్టు దగ్గరికో ఒంటరిగా తీసుకుని వెళ్ళేవారు.

“చదవడం అంటే ఏమిటి? కేవలం ఒక పుస్తకమా? లేదా వేరే ఏదైనా పేపర్లా?”

“రోజూ వేరే వేరే పుస్తకాలంటే మీ ఇంట్లో చాలా పుస్తకాలు ఉండాలికదా. ఎక్కడ పెట్టారు? కనిపించటం లేదుకదా?”

“ఒక్క పుస్తకమూ ఉంచకుండా తీసుకువెళ్ళాడా?”

“అది కాకుండా ఇంకే పుస్తకం పేరు గుర్తుంది?”

“అంటే తోటపనికి వెళ్ళేవాడు కాదన్నమాట”

“పగటిపూట ఏమి చేసేవాడు?”

“హ్హహ్హా బాగుంది. అతను తనది ‘తినటం–నిద్రపోవటం–ఒంటరి జీవితం’ అని తనను తాను ఆటపట్టించుకునేవాడు”

“మీరు ఎన్ని గంటలకు పడుకునేవాడు?”

“ప్రతిరోజూ పదిగంటలకా?”

“ఆఁ అలాగైతే రోజూ ఫలానా సమయం అని లేదు. అతను ఎప్పుడు ఆలస్యంగా నిద్రపోయేవాడు?”

పడుకునే సమయం జాడ పట్టుకుని ఒకదానికొకటి లంకె వేసిన ప్రశ్నలకు జవాబిచ్చేటప్పుడు ఎన్ని వివరాలు బయటకువచ్చాయంటే అవన్నీ నా జ్ఞాపకంలో ఉండటమన్నది నాకే ఆశ్చర్యం కలిగించింది.

లేదు, రమణ రోజూ పది గంటలకు నిద్రపోయేవాడుకాదు. రాత్రి చదవడానికి కూర్చుంటే ఎప్పుడు నిద్రపోయేవాడో తెలిసేదికాదు. అదేవిధంగా,

తెల్లవారిజామున ఎప్పుడూ అతను అందరికంటే ముందుగా లేచేవాడు. ఇంటి మొదటి అంతస్తులోని పెద్ద హాలు ఇరువైపులా రెండు గదులు ఉన్నాయి. అందులో కుడివైపు గది రమణది. అతను లేనప్పుడు తనకు సంబంధించిన ఏ వస్తువూ అక్కడ ఉండేది కాదు. వచ్చేప్పుడు వెంట తెచ్చిన చిన్న సంచిలో రెండు జతల ప్యాంట్లు, షర్టులు, ఒక సన్నటి టవల్, రెండు పంచలు, రెండు జేబు రుమాళ్ళు తప్ప మిగిలినవన్నీ కేవలం పుస్తకాలు. సగం చేతుల చొక్కా, వదులుగా ఉన్న పైజామాలాంటి కాటన్ ప్యాంట్లు. ఇస్త్రీ చేయని ముడతలు పడిన ప్యాంటు వేసుకునే అతని స్టయిల్ నాకు బాగా నచ్చేది. గోడకి ఆనుకునివున్న రమణ పక్కబట్టలు. అతను గోడకు ఒరిగి, కాళ్ళు ముడుచుకుని కూర్చుని చదువుకునేవాడు. ఒకసారి పుస్తకం మీద ఆర్వెల్ అనే పేరు చూడడం తప్ప ఇంకేమీ గుర్తులేదు. చాలా పుస్తకాలు పాతవి. చాలా మంది పాఠకుల చేతిలో తిరిగి పాతబడ్డవి. చాలా పుస్తకాలకు కవర్ పేజికి బదులుగా వార్తాపత్రిక పేపర్‌తో అట్టవేశారు. అతను చదువుతున్న పుస్తకం తప్ప మిగతావన్నీ అతని బ్యాగ్‌లో ఉండేవి. ఎడమవైపు పాపిట తీసి దువ్వుకునేవాడు. ఉంగరాల జుట్టు. నూనె రాసుకునేవాడు కాదు. దట్టమైన కనుబొమ్మలు నుదుటి మధ్య కలిసేటంత దగ్గరగా ఉన్నాయి. సన్నగా సూటిగా ఉన్న ముక్కు. అప్పుడప్పుడూ అతను అమ్మతో వంట విషయాలు చర్చించేవాడు. అతనికి వంట బాగా చేయడానికి వస్తుంది. చాయ్, కాఫీలు తాగే అలవాటు లేదు.

"మీరు అతనితో చివరిసారి ఎప్పుడు మాట్లాడారు?"

ఎంత ప్రయత్నించినా అతని చివరి మాటలు ఏమిటో గుర్తుకు రాలేదు. అతను బయలుదేరిన ఉదయం తోటలో తిరుగుతున్నప్పుడు "కలుపు మొక్కలు, రాలిన ఆకులను తీయకూడదు. అవి అక్కడే కుళ్లిపోయి మంచి ఎరువుగా మారుతాయి" అన్నాడు. బహుశా అదే అతని చివరి మాటలేమో. లేదా బావిలోకి తొంగిచూసి "నీటిమట్టం తగ్గిపోయింది" అని అన్నాడా? ఆ రోజు ఏది మొదటిది?

అమ్మను ప్రశ్నిస్తున్నప్పుడు ఆమె చాలా ఏడ్చింది. అతనికి ఇష్టమైన వంటకాలు, అతను తన బట్టలు తానే ఉతుక్కోవడం గుర్తుచేసుకుని ఆమె దుఃఖాన్ని ఆపుకోలేకపోయింది. ఆమె ఏవేవో సంఘటనలను లేవనెత్తి అతని మంచితనానికి ఉదాహరణలు ఇచ్చింది. ఆమె సంబంధం లేని విషయాలు వివరిస్తున్నప్పుడు, "ఏడుపు ఆపి వాళ్ళు అడిగినదానికి జవాబు చెప్పు" అని నాన్న గదమాయించాడు కూడా. పోలీసులు ఆమె ఏమీ మాట్లాడినా ఆపడంలేదు. సన్నివేశంలోని వ్యంగ్యం

ఏమిటంటే అమ్మ వాళ్ళకు చాయ్ చేసి ఇచ్చింది. మధ్యాహ్నం వాళ్ళు మా ఇంట్లోనే భోజనం చేసి, రెండు అరటిపళ్లు తిని దర్యాప్తును కొనసాగించారు.

రమణను నిజంగానే అభిమానించేది అమ్మ ఒక్కతే. ఆమె మాత్రమే అతని పరంగా మాట్లాడింది. మిగిలిన మేము పోలీసుల ఒత్తిడి పెట్టిన క్షణమే కుటుంబంలోని ఒకడిని ఎంత సులభంగా వదులుకున్నాం. సులభంగా వదిలించుకోవటమే కాకుండా దానికి చట్టపాలన, క్షమించరాని హింస వంటి నైతిక కవచం కూడా ఉంది.

అమ్మ వాళ్ళతో వాదానికి దిగినప్పుడు, "నీకు తెలియదా? వాళ్ళు పోలీసులు" అని అంతన్న గొణిగాడు. అతని తగ్గు స్వరంలో వున్న లొంగుబాటు వల్ల ఆశ్చర్యమూ, భయమూ కలిగింది.

"పోలీసులైనంత మాత్రాన అన్యాయం చేయవచ్చా? నేను అలా జరుగనివ్వను"

"అతను ప్రభుత్వానికి వ్యతిరేకంగా పోయినవాడు. తనతోపాటు మనల్ని ముంచుతాడు" అని అంతన్న చురచుర చూశాడు.

"నువ్వెందుకు ఇందులో పడతావ్? మేం చూసుకుంటాం" అని నాన్న నచ్చజెప్పబోయాడు.

"అతను ఎక్కడున్నాడో ముందు చెప్పండి" అమ్మ పోలీసులను అర్థించింది.

"మేము కూడా అతని కోసం వెతుకుతున్నాం. దానికి మీ సహాయం కావాలి. మీకు తెలిసినదంతా చెప్పండి. అతనికి వ్యసనాలేమైనా ఉన్నాయా? ప్రతిరోజూ ఒకే సమయంలో చేసే అలవాట్లు ఏమైనా ఉన్నాయా? అది లేకుండా జరగనే జరగదు అనేదేదైనా ఉందా? ఉదాహరణకు తలకు పూసుకునే నూనె, లేదా సిగరెట్. ఏ సబ్బు ఉపయోగించేవాడు?"

రోజువారీ చిన్నవిషయాల గురించి వాళ్ళు అడిగిన ప్రశ్నలను తలుచుకుంటే ఆశ్చర్యం కలుగుతుంది. తప్పించుకుని తిరుగుతున్న ఒక మనిషిని, ఇలాంటి సాధారణ విషయాల ద్వారా, ఈ విశాల ప్రపంచంలో వెతకడం సాధ్యమా? ఆ చిన్న వివరణ వేరొకదానితో లంకె వేసుకున్నప్పుడు వేరైపోతుందా? అతని మాటల్లో వచ్చిన పేర్లు గుర్తున్నాయా? అతని స్నేహితులు ఎవరు?

నేను ఆర్వెల్ అన్నాను. షేక్స్పియర్, మార్క్స్ అన్నాను. 'మన దేశస్థుడి పేరు చెప్పమని ఒకడన్నాడు. 'స్నేహితురాళ్ల పేర్లూ చెప్పు. ఒకామె ఉందట' అంటూ ఒకడు నవ్వాడు. 'అల్లూ సరిత' అన్నాను. వాళ్ళు ఉలిక్కిపడ్డారు. పదే

పదే చెప్పించారు. ఆ పేరు ఎందుకు జ్ఞాపకం ఉందో నాకు తెలియదు. ఎలా నా నోటి నుంచి వచ్చిందో తెలియదు. అది విన్న వాళ్ళల్లో ఒకడు ఇంగ్లీషులో, "దిస్ బాయ్ ఈజ్ ఎ గోల్డ్ మైన్' అని అనటం, దాని ధ్వని సహితంగా జ్ఞాపకం ఉంది.

వాళ్ళు బంగారు గని నుండి ఖనిజాన్ని తవ్వి తీశారు. నేను అవసరానికి మించి సహకరించి వుండాలి. వాళ్ళు నన్ను ఎంతగా పొగిడి, ప్రోత్సహించారంటే, నేను నిజం చెప్పానో లేదా వారి ఇచ్ఛను ఊహించి చెప్పానో నాకు స్పష్టంగా తెలియదు. ఆ పేరు వినగానే వాళ్ళు ప్రవర్తించిన తీరు చూస్తుంటే చాలా కాలంగా ఆమె కోసం వెతుకుతూ వుండాలని అనిపించింది. "చెప్పు, చెప్పు. ఆ పేరు నీకు చెప్పిన సందర్భాన్ని గుర్తు చేసుకో" అని ఒత్తిడి పెట్టారు. నాకు ఏమీ స్ఫురించకపోయినా వాళ్ళే వివరాలు సమకూర్చేవాళ్ళు. నేను మౌనంగా తల ఊపేవాడిని. "వాళ్ళు హనుమకొండలో కలిసి ఉన్నారుకదా?" అని అడగడం, నేను దానికి తల ఊపడం గుర్తుంది. "ఇద్దరే ఉన్నారో లేదా ఇంకొకరు ఉన్నారో?" అని తెలుసుకోవడానికి ప్రయత్నించారు. చప్పున నాకు రమణ ఆమె పేరు చెప్పిన సందర్భం గుర్తొచ్చింది. మా ఊరి జనం కలిసి ప్రతి సంవత్సరం ప్రదర్శించే నాటకంలో, ఆ సంవత్సరం ఒక వ్యంగ్యభరితమైన గీతం ప్రజాదరణ పొందింది. 'అల్లూ సల్లద ఇల్లూ సల్లద పల్లూ మామా' అనే పల్లవిని నేను అప్పుడప్పుడు హమ్ చేయడం విన్న రమణ, "నాకొక అల్లూ సరిత తెలుసు. ఆమె ఒక ఊరగాయ పెడుతుంది, అబ్బా, నాలుక చివరికి తాకిస్తే, ఒంటి మూలమూలల్లో భగ్గుమంటుంది" అన్నాడు. అది విన్నవాడు, 'ఒళ్ళు భగ్గుమంటుందట. ఊరగాయ సాకు. రసిక లంజా కొడుకు' అన్నాడు. వాళ్ళు ఒక్కటొక్కటి పట్టుకుని నెమ్మదిగా లాగుతున్నారు. ఇలా చిన్న చిన్న విషయాలనూ పదే పదే మాట్లాడి మాట్లాడి ఏర్పడిన చిత్రం ఇలా కాకుండా మరో విధంగా ఉండలేదని అనిపించసాగింది. అతడిని పోలీసులకు పట్టుకుని వుండటమే నిజమైతే, ఏ వివరానికి దేన్ని జోడించి అతని జాడను కనుక్కున్నారో, నేను ఇచ్చిన ఏ విషయం అతని గుట్టులను తెరిచే తాళం చెవి అయ్యిందో నాకు తెలియదు. అయితే సాధ్యమైనన్ని వివరాలు నా నుంచి దొరికివుండాలి. ఎందుకంటే అటు తర్వాత రమణ నుంచి ఎలాంటి ఉత్తరం రాలేదు. అతనూ రాలేదు. విచిత్రమేమిటంటే, పోలీసులు నన్ను అతని ఉత్తరాల గురించి అడగనే లేదు. బహుశా ఆ ప్రశ్నలను ఇతర కుటుంబ సభ్యుల కోసం కేటాయించి ఉండాలి. ప్రత్యేకమైన తనిఖీలో నాన్న, అంతన్నలు వారితో ఏమేమి చెప్పారో నాకు తెలియదు.

పోలీసులతో మాట్లాడినా నేను అన్ని విషయాలు చెప్పలేదు. ముఖ్యంగా నాకు, రమణకు మధ్య జరిగిన కొన్ని చర్చలను. రమణ కూడా పోలీసుల్లా వందలాది చిన్నచిన్న ప్రశ్నల మాలను కూర్చేవాడు. వీటి మధ్య ఇంజినీరింగ్ చదువు, సిటీలో ఉద్యోగం చేయడం, ఇలా నా కోరికలను ఒకసారి వ్యక్తం చేసినపుడు అతను గంభీరంగా "అత్యంత నిస్తేజమైన, అత్యంత సామాన్యమైన జీవితం కోసం తపిస్తున్నావుకదా. ఇందులో ఏముంది? జీతం లెక్కపెడుతూ, ప్రవాహంతోపాటు ఎవరు కావాలన్నా తేలిపోగలరు. నేను తేలివుండొచ్చు. అసమాన వ్యవస్థ అందించే అవకాశాలను సిగ్గులేకుండా దోచుకోవడం అతి పెద్ద అవినీతి. పైగా దానికి ప్రామాణికత, మెరిట్ రక్షణ వేరే. ప్రజల జీవితాలపై ప్రభావం కలిగించేటటువంటిది చెయ్. అందులో సార్థకత ఉంది"

'నిస్తేజం' అనే పదం నా గుండెలో గుచ్చుకుంది. నా జీవితపు గొప్ప ఆశయాన్ని సాధారణం, నిస్తేజం అన్నందుకు నాకు అవమానంగా అనిపించింది. ఆ అవినీతి విషయం వేరు. ఉన్న సంతోషాన్ని పట్టించుకోకుండా కష్టాల కోసం ఎందుకు తహతహలాడాలో అర్థం కావడం లేదు. అతను ఊరికి వచ్చినప్పుడల్లా అతన్ని చుట్టుముట్టి, ప్రభుత్వ కార్యాలయాలకు తీసుకుని వెళ్ళే జనం గుర్తొచ్చి "నాకు రాజకీయాల్లో ఆసక్తి లేదు" అన్నాను.

అతను నవ్వాడు. ఆ నవ్వులో తిరస్కారం కనిపించింది. "దాని నుండి తప్పించుకోవడం ఒకటే, ఇంట్లో మంచం పట్టి పడుకోవడం ఒకటే. కంటికి కనిపించక పోయినా అది అన్ని చోట్లా ఉంటుంది".

"నేనొక్కడినే ఏం చేయగలను?"

"వేలాది ఇటుకలతో కట్టిన ఇంటి పది ఇటుకలను ఒకే చోట తొలగిస్తే, ఇంటికి కన్నం పడుతుంది. గుర్తుంచుకో...పదిమంది కలిస్తే చాలు" అతను రెండు అరచేతులను విప్పి, తన వేళ్లను కదిలించి పదిని అభినయించి చూపాడు.

బయలుదేరే సమయంలో పోలీసులు రమణ బృందంవారి కార్యకలాపాలను భయానకంగా వర్ణించడంతో అమ్మ చాలా బాధపడింది. "ఇది అసాధ్యం. మీరు పొరబడుతున్నారు. అతను చీమను కూడా చంపే కుర్రాడు కాదు" అంటూ ప్రతిఘటించింది.

"నువ్వు ఊరకుండు. ఇందులో ఆడవాళ్ళు తలదూర్చకపోతే బాగుంటుంది" అని నాన్న గదమాయించాడు.

"ఏదీ కట్టుకథ కాదు. వీళ్ళంతా బాగా చదువుకున్నవాళ్ళే. ఇలాంటి వాళ్ళే

ఇలా చేస్తే పోలీసులు మాత్రం ఏం చేయగలరు? మా ప్రాణాల మీదకు వచ్చినపుడు మేము చేతులు కట్టుకుని కూర్చుంటామా?" పోలీసులు తమ క్రౌర్యానికి సంజాయిషి ఇచ్చారు. ఆ కథలు నమ్మటానికి కష్టమనిపించేంత కఠోరంగా ఉన్నాయి.

"ఒక రాత్రి, ఒక పోలీసు ఇంట్లోకి చొరబడి, అతని భార్య, పిల్లలను కట్టివేసి, వాళ్ళ ముందే అతన్ని కాల్చిచంపారు. అతను చావలేదు. చంపమని బతిమిలాడినా అతన్ని సగం ప్రాణాలతో వదిలేశారు. అతను నీళ్ల కోసం రాత్రంతా తపించి కుటుంబం కళ్ళముందే చనిపోతున్నప్పుడు కూడా అతని భార్యా, పిల్లలు ఏమీ చేయలేకపోయారు".

"దీనికి నాయకత్వం వహించినవాడు ఇదే మీ దయాపరుడైన రమణ. పట్టుకుంటాం. వదలం. అతనిని దాచిపెట్టినవారి పాట్లు కుక్కపాట్లే. పోలీసులను చంపి తప్పించుకుంటానని అనుకున్నాడు లంజకొడుకు. మీ మీద కూడా నిఘా పెట్టివుంటాం. ఒకసారి పోలీసుల కంటపడితే చాలు. కళ్ళల్లోని చిన్న నలకైనా తీసి పారేసేవరకూ మేము ఊరుకోము. లేదా అంత శక్తి ఉంటే పోలీసుల కళ్ళల్లో పట్టనంత పెద్ద నలకై ఉండాలి?"

వాళ్ళు వెళ్ళిపోయిన తర్వాత అమ్మను ఈ బాధ పూర్తిగా ఆక్రమించుకుంది. ఎవరి కంటికీ కనిపించటానికి సాధ్యం కాని దుఃఖం ఎలా మనుషులను లోలోపలే చెదల్లా తినివేస్తుందో నేను చూశాను. దీనివల్లనే ఆమెకు ప్రాణాల మీద ప్రేమ క్షీణించిందనటంలో నాకైతే సందేహం లేదు. అతను తప్పకుండా వస్తాడని నేను అప్పుడపుడు ఓదార్చుతూ మాట్లాడినా, తన తమ్ముడిని మళ్ళీ చూడలేనని ఆమె మనసుకు తెలిసివుండొచ్చు. నేనెప్పుడూ దుఃఖంలో అంత తీవ్రతను, అంటే ప్రేమలో అంత తీవ్రతను అటు తర్వాత చూడలేదు.

❖

7

రేఖ వచ్చేసరికి సాయంత్రం నాలుగు గంటలైంది.

బయట ముంగిట్లో అంతన్న ఉత్సాహభరితమైన పెద్దకంఠం విని, ఆ కంఠధ్వనిలో ఉన్న మితిమీరిన నిశ్చింత వల్ల రేఖ వచ్చిందని అర్థమైంది. పక్కనే పడుకున్న విజి సీలింగ్ వైపు చూస్తోంది.

"పద. లేయ్, రాజకుమారి వచ్చింది" అన్నాను.

నా గొంతులోని అసహనాన్ని గుర్తించిన విజి "అందరి ముందు కోప్పడకు. ముఖ్యంగా, ఆమె వచ్చిందికదా. మిగతా విషయాలు తర్వాత చూద్దాం" అంది.

ఇద్దరమూ బయటకి వచ్చేసరికి ముంగిట్లో అంతన్న ముఖం విప్పార్చుకుని పనిమనిషితో మాట్లాడుతున్నాడు. "వెళ్ళి అతన్ని పిల్చుకునిరా. ఇప్పుడే అర్జంట్‌గా నాలుగు కొబ్బరిబోండాలు తీసుకుని రమ్మని చెప్పు. నువ్వు పరుగున వెళ్ళు" అని ఉత్సాహంతో ఆదేశించి, "నేను చెప్పలేదా?" అన్నట్టు మా వైపు చూశాడు.

జీన్స్‌ప్యాంట్, లూజుగా ఉన్న టీ-షర్టు వేసుకున్న రేఖ తన భుజం నుంచి దించిన బ్యాక్‌ప్యాక్‌ను తలుపు పక్కన ఆనించింది. మేము ఎదురుపడ్డప్పుడు, మమ్మల్ని అక్కడ ముందుగానే ఊహించినట్లు ఆమె ముఖంలో ఎటువంటి మార్పూ కనిపించలేదు.

"వెంటపడి వచ్చారుకదా, ఇప్పుడు దొరికానుకదా. లాస్ట్ అండ్ ఫౌండ్. ఆc... "

ఆమె మాటల్లో కానీ, ఆమె ముఖంలో కానీ ఆమె అదృశ్యం మాలో

కలిగించిన ఆందోళన పట్ల కించిత్తూ అపరాధ భావన లేదు. బదులుగా, వెతుక్కుంటూ ఇక్కడి వరకు రావడం మా తప్పు అనే ధోరణే నన్ను రెచ్చగొట్టింది. చెదరిన వెంట్రుకలు, ఎండకు కందిన ముఖం మీది చర్మం, చెమటలు కారి టీషర్ట్ మెడ అంచు చుట్టూ తడిసిపోయింది. అరుగుమీద కూర్చుని కాళ్ళకున్న స్పోర్ట్స్ షూస్ విప్పసాగింది.

విజినే ముందుగా మాట్లాడనీ అని ఎదురుచూశాను. రేఖ అప్పటికే సురేష్‌ని కలిసి వచ్చివుండొచ్చనే అనుమానంతో అసూయ కలిగింది.

"లోపలికి రా. భోజనం చేశావా?" అని విజి అడిగింది.

"అన్నీ పూర్తయ్యాయి. ముందుగా స్నానం చేసి పడుకుంటాను. బాగా అలసిపోయాను" రేఖ బ్యాగ్ తీసుకుని మమ్మల్ని పట్టించుకోకుండా లోపలికి వెళ్ళింది. ఎవరి కళ్ళల్లోకి సూటిగా చూడలేదు.

విజి ఆమె వెనకాలే లోపలికి దూరింది. ఇద్దరూ గదిలోకి వెళ్ళి తలుపును ఓరగా వేసుకోవడం గమనించాను. నాలుగు గంటలైంది. రాత్రి బస్సు పట్టుకుని తిరిగి వచ్చే అవకాశం గురించి ఆలోచించసాగాను. టిక్కెట్టు బుక్ చేసుకునే ముందు ఒకసారి విజిని అడగాలని గది తలుపు తోసి లోపలికి వెళ్ళాను.

విజి స్టూల్ మీద కూర్చుంది. గదిలో మసకచీకటి. అటువైపు తిరిగి నిలబడివున్న రేఖ మరొక చివరలో ఉన్న మంచం మీది తన బ్యాగ్‌లో ఏదో వెతుకుతోంది. స్నానానికి కావలసిన బట్టలు తీసుకుని బ్యాగ్‌కు తాళం తగిలించి నెంబర్లు గిర్రున తిప్పి, ఆ చిన్న క్రియలోనే తన అసహనాన్ని, మాపై తనకున్న అపనమ్మకాన్ని వ్యక్తం చేసింది.

"ప్రతిదానికీ ఒక హద్దు ఉండాలి" అంటూ విజి టపాసుల దండకు నిప్పంటించింది.

"నువ్వు ఇంకా చిన్న పిల్లవి. గుర్తుంచుకో" – 'చిన్న'–'పిల్లవి' అనే ఈ రెండు మాటలు తనను రెచ్చగొడతాయని తెలిసే అన్నాను.

ఆమె జవాబు ఇవ్వలేదు.

ఎవరు ఏం చెబుతున్నారో అర్థంకాకుండా మేమిద్దరమూ విరుచుకుపడ్డాం.

"ప్రాణానికి హాని కలిగించే పనికి పూనుకుంటే ఆపకుండా ఉంటామా?"

"నిన్నటి నుండి సతమతమవుతున్నాం. మాకూ చెప్పకుండా వెళ్ళాల్సిన విషయం అంత చిన్నదై అయివుండదు"

"అక్కడ మీ కాలేజీ కుర్రవాళ్ళు ఇంటికి వచ్చి వేధిస్తున్నారు. అదే

సమయంలో నువ్వు కనిపించపోతే మేము ఏమనుకోవాలి?"

"ముందు నువ్వు ఎక్కడికి వెళ్ళావో చెప్పు"

"ఏమిటంత ఎమర్జెన్సీ? తల్లీదండ్రులకు చెప్పకుండా వెళ్ళేటటువంటిది? ఈ లోకాన్ని ఉద్ధరించే మహా కార్యం నీదేనన్నట్టు..."

"ఆఫీసులో కాళ్ళు పట్టుకుని సెలవు తీసుకుని ఇక్కడికి పరుగున రావాల్సి వచ్చింది"

"అతని కారణంగానే జరిగింది. పైగా తనకేమీ తెలియదని ఉదయం అబద్ధం చెప్పాడు"

"అతని తరఫున మాట్లాడావంటే చూడు. మాకు కళ్లు లేవా? ముఖం మీద అబద్ధం కొట్టొచ్చినట్లు కనిపిస్తోంది. ఊరు నాశనం చేయటానికి ఇలాంటి వాడు ఒక్కడు చాలు"

"వీళ్ళనంతా తన్ని లోపల వేయాలి. పరాయివాళ్ళ పిల్లలను బావిలోకి తోసి లోతు చూసే మనుషులు"

"ఆడపిల్ల అనే వివక్షతో పెంచలేదు. కానీ మరీ స్వేచ్ఛగా వదిలేయడం పొరపాటైంది". వేరే ఏ సందర్భంలో అయినా, రేఖ నా మాటను పట్టుకుని పోట్లాటకు నిలుచునేది. ఈ సమయంలో దేనికీ అవకాశం లేదు

రేఖ ముఖంలో అలసట స్పష్టంగా కనిపించింది. సురేష్ మీద మరింత కోపం వచ్చింది.

"స్నానానికి వెళ్ళు. కొద్దిసేపు పడుకో" అని విజి కాస్త మెత్తబడింది.

"ఈ రాత్రికే బయలుదేరుదాం. టిక్కెట్లు బుక్ చేయిస్తాను"

నేను హాలులోకి తిరిగి వచ్చాను. అంతన్న నిశ్చింతగా అటూఇటూ తిరుగుతున్నాడే తప్ప ఒక్క మాట మాట్లాడలేదు.

"రాత్రి బస్సుకి మూడు టిక్కెట్లు తీసిపెట్టమని చెప్పు"

అంతన్న ఉత్సాహంతో బయలుదేరాడు. "సీటు తప్పకుండా దొరుకుతుంది. శనివారాల్లో మాత్రం కొంచెం కష్టం"

నేను హాలులో చాప పరిచి నడుం వాల్చాను.

రేఖ స్నానం తర్వాత తల్లీ కూతుళ్ళిద్దరూ పడుకున్నారో లేక మాట్లాడుకుంటూ కాలం గడిపారో తెలియలేదు. నాకు నిద్రపట్టింది.

కొద్దిసేపు కునుకు తీశాను. మెలకువ వచ్చి చూస్తే గది తలుపు ఎలా ఉండేదో అలాగే ఉంది. లేచి అక్కడికి వెళితే గదిలో గుసగుసలు వినిపిస్తున్నాయి.

"మీరు ఎందుకు భయపడాలి? అన్నీ బయటకు రానీ" అని రేఖ గుసగుసలు

"వారిది వారికే చెందాలి. ప్రశ్న నైతికమైనది" విజి మాటలు సరిగా వినిపించటం లేదు.

రేఖ బదులిచ్చింది. అదేమిటో వినిపించలేదు. తలుపు తోశాను. రేఖ ఇంటి కప్పును చూస్తూ వెల్లికిలా పడుకునివుంటే విజి ఆమె పక్కకు తిరిగి పడుకుంది. చాలాసేపటి నుంచి వాళ్ళిద్దరూ మాట్లాడుకుంటున్నట్టు ఉన్నారు.

"ఏం మాట్లాడుతున్నారు?"

"ఈ రోజే మనం బయలుదేరాలి. ఆఫీసుకు వెళ్ళకుండా ఉండలేమని అన్నాను"

ఇద్దరూ ఏదో దాచటం స్పష్టంగా తెలుస్తోంది. తలుపు ముందుకు వేసి మంచం చివరన కూర్చున్నాను.

నేను బయట పడుకున్నప్పుడు విజికి అంతా చెప్పివుండొచ్చని మాటలు ప్రారంభించాను.

"మాకూ చెప్పకుండా వెళ్ళేటటువంటి గొప్పపని ఏంటి?"

"నువ్వు అడగవద్దు. నేను చెప్పను"

"ఎంతకాలం దాచిపెడతావు? అతని మూడు కాసుల పేపర్లో వచ్చిన తర్వాత అయినా తెలుస్తుందికదా?"

"అప్పటివరకూ ఎదురుచూడాల్సిన అవసరం లేదు. సరైన సమయంలో నేనే చెప్తాను"

"నువ్వు ఇప్పుడు మౌనంగా ఉండు. చెప్పాలనుకున్నప్పుడు ఆమే చెబుతుంది" విజి ఇప్పుడు ఆమె పక్షం వహించింది. నేను విన్న గుసగుసలకూ రేపు ఆఫీస్‌కు వెళ్లడానికీ సంబంధం లేదని నాకు స్పష్టమైంది. 'ఎందుకు భయపడాలి?' అని అందికదా! ఎవరికి ఎవరు భయపడాలి? పైగా విజి చేసిన నైతిక విషయాల గురించి వ్యాఖ్య.

వారి సంభాషణ నుండి నన్ను దూరంగా పెట్టారని అవమానంగా అపించింది. నాకు కోపం వచ్చింది. "ఏమిటి, తల్లీ కూతుళ్ళూ కలిసి తమాషా చేస్తున్నారా? ఇదంతా నీకు వద్దు. అతనికి దూరంగా ఉండు" మాట్లాడుతూ మాట్లాడుతూ నా స్వరం బిగ్గరగా మారింది.

నా అనూహ్య ప్రతిస్పందనకి ఇద్దరూ గాభరాపడ్డారు. విజి తేరుకుని, "లేనిది ఊహించుకోకు. తను ఇప్పుడు వచ్చిందికదా! తన కంటే ఏదీ ముఖ్యం కాదు"

అంది.

గంట ముందు నాతోపాటు రేఖమీద ఎగిరిపడ్డ విజి ఇంత త్వరగా మరోలా మారింది. నాకు తెలియనివి ఏవేవో ఇద్దరూ పంచుకోవటం నాకు స్పష్టమైంది. 'వెళ్ళడమే తప్పు. ఇప్పుడు తిరిగి వచ్చి ఏదో ఉపకారం చేసినట్లు ప్రవర్తిస్తుందికదా? ఇందులో సురేష్ పాత్ర ఏమిటి? దరిద్రపు లంజకొడుకు. అక్కడ మా ఇంటికి అంకుల్స్ వచ్చారుకదా, వాళ్ళకూ ఇతనికీ ఏమైనా సంబంధం ఉందా? తప్పకుండా వుంటుంది, అందరూ లోఫర్లు. మీడియా వాళ్ళదంతా బ్లాక్ మెయిలింగ్ వ్యాపారాలు"

"నాన్నా, నీ నుండి ఇలాంటి మాటలు వస్తాయని నేను ఊహించలేక పోతున్నాను"

"రెచ్చగొడితే మరింత పాడుమాటలు వస్తాయి. నా కూతుర్ని వాడుకున్న వాడికి జై కొట్టాలా?"

"దానికీ దీనికీ ఏమీ సంబంధం లేదు"

"అలాగైతే, మరి దేనికి సంబంధముందో చెప్పు"

"దేనికీ లేదు"

"నువ్వు ఎక్కడికి వెళ్ళావు?'

"నేను చెప్పను"

"గొప్ప న్యూస్ పేపర్ ఇతనిది. నీకు ఎలాంటి తారతమ్య జ్ఞానం లేదు"

విజి మధ్యలో తలదూర్చి "వదిలెయ్. పదే పదే దాన్నే పట్టుకుని కెలకకు"

"అంటే నీకు తెలుసు. నాకు మాత్రం చెప్పవు"

"అన్నీ తెలియాలని నీలాగే నేను గింజుకోను. తెలిసినదంతా చెప్పడం మొదలుపెడితే బతకడానికి సాధ్యం కాదు"

ఇక మాటకు మాట పెరిగితే, అదుపు తప్పి ఏదైనా ప్రమాదం జరగవచ్చని లేచాను. వెళ్ళేటప్పుడు మళ్ళీ హెచ్చరించాను.

"తొందరగా భోంచేసి రాత్రి బస్సుకు బయలుదేరుదాం"

"నేను రెండు రోజుల తర్వాత వస్తాను నాన్నా. మీరిద్దరూ వెళ్ళండి"

"కుదరదు అంటే కుదరదు. ముగ్గురమూ ఈ రోజే వెళదాం" నా గొంతులోని కఠినత్వానికి విజి కూడా భయపడింది.

అంతన్న గది గుమ్మంలో కనిపించాడు. సహాయం అడుగుతూ రేఖ అతనికి ఫిర్యాదు చేసింది. అతనూ సహాయం చేయలేదు.

"ఈరోజు వెళ్ళు. మరొకసారి వద్దువుగానీ. నువ్వు ఈ రోజు వచ్చి నా

పరువు కాపాడావు. నిన్ను మీ నాన్నకు అప్పగించాను. ఇక అతని ఇష్టం"

రేఖ ముఖం వాడిపోయింది.

తగిన శాస్తి జరిగిందికదా అన్నట్లు నేను రేఖవైపు చూశాను. కాంతిహీనమైన ఆమె ముఖం చూసి ఒక్క క్షణం 'అయ్యో' అనిపించినా తనను ఊరిలో వదిలి వెళ్ళే ధైర్యం కలగలేదు.

8

మేము ముగ్గురమూ రాత్రి పది గంటల బస్‌కు బయలుదేరాం.

విజి, రేఖ ఒకే చోట కూర్చున్నారు. రేఖ కిటికీ పక్కన సీట్లో. వారి వెనుక సీట్లో నేను. బస్సు ఎక్కిన వెంటనే మాటలకు అవకాశం ఇవ్వకుండా రేఖ విండో గ్లాస్‌కు తలానించి కళ్ళుమూసుకుంది.

బస్సు ముందు భాగంలో మెట్ల దగ్గర చిన్న నీలిరంగు నైట్ బల్బు వెలుగుతూ ఉంది. నాకు నిద్ర పట్టలేదు. రేఖ మొండితనం వంద ఆలోచనలు రేకెత్తించింది. ఎక్కడికి వెళ్లివుండొచ్చు? ఎందుకు? సురేష్‌ను మెప్పించడానికి తనను తాను ప్రమాదానికి ఒడ్డుకుందా? వెనుకటికొకసారి పేపర్‌లో చదివిన వ్యాసం నా మనసులో పునరావృతం కాసాగింది. కారడవిలో విప్లవకారులను వెతికి వారితో కొన్ని రోజులు గడిపి తిరిగొచ్చిన వీరగాథ ఆమెది.

ఆ రెండు రోజులు రేఖ ఎక్కడ గడిపిందనే ఆలోచన ఊహాల్లో విస్తరించసాగింది.

నిరంతరం పోలీసు నిఘా నుండి తప్పించుకుని జీవించాల్సిన వారిని సంప్రదించటమే అసాధ్యమైన సాహసం. రేఖ ఎవరికో మెసేజ్ పంపి, ఎక్కడి నుంచో జవాబు పొంది, వాళ్ళు ఇచ్చిన సంకేతాలను అనుసరించి వారి తావును చేరివుండొచ్చు. నా ఊహ హద్దులు లేకుండా విహరించసాగింది. ఊరినుంచి బయలుదేరిన రేఖ ముందుగానే నిర్ణయించిన ప్రకారం ఒక ఊళ్లో దిగి, ఆ రాత్రి

అక్కడ గడుపుతుంది. మరుసటిరోజు ఉదయం అడవి చివరన ఉన్న మరో చిన్న ఊరికి చేరుకుంటుంది. ఎర్రరంగు అంగవస్త్రాన్ని తలమీద కప్పుకుని, బస్సు దిగమని ఆమెకు సూచించారు. దిగుతుండగానే కొద్దిసేపు ఏమీ జరగదు. తర్వాత ఓ ఆటోడ్రైవర్ వచ్చి, "మేడమ్, రండి. కైలాసానికి తీసుకుని వెళతాను" అంటాడు. అదే సంకేతం. ఆమె అనుసరిస్తుంది. ఆమెను ఊరినుంచి దూరంగా తీసుకుని వెళ్ళి ఏదో ఒక ఇంటి ముందు వదిలి వెళ్ళిపోతాడు.

ఆమె గేటు దాటుతుండగానే ముందు తలుపు తెరుచుకుంటుంది. ఎదురుగా ఒక స్త్రీ.

"ఎక్కడికి?"

"కైలాసానికి"

ఆ స్త్రీ లోపలికి పిలుస్తోంది. అదే అన్ని దారులనూ తెరిచే రహస్య సంకేతం. ఆ ఇంటి నుంచి ఆమెను కళ్ళకు గంతలు కట్టి తీసుకుని వెళతారు.

అటుతర్వాత ఆమె నిజాయితీని పరీక్షించడానికి వివిధ పరీక్షలను నిర్వహిస్తారు. మగవాళ్ళు చుట్టుముట్టి మా పోరాటానికి ఏదైనా బలి ఇస్తావా? అని ప్రశ్నిస్తారు. 'అవును' అనటంతో నీ కౌమార్యాన్నీ ఇస్తావా? అనే ప్రశ్న. ఒకతను ఆమె దుస్తుల మీద చేయి వేస్తాడు. నా గుండె వణికింది. అటు తర్వాత ఆలోచన ముందుకు సాగలేదు. ఛ! ఈ విధంగా ఉండదు. దీని గురించి నా జ్ఞానమంతా చెత్త మీడియా నుండి పొందినదే తప్ప, ఇతర కచ్చితమైన మూలాలు లేవనిపించి కలవరపడ్డాను. ఎవరో పేపర్లో రాసిన వ్యాసం. లేదా సోషల్ మీడియాలో పంచుకున్న అభిప్రాయం. ఏదో సినిమా. మొత్తానికి స్వయంగా పరీక్షించలేని విషయాల వల్లనే రూపుదిద్దుకున్న అభిప్రాయాలు. మరీ ప్రాణాల మీదికి రాని సమాచారాన్ని ఎక్కడి నుంచి సేకరిస్తే ఏమిటనే ఉదాసీనత ఇలాంటి విషయాల పట్ల ఉండేది. ఇప్పుడు విషయం గొంతుమీదికి రాగానే, ప్రతి చిన్న వివరమూ ముఖ్యం అనిపించసాగింది. ఎంత తొందరగా నిర్ణయం తీసుకోవడానికి తపిస్తాంకదా. రేఖ ఇలాంటి అడుగు వేస్తుందని ఎన్నడూ అనుకోలేదు. అంత దగ్గరినుంచి కూడా రమణలోని హింస కనిపించలేదు. అది నిజమేనా అని కూడా ఎవరూ ప్రశ్నించలేదు. అధికార బలమే అలాంటిది. అది చిన్న చిన్న పురులను చేతికి ఇచ్చి పగ్గాన్ని నేయిస్తుంది- ముందొక రోజున మనకే ఉరి వేయడానికి!

తలాతోకాలేని ఈ ఆలోచనలను మనసులోంచి విదిలించి పారేయటానికి ప్రయత్నించాను. అయినా నిద్ర నా దగ్గరికి రాలేదు. రేఖ భవిష్యత్తు గురించి

ఆందోళన కలుగుతోంది. దాన్ని ఊహించుకుని వణికిపోతున్నాను. అర్ధరాత్రి గుంపులు గుంపులుగా బైక్‌లలోనో, కార్లలోనో తిరిగే అబ్బాయిల నడుము చుట్టూ చేతులు వేసుకుని దూసుకునిపోయే అమ్మాయిల మధ్య ఆమెకూడా కనిపిస్తోంది. బాయ్‌ఫ్రెండ్స్‌లను మార్చుతూ, తన స్వేచ్ఛకు ఆటంకమని వేరే ఇల్లు తీసుకుని, దాని చిరునామా కూడా మాకు చెప్పకుండా వేధించే చిత్రం ఎదుటికి వస్తోంది. స్వయంగా మెడకు చుట్టుకోనప్పుడు ఎలాంటి స్వేచ్ఛ గురించి చర్చించినా, ప్రస్తుతం ఇప్పుడు ఆమె క్షేమాన్ని దృష్టిలో పెట్టుకుని పెళ్లి, సంసారపు దారిలో భర్త స్వాధీనానికి అప్పగించే ఆలోచన విచిత్రమైన ప్రశాంత భావనను ఇవ్వసాగింది. ఇప్పుడు గుర్తొచ్చింది, మా పెళ్లిలో కన్యాదానం తంతు పూర్తయిన తర్వాత విజి తండ్రిని అభినందించేవారు 'మీ తలమీది భారం దిగిపోయింది' అని అంటున్నారు. అన్ని చోట్లా వినీవినీ మొద్దుబారిన ఆ మాట అప్పట్లో సర్వసాధారణమనిపించింది.

దారికి ఇరువైపుల ఉన్న చిన్నచిన్న ఊళ్ళ గుండా వెళుతున్న బస్సు ఆ ఊరి రాత్రులను క్షోభ పెడుతోంది. కొన్ని ఇళ్ల ముందు మందకాంతిలో దీపాలు వెలుగుతున్నాయి.

ముందుకు వంగి చూస్తే, ఇప్పుడు విజికూడా నిద్రలోకి జారుకుంది. విజి ఒంటి మీదికి లాక్కున్న శాలువా సగభాగం రేఖకు కప్పింది. అంత చలి లేదు. ఇది చలికోసం కప్పింది కాదు. ఒకే దుప్పటి కింద ఉన్నప్పుడు కలిగే ఆర్ద్రతాభావనే వేరు.

కాస్త కునుకు పట్టింది. మగత నిద్ర, బస్సు కుదుపుల నడుమ ప్రయాణం సాగటం అస్పష్టంగా తెలుస్తోంది. బెంగుళూరు చేరేసరికి ఉదయం ఆరున్నర అయింది. ఆటోవాడి దగ్గర బేరమాడే సమయం లేక అతను అడిగిమేరకు ఒప్పుకుని ఆటో ఎక్కాం. ఇరుకిరుకు కాకుండా రేఖ మా నడుమ కాస్త ముందుకు జరిగి కూర్చుంది. కాస్త చలి ఉంది. విజి తాను కప్పుకున్న శాలువాను రేఖ శరీరంపైకీ లాగి, ఆటో ఇరుపక్కల నుంచి తోసుకొస్తున్న గాలి నుంచి రక్షించే ప్రయత్నం చేసింది. ఈమె వెళ్ళిన ఆ అడవిలో చలివుండిందో, వర్షం వుండిందో ఎవరికి తెలుసు? అడవికి వెళ్లిందో లేదా ఇంకెక్కడికో? నా ఆలోచనలు ఒకే గాడిలో కూరుకుపోయాయి.

కొంత దూరం వెళ్ళేటంతలో రేఖ మగతనిద్రలో తూగుతుండటం గమనించాను. ముద్దొచ్చింది. నా కాఠిన్యం ఆమె మేలుకే కానీ నేను ఆమె విరోధిని కాదని అర్థమయ్యేలా చెప్పాలి. నేను చేదు మాత్రను. అంతే. ఒకవేళ ఇలా చెప్పినా

ఆమె నన్ను ఎగతాళి చేస్తుంది.

ఇంటికి చేరేసరికి ఏడు గంటలు. లిఫ్ట్ డోర్ తెరుచుకుంటుండగా బ్యాగ్ పక్క అరలో చెయ్యి పెట్టి, చేతివేళ్ల చివరి స్పర్శతోటే ఇంటి తాళం చెవులగుత్తిని వెతకసాగాను. అది వెంటనే దొరకక, మొత్తానికి బయటికి తీసే సమయానికి ఇంటి తలుపు ముందు విజి, రేఖలు అసహనంతో ఎదురుచూశారు.

"ముందే తీసి పెట్టుకోరాదా?" విజి గొణిగింది.

తాళం చెవిని తాళం చిల్లులో దూర్చి కటక్ కటక్‌మని రెండుసార్లు తిప్పి తాళం తెరిచాను. ఎప్పటిలాగే తలుపును మృదువుగా తోశాను. తలుపు తెరుచుకోలేదు.

"తొందరగా తెరువు. నేను అర్జెంట్‌గా టాయ్‌లెట్‌కు వెళ్లాలి. బస్సుల్లో ప్రయాణం చేస్తే ఇదే బాధ. మగవాళ్ళకేమి? ఎక్కడపడితే అక్కడ నిలబడతారు" విజి తొందర పెట్టసాగింది.

తలుపు తోశాను. కదల్లేదు. బలంగా నెట్టాను. ఊహూఁ. ఇంకోసారి తాళం చెవిని లోపలికి దూర్చి శబ్దం చేస్తూ తాళం వేశాను. ఇదంతా ఎప్పటిలాగే సహజంగా జరుగుతోందని తాళాన్నే నమ్మించటానికి ప్రయత్నిస్తున్నట్టు చేతిని వీలైనంత సాఫీగా తిప్పుతూ గబుక్కున తాళం తీశాను. ఇప్పుడు మరింత బలాన్ని పెట్టి తలుపును తోసినా అది కదల్లేదు.

తలుపు అవిధేయతతో కలవరపడ్డాను. అది ఎందుకు తెరుచుకోవటం లేదో అర్థంకాలేదు. ఇదంతా చూస్తూ నిలుచున్న విజి, రేఖలు కూడా విచలితులయ్యారు.

"నేను తెరుస్తాను, మీరు ఇటువైపు రండి" అంటూ విజి ముందుకు వచ్చింది.

తాళం చెవిని ఆమెకు ఇచ్చి వెనక్కి జరిగాను. ఆమె తాళం చెవిని తిప్పుతున్న ఆ క్షణానికి, లోపలి నుంచి బోల్ట్ వేసివుండొచ్చని స్ఫురించింది.

"లోపలి నుంచి బోల్ట్ వేసినట్టుంది"

"అదెలా? లోపలికి వెళ్ళటానికి దారి ఇదొక్కటే" విజి గాభరా పడింది.

"మరి ఎందుకు తెరుచుకోవడం లేదు?"

బయటి గడియను పరీక్షించాను. నేనే ముందుకొచ్చి, తాళం వేసి మరొకసారి తెరిచాను. తోస్తే తెరుచుకోలేదు. తలుపు కొట్టాను. "లోపల ఎవరున్నారు?" అన్నాను. ఇంకా బిగ్గరగా అరవాలనిపించినా, అంత ఉదయాన్నే గొడవ చేసి ఇరుగుపొరుగు ఇళ్ళవారిని లేపి లేపాలని అనిపించలేదు. ముఖ్యంగా, లోపల

ఎవరైనా ఉన్నారో లేదా అది మా తాళం సమస్యనో, నాకు ఇంకా కచ్చితంగా తెలియదు.

ఇంటివాళ్ళందరం బయట నిలబడి మా ఇంటి తలుపునే కొడుతున్నాం. విజి బెల్ నొక్కింది. రెండు మూడు సార్లు. జవాబు లేదు.

కుడి భుజాన్ని తలుపుకు ఆనించి బలంగా తోశాను. విజికూడా చేతులు కలిపింది. ఊహూం, ఒక్కింత కూడా కదల్లేదు. తలుపుకు లోపలి నుంచి బోల్ట్ వేశారనటంలో ఇంక సందేహం లేదు.

“ఇది తాళం సమస్య కాదు. లోపల నుండి బోల్ట్ పడింది”

“పడింది అంటే? అది ఎలా తనంతట తాను పడుతుంది? రాత్రి మాత్రమే మేము ఆ బోల్ట్ వేస్తాం. లోపల ఎవరైనా ఉన్నారేమో?” విజి జాగృతురాలైంది.

“ఉండు, ఈ ఒక్కసారి ముగ్గురూ కలిసి చూద్దాం” అంటూ మళ్ళీ భుజాన్ని తలుపుకి ఆనించాను. రేఖ పక్కనే నిలుచోని తన శక్తిని ప్రయోగించడానికి సిద్ధమైంది.

“ఇప్పుడు.. గజ... భుజ... బల...” అని ముగ్గురం ఒకేసారి తోశాం. తలుపు కదలలేదు. ఎన్నో సంవత్సరాల తర్వాత ప్రయోగించిన నా శక్తి మంత్రం తుస్సుమంది.

గత మూడు రోజుల గొడవలు, బస్సులో నిద్రలేని రాత్రులు, చుట్టుముట్టిన ఒకదానితో ఒకటి పొందికలేని విషయాల నుంచి విముక్తి కొరుతున్నాను. ఇంటిలోని పరిచితమైన ఆవరణపు సాంత్వన కోసం నా మనస్సు తహతహలాడు తుండగా, గుమ్మంలోనే మమ్మల్ని ఆపి నిలిపివేసిన ఈ దుస్థితికి విసిగిపోయాను. “ఉండు, వాచ్‌మెన్‌ను పిల్చుకొస్తాను” అని రేఖ మెట్లుదిగి, లిఫ్ట్‌లో వాచ్‌మాన్‌తోపాటు వచ్చింది.

ఆత్రుతలేని, నిరాసక్తమైన అతని నిదానం వల్ల కోపం పెరగసాగింది.

“లోపలి నుండి బోల్ట్ వేశారు. తలుపు తీయటానికి రావటం లేదు”

“అదెలా సార్? మీరు ముగ్గురూ ఇక్కడ ఉన్నారు. లోపల నుంచి ఎవరు బోల్ట్ వేస్తారు?’

“అందుకే నిన్ను పిలిచింది? లోపల ఎవరో ఉండొచ్చు”

నాకు తెలియకుండానే నా స్వరం పెరిగింది. తెల్లవారుజామున జరిగిన కోలాహలానికి పక్కింటి తలుపు దభేలుమని తెరుచుకుంది. ఫెర్నాండిస్ బయటకు వచ్చి అడగటంతో జరిగినదంతా చెప్పాను. ఎదురింటి కశ్యప్, అతని భార్య

తొంగి చూశారు. వాళ్ళకు ఫెర్నాండిస్ ఉత్సాహంగా పరిస్థితిని వివరించసాగారు.

"మా ఇంట్లో గడ్డపార ఉంది. కావాలంటే..." కశ్యప్‌గారి భార్య సహాయానికి వచ్చింది. విజి టాయ్‌లెట్ ఉపయోగించడానికి అనుమతి అడిగి వారి ఇంట్లోకి వెళ్ళింది.

అదే మేడలోని చివరి ఇంటి రంజోయ్ కనిపించారు. మగవాళ్ళంతా ఒక్కసారి తామే స్వయంగా తలుపును తోసి లోపలి నుండి బోల్ట్ వేశారనే నిర్ధారణకు వచ్చారు. కింది అంతస్తులోని అనిరుధ్ మెల్లెక్కి పైకొచ్చి గుంపును కలుసుకున్నాడు. ఒక్కొక్కరు ఒక్కో మాట.

"ఇంత మందిమి ఉన్నాంకదా. లోపల నుంచి అతనేమైనా బయటికి పరుగెత్తి వస్తే దొరికిపోతాడు"

"చేతిలో కత్తి ఉంటే?"

"ఎంత మందిని కత్తితో పొడుస్తాడు? ఒక్కరిని పొడవచ్చు. అంతే"

'అలాగైతే మీరు ముందుకు రండి, చూద్దాం"

అందరూ నవ్వారు.

ఇది ఒక వినోదంగా మారుతుండటం నాకు చిరాకు కలిగించింది. తలుపు బద్దలు కొట్టడం తప్ప మరో మార్గం కనిపించలేదు. కశ్యప్ ఇంట్లోంచి గడ్డపార తెచ్చి తలుపులు పగులగొట్టేందుకు సిద్ధమయ్యే సమయానికి అపార్ట్‌మెంట్‌లోని సగం మంది అక్కడ గుమిగూడారు. వాచ్‌మెన్ తానేమి చేయాలో తోచక 'లోపలి నుంచి బోల్ట్ వేసుకుని చిక్కుకున్నాడు. ఉన్నదొకటే తలుపు" అని తనలో తానే మాట్లాడుకుంటూ కలవరంతో సతమతమవ్వసాగాడు.

అందరిలోకి యువకుడూ, శరీరనిర్మాణంలో దృఢమైనవాడూ అయిన అనిరుధ్ గడ్డపార పట్టుకున్నాడు. అతని కుడి మణికట్టుకు రంగులు మాసిన ఐదారు మందపాటి దారాలు ఉన్నాయి. "మా అత్తగారి ఇంటిది. కనీసం డెబ్భై ఏళ్ల పాతది కావచ్చు" అంటూ కశ్యప్‌గారి భార్య గడ్డపార గుణగానాలు మొదట పెట్టింది. తలుపును బ్రద్ధలు కొట్టాల్సివస్తే ఎక్కడ, ఎలా అనే ప్రశ్న తలెత్తింది. ధారాళంగా ఉపదేశాలు రావడంతో, అనిరుధ్ గడ్డపారనెత్తి ఎక్కడ మొదట గురిపెట్టాలని తలుపును తన కంటితో కొలుస్తున్నప్పుడు...

"ఉండు, ఉండు. ఇవన్నీ నాకు బాగా తెలుసు. పగులగొట్టకు, నేను వచ్చాను" అని కేకలు వేస్తూ రంజయ్ గుంపులోంచి జరుగుతూ ముందుకొచ్చి ముందు తలుపు ఎదుట నిలబడిన వీరుడి చేతిలోని గడ్డపారను ముందుగా కింద

పెట్టించారు. తర్వాత ప్రశాంతంగా నెమ్మదిగా సలహా ఇచ్చారు. గడ్డపార చివరన మందమైన గుడ్డ చుట్టండి. లేదా తలుపు మీద గుడ్డ పెట్టి కొట్టండి. బోల్ట్ ఉన్న స్థలంలోనే కొడితే అది లోపలి నుండి విడిపోతుంంది. వేరే ఎక్కడ కొట్టినా తలుపు చీలుతుంది. జాగ్రత్త"

ఇంత కచ్చితమైన సూచనలు అందుకున్నాక, కాశ్యప్‌గారి ఇంటి నుండి మందపాటి పాతటవల్ వచ్చింది. నిన్న రాత్రి పడుకునే ముందు పాలసంచిని బయట పెట్టి, తలుపు మూసి, లోపల నుంచి వేస్తున్న బోల్ట్ గుర్తుచేసుకుంటూ 'బోల్ట్ పై చివరన ఉంది. ఇక్కడ, ఇక్కడ" అని దాని స్థానాన్ని ధ్వారబంధం మూలలో వేలు పెట్టి చూపించాను.

"ముందుగా డోర్ లాక్ తీసి పెట్టుకోండి" రంజోయ్ మళ్లీ సూచించారు. తాళం తీశారన్నది నేను నిర్ధారించుకున్నాను.

టవల్‌ను గడ్డపార మూలానికి భద్రంగా చుట్టి, అనిరుధ్ ఒకే ఒకసారి బలంగా కొట్టాడు. అలా కొట్టేటప్పుడు దవడలు బిగించి 'జై హనుమాన్' అని అరిచాడు. మందపాటి టవల్ వల్ల చప్పుడు కాలేదు. అతని బలంకన్నా అధికంగా జయకారానికి బెదిరినట్లు, లోపలి బోల్ట్ సులభంగా విరిగిపోయి, చడీచప్పుడు లేకుండా తలుపు తెరుచుకుంది. తలుపు మీద ఒక్క గీతకూడా పడలేదు. లోపల నుంచి బోల్ట్ వేసిందని కచ్చితమైంది. ఇంత నిస్తేజంగా దృశ్యం ముగిసినందుకు నిరాశ కలగటంవల్ల "ఏమిటి? తెరుచుకుందా? ఒక్క దెబ్బకే?" అంటూ భావావేశంతో కూడిన కేకలు వెలువడ్డాయి. రంజోయ్ గర్వంగా చుట్టూ చూశాడు.

లోపల హాలులో మందకాంతి. అంతా నిశ్శబ్దంగా ఉంది. తలుపును పూర్తిగా తోశాను. ఇంతసేపు శౌర్యంతో డాంబికపు డైలాగులు కొట్టిన వాళ్ళంతా ఒక్క అడుగు వెనక్కి జరిగారు. చేయిచాపి తలుపు పక్కనున్న స్విచ్ వేశాను. లోపల వెలుతురు పరుచుకుంది. ఎవరూ కనిపించలేదు.

"లోపలికి వెళ్ళకు" విజి నన్ను ఆపింది.

నాటకీయమైనదేదో ఒకటి జరుగుతుందని ఎదురుచూసినట్లుగా గుమిగూడిన జనమంతా తలుపు వైపు తొంగి చూడసాగారు. కొన్ని నిమిషాలు గడిచాయి. ఏమీ జరగలేదు. లోపలి నుంచి ఎవరైనా బయటికి తోసుకొస్తే చితకబాదాలని అనిరుధ్ చేతిలోని గడ్డపార మీద పిడికిలిని బిగించి నిలబడ్డాడు.

ఎవరూ లోపలికి అడుగు పెట్టడానికి సిద్ధంగా లేరు. వెనక నుంచి ఎవరో "వాచ్‌మన్, లోపలికి వెళ్ళి చూడవయ్యా" అన్నారు. బిల్డింగ్ కాపలాకాసే సెక్యూరిటీ

అయినంత మాత్రాన లోపలికి వెళ్ళి ప్రమాదానికి గురికావడానికి, చేతిలో దుడ్డుకర్ర తప్ప మరో ఆయుధం లేని వాచ్‌మెన్ సంకోచించాడు.

"ఎవరైనా ఉంటే?" అని బిగ్గరగానే అన్నాడు.

"అదే చూసి రమ్మని చెబుతున్నాం" అని అనగానే అక్కడంతా నవ్వులు వ్యాపించాయి.

కొన్ని నిముషాల పాటు ఏ శబ్దమూ లేకపోవడం గమనించి లోపలికి అడుగు వేశాను. "జాగ్రత్త. దొంగలు ఒంటరిగా రారు" వెనుక నుంచి ఎవరో హెచ్చరించారు. ముందుగా తలుపు వెనుక ఎవరూ లేకపోవటం నిర్ధారించుకున్నాను.

అది చూసి ధైర్యం తెచ్చుకుని, ఇప్పుడు తానేమీ చేయకపోతే నింద వస్తుందని వాచ్‌మెన్ చేతిలోని లాఠీతో నేలపై కొడుతూ "సార్, నేను చూస్తాను" అంటూ ముందుకు వచ్చాడు. "మేడమ్, మీరు కాస్త ఇటువైపు రండి" అంటూ తన సాహసానికి ఆడవాళ్ళే ఆటంకాలని విజిని మాత్రమే తలుపు దగ్గర నుండి పక్కకు జరగమన్నాడు.

"లోపల ఎవరున్నారు? బయటికి రండి" బిగ్గరగా పిలిచాను.

నా బహువచనపు సభ్యత ఏ దొంగలోనూ భయాన్ని కలిగించటానికి సాధ్యం లేదు. వాచ్‌మన్ చేతిలోని లాఠీతో నేలను కొడుతూ నాలుగడుగులు ముందుకు వేసి ఇతరులు చూడాలని, "ఎవడ్రా బోడిముండాకొడుకా, ఒళ్ళు హూనం చేస్తాను. రా, బయటికి" అన్నాడు. నిజమైన కోపానికి, బూటకపు కోపానికి ఉన్న తేడా అతని స్వరంలో తెలుస్తోంది. అప్పటికీ ఎలాంటి చప్పుడు లేదు. జనం గుమ్మంలో ఉత్సాహంగా, ఒకింత ఉద్వేగంతో ఎదురుచూస్తున్నారు. కొత్తగా గుంపులో చేరిన వారికి మిగతావారు మొదటి నుండీ వివరిస్తున్నారు.

లోపల్నుంచి ఎలాంటి ప్రతిస్పందన లేకపోవడంతో వాచ్‌మెన్‌కు మరింత ధైర్యం వచ్చి దొంగను ఆహ్వానిస్తూ, కర్రతో నేలపై కొడుతూ ముందుగా వంటగదిలో వెతికాడు. అక్కడ ముగించి ఇటువైపు వచ్చి లోపలి గదుల తలుపుల దగ్గర నిలబడి ఒకసారి లోపల చూపులు సారించి, "ఇక్కడ ఎవరూ లేరు సార్" అని అరిచాడు.

అతను బాత్‌రూమ్‌లు చూడలేదని అనిపించి, చెబితే బూట్లు వేసుకున్న కాళ్ళతోటే లోపలికి వెళతాడని, నేనే వెళ్ళి చూడాలని నిర్ణయించుకున్నాను.

ఇంట్లో ఏదైనా అస్తవ్యస్తంగా ఉన్నాయా అని కళ్ళతోనే తనిఖీ చేస్తూ పతి గదినీ పరీక్షించసాగాను. మా బెడ్‌రూమ్‌లో ఉన్న బాత్‌రూమ్‌లో కాలు పెట్టగానే అక్కడ కిటికీ అద్దాలు కోసి తొలగించడం కనిపించింది. కిటికీ నుంచి బయటికి

తాడు వేలాడుతోంది. తాడు పట్టుకుని ఎక్కడానికి దిగడానికి సులభంగా ఉండేలా మధ్యమధ్యన ఒక్కొక్క ముడి వేశారు.

"ఇక్కడ చూడండి. ఇక్కడి నుంచి వచ్చారు" నా అరుపుకి విజి, రేఖ, వాచ్‌మన్‌లు పరుగున వచ్చారు.

"చాలా తెలివైనవారు అయివుండాలి. బిల్డింగ్‌కు ఇటువైపు దిగితే పగటిపూట కూడా కంటపడటం అసాధ్యం" అని వాచ్‌మన్ దొంగలను పొగుడుతూ, ఇందులో తన తప్పు లేదన్నట్టు సూచించసాగాడు.

బయట నిల్చున్న వాళ్ళు "ఎక్కడి నుంచి, ఎక్కడి నుంచి, ఎలా" అంటూ ఒకరి తర్వాత ఒకరు లోపలికి రాసాగారు. వచ్చిన వారు కుతూహలంగా అన్ని వైపులా తొంగిచూడసాగారు. రోజూ చూసే వస్తువులూ మరొకరి జీవితంలో వేరే కోణంలో చూడటం వల్ల ఆ చాపల్యాన్ని అణచుకోలేని ఒకరిద్దరు అకారణంగా వంటగదిలోనూ ఒక రౌండ్ వేశారు. దొంగలు వచ్చిన దారిని స్వయంగా చూసే తపనతో బాత్‌రూమ్‌లో కోలాహలం చెలరేగింది. ఇతరుల కళ్ళతో చూడగానే మా బాత్‌రూమ్ మురికిగా కనిపించసాగింది. నీటి మరకలతో తడిసిన షవర్ కర్టెన్, గోడ టైల్స్‌ల మాసిన జాయింట్లు, సోప్ ట్రేలో తరతరాలుగా పేరుకుపోయిన పాత సబ్బుల అవశేషాలు, చూసిన కొద్దీ మరింత ఇబ్బంది కలగసాగింది. ఇదే భావనకు బాధపడినదానిలా విజి బాత్‌రూమ్ మూలనున్న టబ్‌ను, అందులో ఉతకడానికి వేసిన బట్టల సమేతంగా ఎత్తుకుని బెడ్‌రూమ్‌లో పెట్టి దానిమీదొక టవల్ కప్పింది.

వంటగదిలోంచి కశ్యప్ బిగ్గరగా పిలవటం వినిపించింది. వెళితే, ఆయన సేమ్యాలు నొక్కే పరికరాన్ని కూలంకషంగా పరీక్షిస్తున్నారు. "దీన్ని ఎక్కడ తీసుకున్నారు? చాలా రోజుల నుంచి మంచిదొకటి తీసుకోవాలని వెతుకుతూ వున్నాను?" అని ఉత్సాహంతో అడిగారు. సమయం, సందర్భం చూడకుండా అడిగిన ప్రశ్నకు పైత్యం నెత్తికెక్కింది. "తెలియదు" అని అసహనంతో జవాబిచ్చి బెడ్ రూమ్‌కి వెళ్ళాను. లోపలికి వెళ్ళగానే బీరువాకు వేలాడుతున్న తాళాలగుత్తి దృష్టికి వచ్చింది. వెంటనే విజిని పిలిచాను. ఊరికి వెళ్ళే తొందరలో అలాగే వదిలిపోయారో, లేదా దొంగలు తాళం తీశారో ఆమెకూ అర్థంకాలేదు. వెళ్ళటానికి ముందు బీరువాలోంచి ఏం తీశాడో గుర్తుకు రాలేదు. బీరువా వైపు చేయి చాపాను. అంతలో అక్కడ దొంగల వేలి ముద్రలు ఉండవచ్చనిపించి, జేబులోంచి కర్చీఫ్ తీసి హ్యాండిల్ మీద పెట్టి, మరెక్కడా చేయి తగలకుండా తలుపు తెరిచాను.

లోపల అన్నీ ఎంతగా కిక్కిరిసి ఉన్నాయంటే ఏదైనా పోయివున్నప్పటికీ తెలుసుకోవడం అసాధ్యం.

"చాలా పోయిందా ? ఏమిటి?" కీచు కంఠమొకటి అతి సమీపం నుంచి వినిపించి మేమిద్దరం ఉలిక్కిపడ్డాం. కింది అంతస్తులోని వాసంతిబాయి అనే ఒంటరి మహిళ పళ్ళికిలిస్తూ మా వెనుక నిలబడి ఉంది. సగం సగం నెరిసిన, చెదరి చెల్లాచెదురైన తల వెంట్రుకలు, పక్కమీది నుంచి లేచి నేరుగా ఇక్కడికి వచ్చినట్లుంది. కళ్ళు పెద్దవి చేసుకుని, తదేకంగా బీరువాలోకి దృష్టిని నిలిపింది. బీరువా తలుపును దఢాలున మూశాను. "లేదు, ఏమీ లేదు" అని విజి మాటలు నమ్మనట్లుగా కళ్ళు పెద్దవి చేసి, రెండు కనుబొమ్మలూ పైకెత్తింది. ఆమెను ఇంత దగ్గరి నుంచి ఎన్నడూ చూడని నాకు ఆమె చిబుకం మీది తెల్ల వెంట్రుకలు, ముఖకవళికలు అసహ్యమనిపించాయి.

వాసంతిబాయి చెప్పులు వేసుకోవడం గమనించి వెంటనే కోపంతో మండిపడ్డాను.

"చెప్పులు వేసుకుని లోపలికి రాకూడదు. మీ ఇంట్లోకి ఇలా వస్తే ఊరకుంటారా?" అన్నాను.

ఆమె కలవరపడకుండా, హాలువైపు వేలుపెట్టి చూపింది.

"చాలామంది వేసుకున్నారుకదా. పైగా చెప్పులు లేకపోతే చలికి నా పాదాలు నొప్పెడుతాయి"

"వాళ్ళకూ చెబుతాను. ముందుగా మీరు చెప్పులు బయట వదిలేయండి"

లోపలి జనసమూహం వల్ల చిరాకు వేయసాగింది. రేఖ తన గదిలోకి దూరి, తలుపు ఓరగా వేసుకుని, టేబుల్ ముందు కూర్చుని ఏదో చేస్తోంది. సగం తెరిచిన తలుపులోంచి కనిపిస్తున్న ఆమె వీపు, పనిలో నిమగ్నమైన ఆమె భంగిమ, అవ్యక్తమైన అడ్డంకిని కలిగిస్తోంది. ఎవరూ ఆ గదిలోకి కాలు పెట్టడానికి కూడా ప్రయత్నించలేదు

హాలులోని గుంపు తమ ఇంట్లోనూ ఇలాంటివి జరగవచ్చని, తామేదో జాగ్రత్త వహించినందువల్ల ఏమీ జరగలేదని పరోక్షంగా సూచించడానికి ప్రయత్నిస్తోంది. కశ్యప్ తాను ఎలా ప్రతి కిటికీకి అది బాత్‌రూమ్‌కానీ, బెడ్‌రూమ్‌కానీ ఇనుపగ్రిల్ పెట్టించానని గొప్పలు చెప్పుకుంటున్నారు.

కింది అంతస్తు డిసౌజా మనస్సు వాచ్‌మెన్ వైపు మరలింది. "వాచ్‌మెన్‌లు ఏం చేస్తున్నారోనని ఇప్పుడు మనం అడగాలా వద్దా? పైనుండి కిందకు దిగి

వచ్చి ఇలా ఇంట్లో తిరిగి వెళ్ళేవరకూ వీళ్ళకు మెలకువ లేదంటే వీళ్ళను నియమించుకుని ఏమి ప్రయోజనం? ఇలాంటివారిని దేశాన్ని రక్షించడానికి నియమిస్తే కథ ముగిసినట్టే". గతంలో ఒకప్పుడు తన యవ్వనంలో మిలిటరీ క్యాంటీన్లకు సరుకులు సప్లయ్ చేసేవాడనే ఒకే అర్హత వల్ల సెక్యూరిటీకి సంబంధించిన మాటలను, అది బిల్డింగ్‌ది కానీ, దేశానికి సంబంధించినది కానీ హక్కుతో మాట్లాడేవాడు.

వకీలు రమేశ్‌కు ఈ మాత్రం ప్రేరేపణ చాలు. "మొన్న నేను సెకండ్ షో చూసి వచ్చేసరికి, ఇద్దరూ నిద్రపోతూ ఉన్నారు. అది ఎలాంటి నిద్ర అనుకున్నారు, నిద్రనుంచి లేపటానికి విసుగెత్తిపోయాను. లేపామన్న కోపంతో ముఖం చిట్లించుకుని గేటు తీస్తారు. మన ఇళ్లను మనమే భద్రంగా పెట్టుకోవాలి. అంతే"

"మన బిల్డింగ్ అసోసియేషన్ ప్రెసిడెంట్ మిస్టర్ శర్మ ఎక్కడున్నారు? ఈరోజు ఆయన మన సెక్యూరిటీవాళ్ళ పనిపడతారు" డిసౌజా మాటల్లోని వ్యంగ్యం తెలిసినవారు నవ్వు ఆపుకోలేదు. శర్మగారు చాలా మృదుస్వభావులు.

"శర్మగారు రెండు రోజుల తర్వాత వస్తారు. ఊరికి వెళ్ళారట. అలాగే కల్నల్ సార్ కూడా ఊర్లో లేరు" అని అనిరుధ్ వివరించారు. అతను ఇంకా చేతిలో గడ్డపార పట్టుకుని తిరుగుతున్నాడు. గడ్డపారతో పని పూర్తయిందో లేదో అర్థంకాక దాన్ని వాపస్ అడిగే తగిన సమయం కోసం ఎదురుచూస్తూ మిసెస్ కశ్యప్ అతని ముందూ వెనుకా తిరుగుతున్నారు.

మిసెస్ కామత్ అనిరుధ్ ధైర్యసాహసాలను కొనియాడుతూ అందరినీ నవ్వించారు. "నువ్వు తలుపును కొట్టిన తీరు చూసి నేను గాభరా పడ్డాను. అంత సులభంగా ఒక్కింత కూడా కిమ్మనకుండా విడిపోవాలంటే చాలా గట్టిగా ఉండాలి మన బోల్ట్‌లు"

"గడ్డపార అవసరం లేదు. చేత్తో బలంగా తోసివుంటే సరిపోయేది" అనిరుధ్ తన బలప్రదర్శన మత్తులోంచి ఇంకా బయటికి రాలేదు.

"మీకు అలవాటు వుండాలికదా?" గుమిగూడినవారు గొల్లుమని నవ్వినపుడు అనిరుధ్‌కు మిసెస్ కామత్ తనపై జోక్ వేసిందని అర్థమైంది.

టెరెస్ పైకి వెళ్లి పరిశీలించిన వాచ్‌మన్ కిందికి దిగి వచ్చాడు. "పైనుంచి దిగి మళ్లీ అలాగే ఎక్కి వెళ్ళారు. తాడు అంతే పొడవుగా ఉంది. కిందికి వచ్చివుంటే మా కంట పడివుండేవారు"

డిసౌజాకు కోపం వచ్చింది. "వాళ్ళు ఆకాశం నుంచి టెరెస్ మీదికి దిగారా?

గేటు నుంచే వచ్చి గేటు నుంచే వెళ్ళివుంటారు. మీరిద్దరూ అక్కడ గాడిదలు కాస్తూ కూర్చున్నారు"

ఈ పరిస్థితి నుంచి తప్పించుకునే ఉపాయాలను వెతకడానికి పెనుగులాడుతున్న వాచ్‌మెన్ ముఖం వాడిపోయింది. పోలీసులు వచ్చిన వెంటనే అతనితోనే విచారణ మొదలవుతుందనడంలో సందేహం లేదు. ఇలాంటి బిల్డింగ్‌లోని ఏ ఇంట్లో దొంగతనం జరిగినా దెబ్బలు తినడం వాచ్‌మన్‌లకు అనివార్యమవు తుంది. ఒకవేళ కనిపించకుండా వెళితే వాళ్ళే నేరస్థులనటంలో పోలీసులకు అనుమానమే ఉండేదికాదు.

ఇవన్నీ త్వరగా పూర్తవుతే చాలు. గుసగుసలు చెదిరి, అందరి చెవులకు వినిపించేలా కంఠం పెంచి, "ఎవరి దగ్గర పోలీస్ స్టేషన్ నంబర్ ఉంది? ఇన్‌స్పెక్టర్ ఎవరో తెలుసా?" అని అడిగాను.

ఇది తన రంగమనే ధోరణిలో వకీలు రమేశ్ ఉత్సాహంగా ముందుకొచ్చాడు. "ఫోన్ చేస్తే ఏమీ జరగదు. దొంగలను పట్టుకుంటే వెంటనే వస్తారే తప్ప నిన్నటి దొంగతనానికి ఎవరినీ అర్జెంట్‌గా పంపరు. ఇంత ఉదయాన్నే అక్కడ తగినంత మంది పోలీసులు ఉంటారో లేదో? మీరే స్టేషన్‌కు వెళ్ళి మాట్లాడి రండి. ఇన్‌స్పెక్టర్ మంచివాడు. మొన్న నా కొడుకు మొబైల్ పోగొట్టుకున్నానని వెళ్ళాడు. బాగా మాట్లాడి పంపారు. మొబైల్ దొరకలేదు. అది వేరే విషయం. స్టేషన్ తెలుసుకదా, ఇక్కడే నాలుగు రోడ్లకు అవతల".

"పైగా మీరు ఇప్పుడే వచ్చారు. చాయ్ తాగి కుదుటపడండి. బంగారం, నగదు పోయిందేమో చూసుకోండి. వాళ్ళు అడిగేది అదే. పూర్తి వివరాలు ఇవ్వండి. ఇప్పుడు కాకపోతే భవిష్యత్తులో ఎప్పుడైనా దొంగ పట్టుబడినప్పుడు అది ఉపయోగపడుతుంది. మీరు ఇన్స్యూరెన్స్ చేయించారా?" అప్పటిదాకా ఒక పక్కన నిలబడి అందరి మాటలు వింటున్న గిరిరావ్‌గారు రంగ ప్రవేశం చేశారు.

"ఇంట్లో నగదు, బంగారం పెట్టం. ఇంకేమీ పోయినట్లు లేదు" అని వినయంగానే వివరించాను.

నేను ఇటు తిరగ్గానే గిరిరావ్‌గారు "ఎలా మాటను తోసిపుచ్చారో చూడండి. ఎంత లేదన్నా, ఇల్లన్న తర్వాత కొంత బంగారం, నగదు తప్పకుండా ఉంటుంది. వారివారి సంతృప్తి కోసం అలా చెబుతారు. లేదా పోలీసులు చెప్పుకోలేని బ్లాక్‌మనీ ఉండొచ్చు. అంటే తెలిసిందికదా? హ్హా..హ్హా.." అన్నది చెవిన పడనట్లు నటించాను.

ఇక వీళ్ళందరినీ పంపకపోతే నా బుర్ర పాడవుతుందని అనిపించింది.

"నేను ఇప్పుడు పోలీసులను పిలిపిస్తాను. కుటుంబ సభ్యులది తప్ప ఇతర వేలిముద్రలు కనిపిస్తే అనవసరంగా ఇబ్బంది కలుగుతుంది. పోలీసు డాగ్ వాసన పసిగట్టి మీ దగ్గరికి వస్తే నన్ను నిందించవద్దు. దయచేసి అందరూ బయటకు వెళ్ళండి. ఎవరూ, దేన్నీ ముట్టకండి ప్లీజ్. మీ అందరికీ ధన్యవాదాలు. ఇంత ఉదయాన్నే మీకు ఇబ్బంది కలిగించాం"

వాళ్ళను సాగనంపే ఇలాంటి ఉపాయం స్ఫురించిందని సంతోషపడ్డాను.

వెళ్లేముందు డిసౌజా నాతో, "ఇది నీకు తెలిసినవారి చేతివాటమే. మీరు ఇంట్లో లేరని వారికి తెలుసునని ఆలోచించండి. నేను ఎవరినీ అనుమానించడం లేదు. ఆలోచించమని అన్నాను, అంతే" అన్నాడు.

ఇరుగుపొరుగువారు నెమ్మదిగా చెదిరిపోసాగి, నిమిషాలలో ఇల్లు ఖాళీ అయింది. తలవాకిలిని మూయటానికి వెళుతున్నవాడిని, అది మరీ మొరటుగా కనిపిస్తుందని తలుపును కేవలం అడ్డంగా వేశాను. ఊడివచ్చిన బోల్ట్ ఉంగరం తలుపు పైచివరన ధ్వజంలా బోల్ట్ కడ్డీకి చిక్కుకుని వేలాడుతూ ఉంది. ఉంగరం తీసి, బోల్ట్ కడ్డీని కిందికి జరిపి, చప్పుడు చేయకుండా మెల్లగా తలుపు మూశాను.

ఊరినుంచి బయలుదేరుతున్నప్పుడు, మరుసటి రోజు డ్యూటీకి వెళ్ళాలని నిర్ణయించుకున్నాం. ఇప్పుడు ఊహించని విధంగా మారిన పరిస్థితిలో ఏం చేయాలో తోచలేదు. దైనందిన చక్రం సరిగ్గా తిరగాలంటే ఇప్పుడే అది సిద్ధమై వుండాలి. వంటగదిలో తిరుగుతున్న విజి దగ్గరకు వెళ్ళాను.

"ఇక్కడ ఏమేమి ముట్టుకున్నారో? అన్నిటినీ పారవేయాలని అనిపిస్తోంది. దేన్ని వెతుక్కుంటూ వచ్చారో?" అక్రమంగా ప్రవేశించడం వల్ల ఆమె కలవరపడింది.

ఏదో తలకిందులైన భావన నాలోనూ పుట్టింది. ఇంట్లోని ప్రతి ఒక్కదాన్ని చిన్నచిన్న వివరాలతో చూడటం మొదలు పెట్టేసరికి, ఇది ఇంతకు ముందు ఇలాగే ఉందో లేదా వారి స్పర్శ వల్ల ఇలా కనిపిస్తోందో తెలియటం లేదు. వంటింటి గట్టుమీద పట్టకారును పెట్టిన తీరును చూస్తే, సింక్ పక్కనే కడిగిన చెంచాల నీళ్ళు కారిపోవడానికి పెట్టిన బుట్ట చూస్తుంటే, మేము ఇవన్నీ ఇలాగే వాడుతున్నామా అని అనుమానం కలిగింది. కప్పులను సింక్‌లో మేమే ఇంత నిర్లక్ష్యంగా పెట్టామా? చక్కెర డబ్బాను ఎప్పుడూ లోపలేకదా పెట్టేది? ఖాళీ అయిన ఈ ప్లాస్టిక్ డబ్బాలో ఏముండేది? ఇంటి లోపలికి ఎవరో దూరి, వెళ్ళిన సంఘటన వల్ల ఇప్పటిదాకా సాధారణంగా అనుకున్న విషయాలన్నీ ఇప్పుడు స్పష్టంగా కనిపించసాగాయి. సుపరిచితమైనవాటినే అనుమానపు కొత్త కళ్లతో చూడాల్సి

వచ్చింది.

"ఆ రోజు ఎంపీత్రీ అంకుల్స్ వచ్చారుకదా, వాళ్ళకూ, దీనికీ ఏదైనా సంబంధం ఉందా?" డిసౌజా మాటలను గుర్తుకొచ్చి, తలలో పుట్టిన అనుమానపు కొత్త పురుగును విజికి బదిలిచేశాను.

"దేవుడికే తెలుసు. నా బుర్ర పాడైపోయింది"

"ఈ రోజు నువ్వు డ్యూటీకి వెళ్ళాలా? నేను సెలవు తీసుకుంటాను. పోలీస్ స్టేషన్ వ్యవహారంలో ఎంత సమయం పడుతుందో చెప్పటానికి కాదు. రెండు రాత్రులు సరిగా నిద్రలేదు"

"నాకు ముఖ్యమైన మీటింగ్ ఉంది. ఆలస్యమైనా వెళ్ళాల్సిందే" తన ఉద్యోగ జగత్తులో దూరటానికి తొందరపడుతోంది.

రేఖను పిలిచి అడిగితే, "కాలేజీకి వెళతాను" అని అంది. తనకూ దీనికీ సంబంధమే లేని దానిలామాట్లాడటం చూసి మండింది.

"జాగ్రత్తగా ఉండు. ఆ రోజు వచ్చినవారిని గుర్తు చేసుకుంటే ఆందోళనగా ఉంటుంది. ప్రమాదకరమైన మనుషులు". సాధారణమైన రోజులలో సాధ్యం కాని పూర్వాగ్రహ పీడితుడిలా ప్రస్తుత ఒత్తిడితో కూడిన పరిస్థితిని వాడుకుని సులభంగా అనేశాను.

రేఖ కోపంతో రెచ్చిపోయింది.

"నువ్వు పిరికివాడివి నాన్నా. ఆ క్లాస్ జనం అంటే భయంకదా? ఎంపీత్రీ మూర్ఖుడు తప్ప ఏమీ కాదు. ఆ అంకుల్స్ కిరాయి మనుషులు. ఈ పనికిమాలినవాడి ప్రేమ కోసం తార్పుడుగాళ్ళలాగా తిరుగుతారు. వాళ్ళు ఇతని బాడిగార్డులట. రోజూ కాలేజ్ చుట్టుపక్కల తిరుగుతూనే ఉంటారు. వీళ్ళే ఆ సరళ ఇంటికి వెళ్ళారు. ఆమె తండ్రి గొడవ చేసి పోలీసులను పిలిపించిన తర్వాత పిచ్చి వదిలింది. అటుతర్వాత వీణ దగ్గర నడిచింది. ఇప్పుడు నా వెనుక పడ్డారు. ఇప్పటికే ఇంకెవరో దొరికివుండాలి. ఎందుకంటే రెండు రోజులుగా అతని నుండి మెసేజ్ లేదు. లేకుంటే రాత్రీ పగలూ బుర్ర తినేవాడు. చాలా విలువైన వస్తువులను నాకు బహుమతిగా ఇవ్వాలట. ఎంతగా నవ్వుకున్నానో తెలుసా? డోంట్ వర్రీ. అతని పట్ల సానుభూతి తప్ప భయం లేదు" అంటూ విజివైపు చూసింది. క్షణకాలపు ఆ మెరుపు చూపులో ఏముందో నాకు అర్థం కాలేదు.

"వాళ్లు ఎవరి ఇంటికైనా వెళ్లనీ. వాళ్ళు ఇక్కడికీ వచ్చారన్నదే నా ఆందోళన" అన్నాను.

రేఖ మళ్ళీ మాటలు పెంచకుండా తన గదిలోకి వెళ్ళిపోయింది.

"పోలీసులు వచ్చేవరకూ ఇంటిని సాధ్యమైనంత వరకూ ఉన్నదున్నట్లుగా ఉంచడమే మంచిది. నేను పోలీస్ స్టేషన్‌కి వెళ్ళివస్తాను"

"నువ్వు వచ్చేటప్పుడు ఏదైనా టిఫిన్ పార్సెల్ కట్టించుకునిరా" విజి టిఫిన్ గురించి ఆలోచించింది.

"ఇడ్లీ-వడ తీసుకురానా?"

విజి అన్యమనస్కురాలై అంగీకారంగా తలూపింది.

రేఖ గది తలుపు దగ్గర నిలబడి 'ఇడ్లీ-వడా?' అన్నాను. ఆమె తన బ్యాక్‌ప్యాక్‌లో ఏదేదో నింపుతోంది. అదేమిటనే ప్రశ్న నాలుక చివరికి వచ్చినా, కానీ ఆమె కనుబొమ్మల ముడినిని చూసి నేను మౌనంగా ఉన్నాను. పిల్లలు ఎంత పెద్దవాళ్లయినా ఇలా గుట్టుగా దాచడాన్ని మనస్ఫూర్తిగా భరించడం కష్టమే.

"నాకేమీ వద్దు. బ్రెడ్ తెస్తే నేనే స్యాండ్‌విచ్ చేసుకుంటాను"

ఆమె జవాబుకు నా ప్రతిస్పందనను ఊహించిన దానిలా వెంటనే, "సరే. ఏదైనా తీసుకునిరా. తింటాను" అంది.

❖❖❖

డైనింగ్ టేబుల్ మీద పెట్టిన టిఫిన్ ప్యాకెట్లను విప్పుతూ, "ఇడ్లీలు ఇంకా వేడిగా ఉన్నాయి" అన్నాను. విజి, "అక్కడ ఏం జరిగిందో ముందు చెప్పు" అంది.

"స్టేషన్‌కి వెళ్ళినపుడు సబ్ ఇన్‌స్పెక్టర్ లేడు. మరొకడు బహుశా హెడ్ కానిస్టేబుల్ కావచ్చు, అతను అన్ని వివరాలు అడిగాడు. ఏమిటో తెలుసా, పోలీస్ స్టేషన్ నేను అనుకున్నట్టుగా లేనేలేదు. మర్యాదగా ప్రవర్తించారు. వాళ్లందరికీ చాయ్ వచ్చింది. 'చాయ్ కావాలా సార్' అంటూ మరొకతను నన్ను అడిగాడు"

"అదే స్థలంలో మనుషులను కొట్టి చంపేస్తారు. మరచిపోకు" రేఖ తీవ్రంగా ప్రతిస్పందించింది.

ఆమెను పట్టించుకోకుండా మాటలు కొనసాగించాను. "నేను ఉద్వేగంలో ఉన్నాను. వాళ్ళు ఇలాంటివి రోజుకు ఎన్ని చూసివుంటారో? తొందరపడకుండా నెమ్మదిగా మాట్లాడారు. బిల్డింగ్ పేరు చెప్పగానే, మీ సొసైటీ ప్రెసిడెంట్ శర్మగారు కదా అన్నాడు. ఇవన్నీ వీళ్ళకు ఎలా తెలిసివుంటాయో? గత రెండు వారాలలో, మన ప్రాంతం నుండి మూడు ఫిర్యాదులు వచ్చాయట. అయితే ఫ్లాట్‌కి వెళ్లడం ఇదే తొలిసారి. అక్కడ దోచుకోవడం కష్టం, సీసీటీవీ లేకపోయినా ఎవరి దృష్టిలోనైనా పడతారు అన్నాడు. వాచ్‌మన్ తన డ్యూటీ వదిలేసి వెళ్ళాడా? మీరు ఏ ఊరికి

వెళ్ళారు? ఎందుకు వెళ్ళారు? అని ప్రశ్నించాడు. 'కుక్కలను తీసుకుని వస్తారా' అని మూర్ఖుడిలా అడిగాను. చాలా పోయిందా? నగదా, బంగారమా? అని విచారించాడు. నా జవాబు విని, దీనికంతా డాగ్ స్క్వాడ్‌ని పిలవటం కుదరదు. భారీ దోపిడీ అయితేనే పిలిపిస్తాం. ఒకసారి మా వాళ్ళను చూడనివ్వండి. మీ వెనుకే పంపుతాను. ఏం చేయాలో వారే చెప్తారు. అటుతర్వాత కంప్లయింట్ రాసుకుని రండి. దర్యాప్తు చేస్తామని సాగనంపాడు. టిఫిన్ పార్సెల్ కట్టించుకుని వస్తున్నప్పుడు అతను మాట్లాడిన తీరు గురించే ఆలోచిస్తూ వచ్చాను"

"తర్వాత ఏంటి?" విజి అడిగిన తీరులోనే దీన్ని నేనే పరిష్కరించాలనే సూచన ఉంది.

"వాళ్ళు వచ్చి చూడనీ. ఆ తర్వాత ఏం చేయాలో చూద్దాం"

ముగ్గురూ అల్పాహారం ముగించి గదిలోకి వచ్చిన అరగంటలో కాలింగ్ బెల్ మోగింది.

బయట ఇద్దరు పోలీసులు నిలబడి ఉన్నారు. వాళ్లలో ఒకరిని స్టేషన్‌లో చూశాను.

"నమస్కారం సార్. నా పేరు రుద్రయ్య. ఇన్‌స్పెక్టర్‌గారు పంపారు"

"రండి. లోపలికి రండి"

రుద్రయ్యే మాట్లాడాడు. మరొకతను మౌనంగా అన్నీ చూస్తున్నాడు. "మీ పేరు ఏమిటి?" అని అడగటంతో "చన్నప్పసార్" అన్నాడు.

రుద్రయ్య సీనియారిటి వారిద్దరి మధ్య బాడీ లాంగ్వేజ్‌లో స్పష్టంగా కనిపిస్తోంది. రుద్రయ్య ముందు ముందు వెళుతున్నాడు. చన్నప్ప వెనుక వెనుక నడుస్తున్నాడు. రుద్రయ్య మాటలను చన్నప్ప ఆమోదిస్తున్నాడు.

ఊరికి వెళ్ళటం, ఉదయం వచ్చినపుడు తలుపు లోపలి నుండి బోల్ట్ వేసి ఉండటం, బోల్ట్ విరిచి తలుపు తెరిచినపుడు కనిపించిన దృశ్యం- ఇలా అన్నిటిని మొదటి నుంచి ప్రారంభించాల్సి వచ్చింది. దొంగలు దూరిన జాడ కూడా లేనట్టున్న లోపలి సహజ దృశ్యం వచ్చినవారిపై అంత ప్రభావాన్ని కలిగించినట్లు కనిపించలేదు. రుద్రయ్య ముందుగా హాలును జాగ్రత్తగా చూశాడు. తర్వాత అతని ప్రశ్నలు మొదలయ్యాయి.

"ఎలా లోపలికి వచ్చారు?"

"టాయ్‌లెట్ కిటికీలోంచి లోపలికి దిగారు"

"ఎక్కడో చూపించండి"

గదిలో విజి మంచం మీద కూర్చుని ఫోన్లో కళ్ళు నాటింది.

"నమస్కారం మేడమ్" అన్నాడు రుద్రయ్య.

విజి లేచి నిలబడి నమస్కరించింది.

కిటికీ అద్దం కోసి, పగులగొట్టి ముక్కలు కాకుండా సున్నితంగా దాన్ని పట్టుకుని తీసిపెట్టి, లోపలికి ప్రవేశించిన వారి నైపుణ్యాన్ని గమనిస్తూ 'ఊం ఊం' అనే ఉద్గారాలతో రుద్రయ్య అటు ఇటు సూక్ష్మంగా చూస్తున్నాడు. ఆ 'ఊం' అనటం దొంగల ప్రశంసనో? లేదా అలవాటైన ఉద్గారమో తెలియటం లేదు.

"ఏమేమి పోయాయి?" రుద్రయ్య అడిగే తీరులో ఆసక్తిగానీ, ఉత్సాహంగానీ కనిపించలేదు.

"ఇంకా ఏమీ తెలియలేదు. అన్నీ ఉన్నదున్నట్లుగానే ఉన్నాయి. ఎందుకు వచ్చారో, ఎందుకు వెళ్ళారో ఒక్కటీ అర్థం కావటం లేదు"

దొంగల విషయం మీకేమీ తెలియదన్నట్టు రుద్రయ్య ముఖంలో చిరునవ్వు కదిలిపోయింది.

"కొత్త దొంగలు బీరువాలను, తాళం వేసిన పెట్టెలు, షెల్ఫులను ముందుగా పగులగొడతారు. అనుభవజ్ఞులైన దొంగలు వృథాగా శ్రమపడరు. తామే దాన్ని దాచిపెట్టినట్లు అక్కడే చేయి వేసి ఎత్తుకుపోతారు. జనం ఎక్కడెక్కడ నెంబర్ టూ డబ్బులు పెడతారో మీరు ఊహించలేరు. మొత్తం ఇంట్లో వేరే ఏదీ కదిలివుండదు. ఇద్దరి బుర్రలు ఒకే విధంగా పని చేస్తుండాలి"

రుద్రయ్య మాటల్లోని అంతరార్థాన్ని గ్రహించడానికి ప్రయత్నించాను.

"ఏమేమి పోయాయో, అంచనా వేశారా మేడం?" అని రుద్రయ్య నన్ను అడిగిన ప్రశ్ననే, నా ఎదుటే మళ్లీ విజిని అడిగాడు.

నా జవాబునే ఆమె వేరే పదాలలో పునరావృతం చేసింది.

"ఇంట్లో బంగారం పెట్టం. క్యాష్ పెట్టలేదు. మిగిలినవి ఏమిటో ఇంకా చూడాలి"

"బిల్డింగ్‌లో సీసీటీవీ ఉందా?"

"ఇంకా పెట్టించలేదు" అన్నాను.

"మీరు ఎక్కడ ఉద్యోగం చేస్తున్నారు సార్?"

కంపెనీ పేరు చెప్పాను.

"ఎందుకు అడిగానంటే బ్లాక్ మనీ దాచేవాళ్ళు ఫిర్యాదులో ఏమీ పోలేదని అంటారు. దొంగ దొరికితే ఇంత పెద్ద లిస్టు పట్టుకుని వస్తారు. ఇలాంటి వారికి

రెకమెండేషన్స్ ఉంటాయి. పెద్దపెద్దవాళ్ళు ఫోన్ చేస్తారు. మొత్తానికి మాకు ఇబ్బంది"

చన్నప్ప ఇప్పుడు నోరు విప్పాడు-

"ఒక చోట కేవలం హిందుస్థానీ సీడీలు తీసుకుని వెళ్ళారు. విచిత్రమైన మనుషులు. ఇంకోచోట ఏ డ్రింకూ ముట్టకుండా కేవలం విస్కీ బాటిల్ మాత్రమే తీసుకుని వెళ్ళారు"

సంభాషణ దొంగల వెర్రి ప్రవర్తన వైపు మళ్లింది. ఎదురుగ్గా ఆడవాళ్ళు ఉండటంతో అతని మాటలకు ప్రత్యేకమైన ఉత్సాహం వచ్చింది.

చన్నప్ప ఉత్సాహాన్ని నిగ్రహించటానికి రుద్రయ్య "టెరెస్ మీదికి వెళ్లి తాడును ఎలా జారవిడిచారో చూసుకునిరా" అని ఆదేశించాడు.

రుద్రయ్య కొత్త కథ మొదలుపెట్టాడు. "ఏదో ఒకరోజున పట్టుబడతారు. మన సర్వీసులో ఎలాంటి వ్యక్తులను చూశాం? ఒక రోజు రోడ్డు పక్కన స్కూటర్ టైరు విప్పుతూ కూర్చున్నవాడిని చూసి, సహాయం చేద్దామని వెళితే, నన్ను చూడగానే లేచి పారిపోయాడు. నేను పరిగెత్తుకెళ్లి పట్టుకున్నాను" అలా తాను సాధించిన విజయాలను ఒక్కొక్కటిగా బయటపెట్టాడు.

చన్నప్ప వెనుతిరిగి వచ్చాడు. "పైనుండి నీటుగా దిగారు"

"గ్లాసును కూడా పగులగొట్టకుండా జాగ్రత్తగా తీశారు" అని విజి ఆశ్చర్యపడింది.

దానికి రుద్రయ్య సుదీర్ఘ వివరణ ఇచ్చాడు. "ముందుగా గ్లాసుకు గమ్‌టేప్ పూసి హ్యాండిల్‌లా తయారు చేసుకుంటారు. తర్వాత గ్లాస్ కటర్‌తో చుట్టూ నీటుగా కట్ చేస్తారు. గమ్‌టేప్ హ్యాండిల్‌ని పట్టుకుని నెమ్మదిగా లాగగానే గ్లాసు నిశ్శబ్దంగా విడిపోయి వస్తుంది. ఇదే తెలివిని మంచిపనికి ఉపయోగిస్తే బాగుపడేవారు"

"ఆ సమయంలో మేము ఇంట్లో లేము"

"అయ్యో మేడమ్. ఇంటివాళ్ళు పడుకున్నప్పుడే వారి చుట్టుపక్కల తిరిగివుంటారు. తలదిండు కింద నుండి తాళంచెవి తీసి బీరువా తెరుస్తారు. పడుకున్నవారికి మెలకువ వచ్చి, పోట్లాట జరిగిన సంఘటనలూ ఉన్నాయి. దొరికిపోయిన సంఘటనలూ ఉన్నాయి"

నిద్రపోతున్నప్పుడు అపరిచితులు మన చుట్టూ తిరుగుతున్న ఆలోచన కలిగించిన అలజడిని, కలవరాన్ని విజి ముఖం మీద చూసి రుద్రయ్య ఠీవిగా నవ్వాడు.

"ఎవరినైనా అనుమానిస్తున్నారా? ఇటీవల ఇంటి మరమ్మతులు ఏవైనా

చేయించారా? బాత్‌రూమ్ రిపేరీ? ఎవరితోనైనా తగాదా? ఏదైనా వ్యవహారంలో మనస్పర్ధలు?" రుద్రయ్య ప్రశ్నించాడు.

"లేదు కదా. ఎవరిపైనా అనుమానం లేదు" ఎంపీత్రీ, అతని అంకుల్స్ గుర్తుకొచ్చినా ఆ విషయాన్ని లేవనెత్తడానికి ఇది సమయం కాదని మౌనంగా వుండిపోయాను.

"ఎందుకు అడిగానంటే ఊరకూరకే ఎవరూ వచ్చివెళ్ళరు. దేన్నో వెతుక్కుంటూ వచ్చారు. డబ్బే కానవసరం లేదు. కాస్త ఆలోచించండి. మీకు తెలిసిపోతుంది"

నేనేమీ చెప్పలేదు.

"చూడండి సార్. ఏమేమి పోయాయో ఒక జాబితా తయారుచేసి సాయంత్రం ఒక కంప్లయింట్ రాయండి. అటుతర్వాత విషయాలు మేము చూసుకుంటాం. నా నంబర్ తీసుకోండి. పెద్దకేసు అయితే ఇరుగు పొరుగు రోడ్ల సీసీటీవీ చూడవచ్చు. వాటన్నింటికీ సమయం పడుతుంది. ఏమవుతుందో చూద్దాం. ఏమీ దాచకుండా అన్నీ చెబితే ఏదైనా సహాయం చేయవచ్చు" కరచాలనం చేసి రుద్రయ్య, చన్నప్పలు వెళ్లిపోయారు. వెళ్ళే ముందు నా ఫోన్‌లో రుద్రయ్య నెంబర్ సేవ్ చేసుకున్నాను.

విజి, రేఖలు హాల్లోకి వచ్చారు.

"ఇప్పుడేమి చేద్దాం?" నాకు నేనే పెద్దగా చెప్పుకున్నా అది అందరికీ ఉద్దేశించబడింది.

"ఏమని ఫిర్యాదు ఇవ్వాలి? పోలీసు డాగ్స్ గురించి, తుపాకులను ఝుళిపించే ప్రత్యేక దళంవారి గురించి మనం అనుకున్నదంతా మన ఊహ మాత్రమే. నిజానికి అలా ఏమీ జరగదు. ఇద్దరు కానిస్టేబుళ్లు వచ్చి తిరిగి వెళతారు. అంతే" విజి మాటల్లో వాస్తవం ఉంది.

"మేము లేని సమయంలో ఇంట్లోకి చొరబడటం ఫిర్యాదుకు బలమైన కారణమే. రేఖా తల్లీ, ఏదైనా పోయిందా? నీ గదిలో ఒకసారి సరిగ్గా చూసెయ్".

"అక్కడేమి వుంది? అంతా చెత్త. నా ఇష్టానికి వదిలేస్తే నాలుగు బట్టలు ఉంచుకుని, మిగిలినవన్నీ పారేస్తాను. వాళ్ళు అవన్నీ తీసుకుని పోయివుంటే మన శ్రమ మిగిలి ఉండేది" రేఖ గుర్రుమంది.

"దీన్నొక అవకాశంగా భావించి ఇంటిని శుభ్రం చేద్దాం. అక్కర్లేని వస్తువులు ఇచ్చేద్దాం"

"ప్లీజ్ నాన్నా. ప్లీజ్ ఆపండి. ఇంత పాజిటివ్ అటిట్యూడ్ అర్థం లేనిది.

ఛా, ఈ చెత్తను ఇస్తే తీసుకునేవాళ్ళు ఎవరు?"

నా మౌనం వల్ల మరింత రెచ్చిపోయింది. "నువ్వు దేన్నయినా అవకాశంగా చూడు. నన్ను నా పాటికి వదిలేయ్. అసలే నిద్ర లేదు. పైగా కాలేజీకి వెళ్ళాలి"

ఆమెను రెచ్చకొట్టకూడదని నిర్ణయించుకున్నాను. "నేను ఈ రోజు సెలవు పెట్టాను. ఒకసారి ఇంట్లోని వస్తువులన్నీ జాగ్రత్తగా చూస్తాను. ఏదైనా చేతికి దొరకవచ్చు. ఎవరో ఇక్కడంతా తిరిగారన్నది నిజం. అది తెలిసీ నేను ఏమీ జరగనట్లు భరిస్తూ ఉండటం నాకు సాధ్యం కాదు. దేన్నయినా దోచుకుని పోయివుంటే బాగుండేది"

"మన పనులు వదిలేసి ఇంట్లో కూర్చోగలమా? ఈరోజు జైశంకర్ దొరికితే పోలీస్ కమీషనర్‌కు ఒక మాట చెప్పిస్తాను. అప్పుడు దర్యాప్తు వేగవంతం అవుతుంది. గురిగమ్యం లేకుండా పోలీసు వ్యవస్థను వదిలేస్తే అది ఎక్కడికి వెళ్ళి చేరుతుందో చెప్పలేం. ఏదీ మన చేయి దాటిపోకూడదుకదా? ఇప్పుడు నేను స్నానానికి వెళుతున్నాను" విజి గది వైపు నడిచింది.

ఫోన్లో ముఖం దూర్చిన రేఖ తన గదికి వెళ్ళి తలుపును కాలితో తోసి మూయటం గమనించాను.

❖

9

విజి, రేఖలు వెళ్ళిపోయాక ఎక్కడి నుంచి మొదలు పెట్టాలో తోచలేదు. ఒక కప్పు చాయ్ చేసుకుని హాల్లో కూర్చున్నాను. మొదట కంట పడింది పుస్తకాలతో నిండిన బీరువా. గోడలోపల చేరిన, సుమారు నాలుగు అడుగుల వెడల్పు, మూడు అరల బీరువాకు చెక్క ఫ్రేమ్‌లు గాజు తలుపులు ఉన్నాయి. ఫ్లాట్ చూపించటానికి వచ్చిన బ్రోకర్ దాన్ని షోకేస్ అని వర్ణించాడు. భవనంలోని అన్ని ఇళ్లకూ అలాంటి ఒక షోకేస్ ఉంది. వాళ్ళందరూ కుటుంబ ఘనతను ప్రతిబింబించే వస్తువులను అక్కడ ప్రదర్శనకు పెట్టి 'షో' అన్నదాన్ని అర్థవంతం చేశారు. పిల్లలవో, మనవళ్ళవో ఫోటోలు కుటుంబ సామరస్యతను సూచిస్తాయి, అయితే కొన్ని విచిత్రమైన బొమ్మలు, చిన్నచిన్న ప్రతిమలు విదేశాలతో సంబంధాన్ని చాటుతున్నాయి. కొందరు ఆటలపోటీలలో గెలిచిన ట్రోఫీలను, కప్పులను పెడితే, మరికొందరు తమ విజయాలను ప్రతిబింబింపజేసే సర్టిఫికెట్లను జోడించారు. మెరిసే టీసెట్లు సుఖమయ జీవితానికి నిదర్శనమని భావించేవారు ఉన్నారు. చాలా కాలం క్రితం, కాగితాలు ఇవ్వడానికి ఇంటికి వచ్చిన కశ్యప్ మా షోకేస్‌ను చూసి– "ఇదేమిటి? పుస్తకాలు నింపి షోకేసు 'షో'నంతా చెడగొట్టారు!" అభ్యంతరం చెప్పాడు. మచ్చుకు ఇంట్లో ఒక్క పుస్తకం కూడా పెట్టని కశ్యప్ అభిరుచిని చాలా కాలం వరకు విజితో కలిసి తమాషా చేశాను. స్నేహితులు కలిసినప్పుడో, పార్టీలలోనో ఈ సంఘటనను చెప్పి నవ్వుకున్నాం కూడా. ఈ సమయంలో నాకు హఠాత్తుగా గతంలో నేను చదివిన పుస్తకాలు హాస్యానికి గురికావటానికీ, దీనికీ పెద్ద వ్యత్యాసం

లేదని ఈ క్షణంలో చప్పున స్ఫురించింది.

ఎడమచేతిలో చాయ్ కప్పు పట్టుకుని షోకేస్ ముందు నిలబడి దగ్గరి నుంచి గమనించాను. నేనే సేకరించిన ఎన్నో పుస్తకాలు. కొన్నింటిని పైన అడ్డదిడ్డంగా దూర్చి పెట్టాను. వీటిని తొలగించి ఎంత కాలమైందో. కొన్నయితే ఇరవై ఏళ్ళకన్నా పాతవి. వీటిని పెట్టుకుని ఏమి ప్రయోజనం అనిపించగానే ఏదో పుస్తకాన్ని చదివి 'ప్రయోజనం' అనే శబ్దాన్ని నా శబ్దకోశం నుండి తొలగించడానికి ప్రయత్నించటం గుర్తొచ్చింది. *'ప్రయోజనాలను అనుమానించండి'* అనే ఆ పుస్తకం ఇక్కడెక్కడో ఉండాలి. దృష్టిసారిస్తే అనేక పరిచిత పుస్తకాలు. వాటి నడుమ *'ఫైట్ స్మార్టర్'* కూడా ఉంది.

ఈ పుస్తకాలను చూస్తే నాలోని లోపాలను కప్పిపుచ్చడానికి చేసిన ప్రయత్నం స్పష్టంగా కనిపించి వేధిస్తుంది. లోపాలను లోపాలుగా చూడవలసిన అవసరం లేదనే అభిప్రాయం ఈ మధ్యన రూపుదిద్దుకోవడం అబద్ధం కాదు. జనం తమ అసహనాన్ని, పూర్వాగ్రహాన్ని, స్వవ్యామోహాన్ని, అవినీతిని సంకోచం లేకుండా ప్రదర్శించే ఈనాటి కాలంలో, వారి మురికి కంటే తమ మురికి గొప్పదనే వాదన సాధ్యమైన కాలంలో మనలో పుట్టే దుందుడుకుతనం మరో రకానిది. కొన్ని నెలల క్రితం రెండు రోజుల ట్రైనింగ్‌కు వెళ్లినప్పుడు, అక్కడ ఇచ్చిన నోట్‌బుక్ మొదటిపేజీ పైన 'శ్రీ' అని రాసి నోట్స్ రాసుకోవడం మొదలుపెట్టాను. ఇరువైపులా రెండు నిలువు గీతలను గీసి మధ్యన 'శ్రీ' రాసేటప్పుడు చేయి వణికింది. అయితే ట్రైనింగ్ ముగించుకుని వెళ్లేటప్పుడు, ప్రతి చోటా మారువేషంలో ఉన్నత వర్గీయులు ఉన్నారనిపించి దాన్ని కొట్టివేసి కనిపించకుండా చేశాను.

పుస్తకాలు చూస్తూ చూస్తూ, మొత్తం బీరువానే ఖాళీ చేయాలని అనిపించింది. ఇవి కళ్ల ముందు ఉంటే, ఏదో పరివర్తనను కోరుకునే నాలోని తహతహ గుర్తుకు వస్తూనే ఉంటుంది. ఇన్ని సంవత్సరాల తర్వాత కూడా, కొన్ని సందర్భాల్లో, నా ఆలోచనలు స్వంతమైనవో లేదా తివారీ తన చెవిలో గుసగుసలాడినవో అని పరీక్షిస్తున్నట్లుగా విజి సున్నితమైన ప్రశ్నలను అడగటం నాకు అర్థమవుతుంది. కానీ అర్థంకానివాడిలా ప్రవర్తిస్తాను.

చాయ్ చివరి గుటక తాగి పుస్తకాల బీరువా ముందు నిలుచున్నాను. దుమ్ము ధూళి ఎంత ఉందోనని చూడటానికి ఈ మధ్యనే అర చివరలో మాలోనే ఒకరు వేలుపెట్టి లాగి పరీక్షించిన గుర్తుంది. పుస్తకాల ముందున్న చిన్న స్థలంలో చిన్నచిన్న వస్తువులను ఇరికించి పెట్టాం. అంచులు విరిగిన మగ్ నిండా పెన్నులు.

ఏవో మీటింగ్‌లకో లేదా కాన్ఫరెన్స్‌లకో వెళ్లినప్పుడు ఇచ్చినవి. పాత కళ్ళద్దాలు, వాటి కేస్‌లు. రెండవ అరలో రేఖ 10వ తరగతి ఫిజిక్స్, కెమిస్ట్రీ, మ్యాథ్స్ పుస్తకాలు. సైన్స్ పుస్తకాలను, అందులోని విషయాలు సార్వకాలీనమనే నమ్మకంతోనో ఏమో, అంత సులభంగా పారవేయడానికి చేతులు రావు. విజి ఎప్పుడో చేసిన కంప్యూటర్ కోర్సులకు సంబంధించిన పుస్తకాలు కూడా ఉన్నాయి. మేము దాటి వచ్చిన దారిలోని మైలురాళ్లన్నీ రాశిగా పడినట్టున్నాయి.

బాత్‌రూమ్‌లోని చిన్న అటకలోంచి అట్టపెట్టెను తెచ్చి అందులో పుస్తకాలు పేర్చసాగాను. ఈరోజు ఉదయం, రెండో అంతస్తులోని శివశంకర్ ఈ బీరువా ముందు నిల్చుని పుస్తకాలను ఏకాగ్రతతో గమనిస్తున్నాడు. ఇవన్నీ అతనికి ఇస్తే ఎలా ఉంటుంది? అతను ఆసక్తిగా చూస్తున్నది ఆసక్తితోనో లేదా నన్ను అంచనా వేయడానికో ఎలా చెప్పగలను? ఇక్కడి నుంచే వీటిని పాతపేపర్లు కొనేవాడికి ఇచ్చి పంపడం లేదా పెట్టెలో నింపి అటక మీదికి ఎక్కించడం మంచిదనిపించింది. ఎండిపోయిన పెన్నులు, సగం సగం ఉపయోగించిన నోట్‌ప్యాడ్‌లను పెట్టెలోని పుస్తకాల మధ్య ఖాళీలలో దూర్చాను. అక్కడక్కడ పెట్టిన చిల్లరను ఒక చోట పేర్చాను. ఒకచోట అనేక బుక్‌మార్క్‌లకు వేసిపెట్టిన రబ్బరు బ్యాండ్ కరిగి అతుక్కుపోయింది. ఇంట్లో ఎక్కడో ఎలెక్ట్రికల్ ఇంజనీరింగ్ పుస్తకమూ ఉండాలి. దొరికితే దానికీ ఒక దారి చూపించాలి.

రేఖ, విజిల పుస్తకాలను నేను ముట్టుకోలేదు. చివరికి, నా రెండే రెండు పుస్తకాలు మాత్రమే బీరువాలో మిగిలాయి. అవి ఒకే పుస్తకానికి చెందిన రెండు ప్రతులు. సామరస్య జీవితం'. వాటిని తీయటానికి చేతులు రాలేదు.

పెట్టెను మూసి గోడ వైపు తోసిన తర్వాత, దీన్ని ఇప్పుడే చేయవలసిన అవసరం లేదని అనిపించింది. నేను ఏమి వాయిదా వేయడానికి ప్రయత్నిస్తున్నాను. కాలహరణానికి నిజమైన కారణాలను ఇప్పుడే పెట్టెలో పూడ్చిపెట్టాను.

మౌనంగా ఇంట్లో తిరిగాను. అంతా సజావుగా ఉన్న ప్రదేశంలో నేను ఏదో అస్తవ్యస్తం కోసం, ఏదో కళంకం కోసం వెతుకుతున్నాను. ఏదో జరిగింది, ఏమిటన్నది తెలియలేదు. రక్తపు తేమ కనిపించనంత వేగంగా పదునైన కత్తి ఒకటి దూరి వెళ్ళిపోయింది. ముందరి ఏ క్షణంలోనైనా రక్తం ఛిల్లున చిమ్మి ఎక్కడో దాగిన గాయం బయటపడటానికి నేను ఎదురుచూస్తున్నానని అనిపించింది.

రేఖ గదిలో ఒకసారి చూద్దామని వెళ్ళాను. ఈరోజు ఉదయమే రాద్ధాంతం జరగకపోయివుంటే ఆమె ఎక్కడికి వెళ్ళిందో ఆమె చేత చెప్పించాలని

నిర్ణయించుకున్నాను. ఆ మూర్ఖుడైన సురేశ్ పేపర్ కోసం ఈమె స్పెషల్ రిపోర్ట్ రాయాలట! *'కాళికాదేవికి భర్త లేదు, భేతాళుడికి భార్య లేదు'* అనే సామెత తలలో మెదిలింది. మనుషులు ఎలాంటి భ్రమలో ఉంటారు. అతను రాసింది వాట్సప్‌లో వైరల్ అవుతుందట! ఆమె కాలేజీకి వెళ్ళేటప్పుడు బ్యాక్‌ప్యాక్ తీసుకుని వెళ్లడం గమనించాను. ఆమె అంకుల్స్ గురించి చెప్పింది అంత సరళంగా ఉందా? నేను ఎంతగా అలసిపోయానంటే, దీన్నంతా ఎలాగైనా ముగించడానికి ఏ కారణాన్నయినా అంగీకరించే స్థితిలో ఉన్నాను.

వార్డ్‌రోబ్ తలుపు సగం తెరిచి ఉంది. గదిలో ప్రత్యేకంగా ఏమీ కనిపించలేదు. రమణ గుర్తొచ్చాడు. ఎంత పొదుపుగా అతను జీవించేవాడు! ఒక బ్యాగు, భుజానికి తగిలించుకున్న ఒక సంచిలో అతని ప్రపంచమంతా ఉంది. వెనుక ఏమీ వదిలిపోయేవాడు కాదు. అతనికి సంబంధించిన ఏ వస్తువూ ఇంట్లో లేకపోవటం వల్ల తొందరగా మా మనస్సు నుండి మరుగైపోయాడు. అమ్మ మనసులో మాత్రం అతని స్థానానికి ఒక్కింత కూడా నష్టం కలగలేదు. అతను పోయిన తర్వాత అమ్మ మజ్జిగ దోసె మళ్ళీ ఎప్పుడూ చేసినట్టు గుర్తులేదు. అది నాకూ ఇష్టమైనప్పటికీ అమ్మను అడిగే ధైర్యం చేయలేదు. అడిగినా ఆమె చేసేది కాదేమో!

అలసట కలిగినట్టు అనిపించి, కాస్త నడుము వాల్చుదామని బెడ్‌రూమ్‌కు వస్తే, ఇనుప బీరువా, దానికి తగిలించిన తాళాలగుత్తి కంట పడింది. బీరువా తలుపు తెరవడానికి చేయి చాపినవాడిని ఎందుకైనా మంచిదని జేబురుమాలుతో హ్యాండిల్ పట్టుకుని తిప్పి రెండు తలుపులూ తెరిచాను. బీరువా పైసగభాగంలో వేలాడుతున్న హ్యాంగర్లలో విజి రంగురంగుల చీరలు కిక్కిరిసి ఉన్నాయి. కుడి చివరన పెళ్ళిసూట్ చేయొకటి తొంగిచూస్తోంది. బీరువాలోని కింది సగభాగం డిజైన్ భిన్నంగా ఉంటుంది. మధ్యన డివైడర్‌కి ఇరువైపులా మూడు మూడు అరలు. వాటిలో ఒకటి లాకర్. లాకర్ తాళంచెవి తాళాలగుత్తిలోనే ఉంది. కావాలంటే దొంగలు దాన్ని కూడా తెరిచి చూశారేమో ఎవరికి తెలుసు?

దొంగల కళ్ళతో ఎదురుగా ఉన్నదాన్ని అంచనా వేయటానికి ప్రయత్నించాను.

కింది చిట్టచివరి అరలో ముగ్గురి పాస్‌పోర్టులూ కంటబడ్డాయి. ఒక్క ఫారిన్ టూర్‌కూ వెళ్ళకపోయినప్పటికీ సందర్భం వస్తే ఉంటుందని, పాస్‌పోర్ట్‌లను ఎప్పటికప్పుడు రెన్యూవల్ చేయించాను. అదే అరలో బర్త్ సర్టిఫికెట్లు, మ్యారేజ్

నమోదు పత్రాలు, కాలేజి మార్కు షీట్లు, బ్యాంకు పాత పాస్‌బుక్కులు ఉన్నాయి. కుటుంబ ఆర్థిక చరిత్ర ఇక్కడుంది. అదృష్టవశాత్తు సర్టిఫికెట్లు తీసుకెళ్ళలేదు. వాటిని పోగొట్టుకుంటే మళ్లీ కాపీలు పొందడానికి ఎంతగా తిరగాల్సి వచ్చేదో. ఇంటి కొనుగోళ్ల పత్రాలను ఇక్కడెక్కడో పెట్టడం గుర్తుకొచ్చి వెతికినా అది కంటపడలేదు. నిలుచున్న చోటనే ఒకసారి అన్ని అరల్లోనూ తొంగిచూశాను. ఎక్కడకూడా అది కనిపించలేదు. ఈ పత్రాల కోసమే వాళ్ళు వచ్చివుండొచ్చనే అనుమానంతో దాని గురించే ఆలోచిస్తూ ఉంటే అదే నిజమనిపించసాగింది.

చివరికి ఈ అధ్వానానికి కారణం తెలియటం వల్ల విజికి ఫోన్ చేసి చెప్పాలన్నంత ఆత్రుత కలిగింది. అయితే ఆ సంతోషం చాలా కాలం నిలవలేదు. కింది అర వెనుక భాగంలో ఇంటికి చెందిన పత్రాలన్నీ మొత్తంగా దొరికాయి.

చీరలు చాలా ఒత్తొత్తుగా బిగుతుగా ఉన్నాయని అనిపించి గాలి తగలాలని వాటిని హ్యాంగర్‌లో ఉన్నట్టుగానే అటూ ఇటూ జరిపాను. అలా చేసేటప్పుడు అడుగు నుంచి ఒక కార్టు కింద పడింది. చూస్తే, అది కార్పెంటర్‌ది. ఆ రోజు అన్ని చోట్లా వెతికినపుడు అది ఇక్కడ ఉండొచ్చనే ఆలోచనకూడా రాలేదు. ఇది ఇక్కడికి ఎలా వచ్చింది?

ఒత్తుగా పెట్టిన చీరల వెనుక భాగం కండోమ్‌లను దాచిపెట్టిన రహస్య స్థలం. మరో బిడ్డను కనకూడదని దాని గురించి మాట్లాడకుండానే నిర్ణయమైంది. మేమిద్దరమూ చాలా జాగ్రత్తగా ఉండేవాళ్ళం. ఇతురులకు మొదటిది ఎంత ప్రణాళికాబద్ధంగా కనిపిస్తుందంటే, ఏ నెలలో రేఖ ఈ ప్రపంచంలోకి రావాలన్నది నిర్ణయించుకుని విజి గర్భవతి అయినట్లుగా ఉండింది. రేఖ పుట్టిన వారమే విజి తల్లి స్కూల్లో వేసవి సెలవులు మొదలయ్యాయి. ఇలాంటప్పుడు అది ఎంత కాకతాళీయమైనా ఇదంతా ముందాలోచనేనని జనం మాట్లాడుకోకుండా ఉంటారా?

మైమరిచేటంతటి ఉన్మాదంతో కూడి గర్భవతిని చేసేంతటి స్వాతంత్ర్యం ఎన్నటికీ నాకు సాధ్యం కాదు. పొంగులెత్తే కోరికలను నిగ్రహించుకోలేక సమయంకాని సమయంలో ప్రేమించి, అకస్మాత్తుగా గర్భవతి అయ్యే సొగసే వేరు. మాది సభ్య సనాతన సంభోగమే తప్ప పిచ్చిపట్టించే ఆటకాదు. ఎప్పుడైనా ఒకసారి శారీరక కాంక్ష తీవ్రంగా తాకినపుడు కూడా చీరల అరలో చేయిపెట్టి వెతకడం మరిచేవాడిని కాదు. 'వద్దులే' అని చెప్పటానికి ముందు విజి ఆలోచించిందనటంలో నాకు అనుమానం లేదు. స్పష్టంగా చెప్పకపోయినా అలాంటి

ఒక గడియ రావచ్చని నేనూ ఊహించి సిద్ధమయ్యాను. జీవితంలో ఎలాంటి ఆడంబరమైన నిర్ణయాలను తీసుకున్నామన్నది, ఎంత తీవ్రంగా జీవించామో చెబుతుంది. ఆడంబరమంటే మొదటి నుంచీ నాకు అసూయ. బహుశా రమణ పట్ల లోలోపల తీవ్రమైన అసూయ ఉండివుండొచ్చు.

బీరువా నుంచి అన్నిటిని బయటికి తీయకుండా మళ్ళీ అన్నీ సర్దడం సాధ్యం కాదనిపించి ఒక్కొక్కటిగా అరలను ఖాళీ చేసి మంచం మీద కుప్పలుగా పోయసాగాను. ఈ రాశులలో ఒకదానిలో, రేఖకు చెందిన రంగుల చిత్రాల పుస్తకం కనిపించింది. ఇది ఇక్కడికి ఎలా వచ్చిందని ఆశ్చర్యపడుతూ పేజీలు తిప్పాను. ఒక పేజీలో, ఆమె అమ్మ, నాన్నల బొమ్మలు వేసి దాని కింద 'ఐ లవ్ యు' అని రాసింది. పిల్లలు ప్రతిదానికీ మనపైనే ఆధారపడినప్పుడు ఎంత ఆనందంగా ఉంటుంది. రేఖ ఆ సీఈవో కూతురును– ఆమె పేరు ఏమిటి? సీతా –'ఐ డోంట్ లైక్ హర్' అని చెప్పినప్పుడు ఏదో సంతోషం కలిగింది. తిరుగుబాటు మన నియంత్రణలో ఉన్నప్పుడు ఎంత ఆహ్లాదకరం! ఒక్కసారి అదుపు దాటిపోతే సొంత పిల్లలు కూడా మింగుడు పడరు. పుస్తకంలోపల ఆమె వేసిన చెట్లనూ, కొండలనూ చూసి తిరిగి మంచం మీద పెట్టాను. ఒకసారి లాకర్‌ను చూద్దామని దాని తాళం తెరిచాను. విలువైనది ఏదైనా ఉంటే, అది ఇక్కడ ఉంటుంది. ఎదురుగా ఒక స్టీల్ బాక్స్ ఉంది. మూత తీస్తే లోపల విజి మంగళసూత్రాలు. "మాంగల్య భాగ్యం" గుర్తొచ్చింది. ఇన్నేళ్లయినా ఆ మిలనపు వివరాలు మాసిపోలేదు. ఆమెకు మనీ పర్స్ ఇచ్చేటటువంటి నాటకీయతను నేను మళ్లీ ఎప్పుడూ ప్రదర్శించలేదు. తాళి తీసేటప్పుడు ఆమె కూడా తడబడలేదు.

చేతిలోని నల్లపూసల దండను తీసుకుని తెగిపోయిందా లేక హుక్ వదులైందా అని జాగ్రత్తగా గమనించాను. చాలా కాలం క్రితం, రేఖను కడుపుతో ఉన్నప్పుడు, వదులైన తాళిలోని పూసలను రిపేరీకి ఇచ్చే సందర్భం వచ్చినపుడు సులభంగా తీసి ఇచ్చింది. తర్వాత, ఆమె మెడ ఖాళీగా అనిపిస్తుందని ఒంటిపొర గొలుసును చేయించుకుంది. ఇప్పుడు దాన్నే వేసుకుంటూ వుండొచ్చు. నేను ఆమె మెడను గమనించనే లేదు. ఈరోజు ఉదయం ఇంట్లో బంగారమే లేదనడంతో బాక్స్‌లో ఉన్న దీన్ని మర్చిపోయివుండాలి. అదే బాక్స్‌లో రేఖ చిన్నప్పుడు తొడుక్కున్న చిన్నచిన్న వెండి గాజులు ఉన్నాయి. ప్రేమ అన్నది ఎంత లోతుగా వెళ్ళి భిన్నమైన అభిప్రాయాన్ని తలదాల్చుతుందో. చాలా సార్లు కర్తవ్యం ప్రేమగా అనిపిస్తుంది. దాన్ని గెలికి పరీక్షించకూడదు. నాకు ఎవరిపట్ల నిజంగా ప్రేమ వుంది?

ప్రాణమిచ్చేంత? అలా అంటే ఏమిటి? ప్రాణం ఇచ్చిన తర్వాత ఇంకేమి మిగులుతుంది? ఊళ్లో పూలదండలు కట్టి అమ్ముకునే భవాని, తన చిన్నారి కూతురు కాలుజారి చెరువులో పడినపుడు ఈత రాకపోయినా కట్టుకున్న చీరతోనే నీళ్ళలోకి దూకింది. అరక్షణంలో ఇద్దరూ మునిగి చనిపోయారు.

జ్ఞానోదయం అయినపుడు లోకమంతా మరోలా కనిపించేలా, బీరువాలోపలి మసక చీకటిలో కిక్కిరిసివున్న వస్తువులన్నీ మంచం మీద చెల్లాచెదురుగా పడగానే ఉన్నదాని కంటే విపులంగా, అధిక కాంతిలో కాస్త అల్పంగా కనిపించసాగాయి. కాలక్రమేణా, వీటికి అంటుకునివున్న భావాలు మసకబారి ఇప్పుడు ఇవి కేవలం వస్తువులు మాత్రమే అని అర్థమయ్యాయి. మనం ముఖ్యమైనవిగా భావించిన వాటిని మాత్రమే సురక్షితంగా ఉండాలని బీరువాలో పెట్టేవాళ్ళం. పెళ్లయిన సంవత్సరంలోనే దీన్ని కొన్నాం. అంతకు ముందు ఇందులోని అనేక వస్తువులు మా దగ్గర లేవు. ఇప్పుడు ఇదంతా చూస్తుంటే, డాక్యూమెంట్లను తప్ప మిగతావన్నీ మోసుకెళ్లినా మా జీవితాలకు ఏమంత వ్యత్యాసం కలగదని అనిపించింది. ఇంట్లో దూరినవాళ్ళు ఇదంతా చూసికూడా ముట్టుకోకుండా వెళ్ళిపోయారు, వారి దృష్టిలో దీని విలువ సున్నా అని అర్థంకదా!

ఇటీవల ఒకసారి రేఖ, 'మీ జీవితం చాలా ఆర్డినరీ' అని చెప్పింది. ఏ సందర్భంలో చెప్పిందో మరిచిపోయాను. 'అరే...కొందరివి తప్ప అందరిదీ ఆర్డినరీనే. నీకు కావలసింది దొరకటంతో అంతా బాగుంది. అలాంటి స్కూలుకు నువ్వు వెళ్ళింది ఆర్డినరీ జీవిత లక్షణం కాదని తెలుసుకో' అంటూ మండిపడ్డాను. నన్ను చిరునవ్వుతో గుచ్చుతూ, 'నేను చెప్పింది డబ్బు గురించి కాదు' అని తన ఆర్డినరీ వ్యాఖ్యానాన్ని ప్రకటించింది. ఈ సురేశ్, సురేంద్రన్ పటాలాన్ని చితకబాదాలనిపించింది. చిన్న పిల్లల బ్రెయిన్ వాష్ చేసి వారి అహంకారాన్ని ప్రకటించుకుంటారు. లేకపోతే ఆమెలో ఈ ఆలోచనలు, ఇలాంటి మాటలు ఎలా పుడతాయి? ఆమె సామాజిక మాధ్యమాలలో రాయటం గురించి సురేశ్ చెప్పాడుకదా. దాన్నొకసారి గాలించి చూడాలి. వాధ్వానీ కూతురికీ ఆమెకూ మధ్య వ్యత్యాసం ఉందని తెలియజెప్పాలి. ఉదయం అన్నట్టే నన్ను పిరికివాడివి అంది. తన పేరు మార్చుకుంటానని చెబుతున్న పిచ్చిపిల్ల. రమణకూడా అనేక పేర్లతో జీవించటం ఆ మఫ్టీలో వచ్చిన పోలీసుల వల్లనే తెలిసింది. మోహన్, సెబాస్టియన్, రఫీక్, చంద్రహాస, రామ నాయర్. ఒకే ఒక్కసారి విన్నప్పటికీ, ఆ ఐదు పేర్లూ మనస్సులో అచ్చొత్తినట్లు ఉండిపోయాయి. అతను సెబాస్టియన్‌గా లేదా మోహన్‌గా

ఉన్నప్పుడు ప్రజలను కాల్చడం సాధ్యమైందా? మారు పేర్లతో చేసిన కృత్యాలకు అపరాధ భావన బాధించదా? రేఖకు సీక్రెట్ పేరు ఏదైనా ఉందా? ఆశా, నటాషా? లేదా ఇసాబెల్లా? జెన్నిఫర్?

కింది అరలో లేత నీలం రంగు పెద్ద కవరు కంట పడగానే కొన్ని జ్ఞాపకాలు ఎగసిపడ్డాయి. అందులోనివన్నీ ఆఫీసుకు చెందిన పాత పేపర్లు. పి.ఎఫ్. నమోదు పత్రం, మొదటి ఉద్యోగ నియామక పత్రంతోపాటు కొన్ని ఇంక్రిమెంట్ లెటర్లు వున్నాయి. పన్నెండేళ్ల సర్వీసు పాత సెల్ఫ్ అప్రేసల్ కూడా ఉంది. ఆ సంవత్సరం టార్గెట్లు. ఎదురుగ్గా ఉన్న కాలమ్‌లో నేను సాధించిన విజయాలు. చదువుతూ చదువుతూ వార్షిక లక్ష్యాలతోపాటు నా విజయాలూ అత్యంత అల్పంగా అనిపించ సాగాయి. ఒక మనిషి ఆత్మగౌరవాన్ని భంగం చేయడానికి ఒక సెల్ఫ్ అప్రేసల్ చాలు. మనల్ని అత్యంత అతిశయోక్తి శబ్దాలతో పొగుడుకున్నప్పుడు మన గొప్పదనం మన కళ్ళలో ముక్కలయ్యేలా చేయడమే దీని ఉద్దేశంగా కనిపిస్తోంది. దీన్ని శక్తివంతంగా రాయటం ఎలాగన్నది ఒక పుస్తకం కొనుక్కుని రహస్యంగా చదివినట్లు గుర్తు.

ఆఫీసు పేపర్ల మధ్య క్రీమ్‌కలర్ కవరు దొరికింది. ఆ కవర్‌లో ఉన్న ఉత్తరంలోని విషయాన్ని కంఠోపాఠం అయ్యేటన్ని సార్లు చదివాను. అది నీలా ఉత్తరం. ఆమె బహుశా రమణ ప్రియురాలు. లేదా భార్య. లేదా కేవలం ఒక కామ్రేడ్. ఆమె ఎవరో మాకు తెలుసు అనే అభిప్రాయంతో ఉత్తరంలో ఆ విషయాన్ని విడమరిచి చెప్పలేదు. ఆమె పేరును మేము ఇంతకు ముందు ఎన్నడూ వినలేదు. కానీ ఆ ఉత్తరం రాసిన ఆమెకు, తన విషయాన్ని రమణ మాకు తెలియజేశాడనే నమ్మకముంది. ఒకసారి ఊరికి వెళ్ళినప్పుడు నేనొక్కడినే ఉన్న సమయం చూసి అంతన్న ఉత్తరాన్ని నా చేతికి ఇచ్చి, 'గత వారం వచ్చింది. ఇది పోలీసుల తంత్రమూ కావచ్చు. 'నీకు ఏది సరైనదని అనిపిస్తే అలా చెయ్" అని మాత్రం అన్నాడు. నీలాకు ఊరికి వచ్చి అందరినీ కలవాలనే కోరిక ఉండేది. అమ్మ పేరిట ఉన్న కవరు మీది అడ్రస్ రమణ ద్వారానే తీసుకున్నందుకు సాక్షిలా, అవసరానికి మించిన వివరాలేవీ లేకుండా, 'వయా- మోక్కాం' అని ఎలాంటి సంకోచాలకు తావు లేకుండా స్పష్టంగా ఉంది. ఆ ఉత్తరం వచ్చినపుడు మా ప్రపంచం రమణను మరిచిపోయి చాలా కాలమైంది.

ఊరినుంచి తిరిగొచ్చేటప్పుడు ఉత్తరం కూడా తెచ్చాను. ఒంటరిగా వున్నప్పుడు మళ్లీ మళ్లీ చదివాను. దానిలో దొరకగలిగే సంకేతాల కోసం వెతికాను.

స్పష్టమైన సుందరమైన కన్నడ అక్షరాలు. గుండ్రటి రాత. రమణ ఉత్తరంలా వంకరటింకర రాతకాదు. అమ్మను శ్రీమతి సుందరిగారు అని ప్రస్తావించింది. ఎవరిని ఎలా సంబోధించాలో అనే సంశయంలో రమణ, ఆమె సంబంధం ప్రతిబింబించింది.

ఊరికి వచ్చి రమణ పుట్టి పెరిగిన, సంచరించిన ప్రాంతాలను, అతను తీర్చిదిద్దిన పరిసరాలను, అతని తోటను చూడాలనే కోరికను నీలా వెలిబుచ్చింది. అంటే రమణ ఎక్కడో బతికే ఉన్నాడని దీని అంతరార్థం కావచ్చా? లేదా లేడనా? ఇలాంటి విషయాలను కచ్చితంగా ఎలా చెప్పగలం? ఇలాంటి వ్యక్తులు దశాబ్దాలుగా అండర్‌గ్రౌండ్‌లో ఉండే సామర్థ్యం కలిగివుంటారు. కుటుంబసభ్యుల క్షేమసమాచారాలు విచారించింది. జవాబుకోసం ఒత్తిడి పెట్టింది. అప్పటికే అమ్మ, నాన్నలు ఈ లోకంలో లేరు. ఆమె రాసిన చిరునామా ఆంధ్రా సరిహద్దులోనిది. ఆమె దేన్ని పరీక్షిస్తోంది?

ఎవరికీ చెప్పకుండా ఆ ఉత్తరాన్ని బీరువా లోపల పెట్టాను. ఆఫీస్ పేపర్ల మధ్య పెడితే ఎవరూ ముట్టుకోరని తెలుసు. ఉత్తరం వచ్చిన కొత్తలో, ఏదో ఒక నిర్ణయం తీసుకోవాలని అప్పుడప్పుడు అనుకునేవాడిని. దాన్ని ముట్టుకుంటే కాల్చివేసే జ్వాలలా అనిపించేది. దాన్ని చుట్టుకుని ఉన్న కుటుంబ రాజకీయాలు, హింస, వికృతమైన మొండితనం కలవరపరిచేవి. ఆమెకు రమణ వల్ల పిల్లలు వుండొచ్చా, వాళ్ళు ఆస్తిలో వాటా అడగటానికి వచ్చే అవకాశాలు కూడా మనసులో కదిలిపోయాయి. చట్టప్రకారం, పత్రాల ప్రకారం రమణకు సూదిమొన అంత భూమి కూడా చెందదు. దాన్ని నాన్న ఎప్పుడో కట్టుదిట్టం చేసుకున్నాడు. ఇంక ఏమున్నా నైతికతకు సంబంధించిన ప్రశ్న. ఆమె ఉత్తరంలో రమణకు చెందిన తోట అన్నదికదా. అమ్మ ఇప్పుడు బతికివుంటే తప్పకుండా ఆమెను పిలిపించి వుండేది. పట్టుబట్టి ఆమెకు తోటను ఇప్పించేది. అతను ఉత్తరంలో రాసింది నెరవేర్చే బాధ్యతను నేను తీసుకోవాలా? నాకు నీలా ఎవరు?

రమణ ఆఖరి ఉత్తరంలోని విషయాన్ని చదివిన రోజున నాన్న 'ఇంటికి అపకారి' అని గొణిగినప్పుడు అంతన్న చెప్పిన మాటలు ఇప్పుడు చెవుల్లో మళ్ళీ ప్రతిధ్వనించాయి. "వాడికే ఇచ్చేవాణ్ణి కాదు, అలాంటప్పుడు వాడి ముండకు... హూ ం..."

చివరికి ఈ ఉత్తరం విషయంలో నేనేమీ చేయలేదు. విజికి కూడా చెప్పలేదు. అంతన్న కూడా మళ్ళీ నన్ను అడగలేదు. గుట్టుగా ఉంటుందనే భరోసా వుంటే

ద్రోహం ఎంత సులభం.

క్రీమ్ కలర్ కవరు తెరిచి లోపలి ఉత్తరాన్ని విప్పినపుడు, ఎవరో దీన్ని ముందుగానే తెరిచి చూశారనే అనుమానం మనస్సులో మెరుపులా మెరిసింది. ఉదయం నుంచీ ఇంట్లో అపరిచితులు వచ్చి వెళ్ళారనే ఆలోచన కూడా ఇలాంటి అనుమానానికి కారణం కావచ్చు. రెండు పుటల ఉత్తరాన్ని అడ్డంగా, పొడవుగా మడతపెట్టినందు వల్ల, అదే వరుసలో తిరిగి మడవకపోతే కవర్‌లో పెట్టడానికి కాస్త తేడా వచ్చే అవకాశముంది. ఈ రోజు ఉత్తరం తెరిచి చేతిలో పట్టుకున్నప్పుడు అలాంటి భావన కలిగింది. అప్పటికే కాగితాన్ని పూర్తిగా విప్పినందున, కచ్చితంగా చెప్పకలేకపోయినా, చాలాసార్లు తెరిచి చదివిన ఉత్తరం, కవరు ఆకారం, స్పర్శలు నా వేళ్ళకూ, కళ్ళకూ ఒగ్గటం వల్ల, ఆ భావనను, అనుభూతిని పూర్తిగా అలక్ష్యం చేయటానికి లేదు. ఉత్తరాన్ని మళ్ళీ అదే క్రమంలో మడవడానికి ప్రయత్నించినపుడు అది దారి మరచినట్లు వ్యవహరించింది.

మా అందరినీ భయంకరమైన సర్పంలా చుట్టుకున్న చెరువు దగ్గరి తోట కాలక్రమేణా తన పట్టును బిగించుకుంటూ వచ్చిందని అనిపించింది. మరుసటి రోజే కాల్చివేసినా, రమణ రాసిన చివరి ఉత్తరం మమ్మల్ని వదలిపోనే లేదు. రమణ చనిపోయివుంటే అమ్మ ఏదో విధంగా కుదుటపడేది. అలాకాకుండా ఉన్నటువంటి వెయ్యి ఇతర అవకాశాలు ఆమెను కలవరపెట్టి, ఆమె నిద్రను లాక్కున్నాయి.

నేను ఫస్ట్ సెమిస్టర్ ఎగ్జామ్ అయిన తర్వాత సెలవులో ఇంటికి వచ్చినప్పుడు, అంతగా బక్కచిక్కిన అమ్మను చూసి ఆందోళన చెందాను. ఎందుకు సరిగ్గా భోజనం చేయడం లేదని ఆక్షేపించటంతో, “మనసుకు గాయమైతే ఎంత తిన్నా ఒంటికి పట్టదు. అంతా దానికే వెళుతుంది” అని అంది. ఆమె అన్యమనస్కత కారణంగా ఆ ఇంటిని సూతకపు ఛాయ కమ్ముకునివుంది. ఉదయాన్నే వంటగదిలోకి దూరి, టిఫిన్ చేసిన తర్వాత మిగిలిన వంట పనిని ముగించి, పెరట్లో గంటన్నర నుండి రెండు గంటలు తిరుగుతూ నాటవలసినవి నాటి, పెరికివేయాల్సినవి పెరికివేసి, ఆ తర్వాత స్నానం చేసి, దేవుడి గదిలోకి వెళ్ళేది. అటు తర్వాతే మా అందరికి భోజనాలు పెట్టేది. భోజనానికి లేపటానికి ముందు వంటగది నుండి మూతల, కంచాల చిన్నచిన్న శబ్దాలు వెలువడేవి. వేపుడు వంటకం ఉన్న రోజున, దాని ఘుమఘుమలు వ్యాపించేవి. నేను సెలవుల్లో వచ్చిన వచ్చిన రెండు రోజుల తర్వాత ఒక సంఘటన జరిగింది. ఆ రోజు సోమవారమని గుర్తుంది. ఆ రోజు

ఎంతసేపటికీ భోజనానికి పిలుపు రాకుండా, లోపల్నుంచి ఏ శబ్దమూ వెలువడకపోవటంతో నేను ఆమెను వెతుక్కుంటూ దేవుడి గదిలోకి వెళ్లాను. అక్కడ చూస్తే, రెండు చేతులు ముందుకు చాపి సాష్టాంగ నమస్కారం చేసిన ఆమె, తలను అక్కడే పక్కకు వాల్చి నేలకు ఒరిగివుంది. లోపలికి వెళ్ళాను. ఆమె చిన్నగా గురక పెడుతోంది. నిద్రపోతోందో, స్పృహ తప్పిందో తెలియక 'అమ్మా' అని పిలుస్తూ తాకాను. ఆమెకు మెలకువ వచ్చింది. ఒక్క క్షణంలో తానెక్కడ వుందో ఆమెకు అర్థం కాలేదు. కొద్ది క్షణాల్లో ఆమె తేరుకుని లేచింది. పట్టపగలు నిద్రపోయినందుకు సంకోచం కలిగివుండాలి. ఏమీ కాలేదన్నట్టు ప్రవర్తించడానికి ప్రయత్నించింది. ఆమె ఇలా నిద్రలోకి జారుకుందంటే, ఆమె ఎంతగా నిద్రలేకుండా గడిపిందో ఊహించాను.

మేమిద్దరం వంటింట్లోకి వస్తుండగా నాన్న ఎదురొచ్చాడు. ఆమె తలలో ఏమి పరుగెత్తుతోందో, అతనిని చూడగానే ఆక్షేపించే స్వరంతో, "అతని తోటను అతనికి ఇచ్చివుంటే ఇంట్లోనే ఉండేవాడు. చెడు సహవాసాలు తప్పేవి. బతికిపోయేవాడు" అంది.

"అతను ఊరికి వచ్చి ఉంటానన్న రోజే ఇస్తానని ఎన్నోసార్లు చెప్పాను. అతను వచ్చాడా?" అని నాన్న తన అసహన స్వరంతో తన పాత వాదనను ముందు పెట్టాడు.

"అతను ఏదైనా చేసుకోనివ్వండి. అతనిది అతనికి ఇవ్వడం న్యాయం"

"రక్తం కార్చి పెంచిన తోటను పాడుచేస్తాడు" నాన్న గొంతు పెరగసాగింది

"అది మీది కాదు. అతనిది అతనిది. దాన్ని పెట్టుకోవడం పాపం" అని అమ్మ అరవసాగింది.

ఇలాంటి మాటలు ఇంతకు ముందు ఇంట్లో జరిగివుండాలని అనిపించింది. బహుశా అమ్మ ఇప్పటి ఉద్దేశం ఇప్పుడు నా ముందు ఆ విషయాలను లేవనెత్తడం కావచ్చు.

"ఈసారి రానీ. వచ్చిన వెంటనే ఇచ్చేస్తాను. ఏమైనా చేసుకుని చావనీ"

"సరిగ్గానే విన్నావుకదా?" అని అమ్మ నన్ను ఉద్దేశించి చెప్పింది. నేను మాట్లాడలేదు.

నాన్న, అంతన్నలు ఎప్పటికీ ఆ తోటను ట్రాన్స్‌ఫర్ చేయరని ఆమెకు ఎందుకు అర్థంకాదో? మా ఆస్తులలోనే అది మకుటప్రాయమైనది. పక్కనే చెరువు ఉండడంతో భూమి అత్యంత సారవంతంగా ఉండేది. ఇరవైఅడుగుల లోతుకు

నేల తవ్వగానే నీళ్ళు చిమ్మిన బావులు రెండు ఉన్నాయి. పోక కానీ, మిరియాలు, యాలకుల ఏదైతేనేం.. వేసిన ప్రతి పంట చేతికందేది. దాన్ని ఇవ్వాలనే ఉద్దేశం ఉంటే అంతన్న అక్కడ ప్రాణాలు పెట్టి శ్రమించేవాడు కాదు.

"అతని ఇష్టప్రకారమే కానివ్వండి. ఆమెకు ఇవ్వండి లేదా పనిమనుషులకు పంచండి. మనకు అది అక్కర్లేదు" అని అమ్మ మొండిపట్టు పట్టింది.

"రేపు అతను వచ్చి అడిగితే చేతికి చిప్ప ఇవ్వనా? ఆహా, ఆమెకు ఇవ్వాలట. ఆమె పేరు కూడా తెలియదు. ఇక పనిమనుషులకి పంచడానికి నాకు పిచ్చి పట్టాలి, అంతే. ఆఁ"

రమణ తిరిగి వస్తాడని నాకు ఎప్పుడూ అనిపించలేదు. అలాంటి వార్త రాకపోయినప్పటికీ పోలీసులు అతన్ని అంతమొందించారని భావించాను. నాన్న, అంతన్నలు మాత్రం అతను తప్పకుండా వస్తాడని అమ్మకు భరోసా ఇచ్చేవారు. ఇంటి బయట అతని పేరు ఎత్తడానికి సాధ్యంలేదు. ఊళ్ళో ఏయే వార్తలు వ్యాపించాయో, అమ్మ పుట్టింటివారి రాకపోకలు పూర్తిగా ఆగిపోయాయి. ఆ రోజు అతని చివరి ఉత్తరాన్ని చదివినప్పుడు, పంపకాల మాటలు అక్కడ చేరిన కొందరి చెవులలోనైనా పడివుండాలి. అది వినగానే అంతన్న విసురుగా వెళ్ళి గురుదాసు చేతిలోంచి ఉత్తరాన్ని లాక్కున్నాడు.

అమ్మ విజి ముందు రమణ తోట విషయం లేవనెత్తకపోయినా, తాను చనిపోయేవరకు దాని దాక్షిణ్యపు ముల్లు మాలో గుచ్చుకునేలా చూసుకుంది. ఆమె తర్వాత ఎవరూ ఆ విషయాన్ని గుర్తుచేయలేదు.

నా చేతిలోని నీలా ఉత్తరం ప్రమాదానికి ఆహ్వానం పలికినట్లు అనిపించింది. ఆ చరిత్రను పూర్తిగా తుడిచివేయాలని, దాన్ని చింపి ముక్కలు చేసి, అదే కవర్‌లో నింపాను. మరుసటి రోజు ఆఫీసు చెత్తబుట్టలో వేయాలని నిర్ణయించుకుని, కవరును నా ఆఫీసు బ్యాగ్‌లో పెట్టాను. ఉత్తరం తీసుకుని చూసినవాళ్ళు దాని చిత్రాన్ని పట్టివుంచితే నేను చింపి వేసింది, దోపిడీ చేసిన తర్వాత తలుపు వేసినట్లయిందికదా అనిపించి బాధ కలిగింది.

కింది అర ఒకదానిలో హస్తకళా నైపుణ్యంతో చెక్కిన చిన్నగంధపు పెట్టె కనిపించింది. అది మా పెళ్లిలో కానుకగా వచ్చింది. బీరువాలోని వస్తువులకు గంధపు వాసన రావాలని లోపల పెట్టాం. రాను రాను సుగంధం మాసినపుడు, అది గంధపు నూనె పూసిన సాదా చెక్కపెట్టె అని తెలిసినా, దాని స్థలం మారలేదు. అందులో మూడు ఓటరు కార్డులు, బ్యాంకు లాకర్ కీ ఉన్నాయి. ఇప్పుడు రెండు

నెలల క్రితం, గత ఎన్నికల సమయంలో ఇంటి లోపల జరిగినదంతా కంటి ముందుకొచ్చింది. అప్పుడు రేఖ మొదటిసారి ఓటు వేసింది.

ఎన్నికలకు పక్షం రోజులు ఉండగా, మా నియోజకవర్గం అభ్యర్థి శంకర్‌రావ్ మహిళల వస్త్రాధారణ గురించి చేసిన వివాదాస్పద ప్రకటన భారతీయ సంస్కృతి తదితర అంశాల నేపథ్యంతో రాత్రి తొమ్మిదికి టీవీల్లో చర్చనీయాంశమైంది. మేము ముగ్గురమూ భోజనం చేస్తూ జరుగుతున్న గొడవను చూస్తున్నాం. రేఖకు విపరీతమైన కోపం వచ్చి శంకర్‌రావ్‌కు వ్యతిరేకంగా సూటుపోటి మాటలతో విరుచుకుపడింది. టీవీలలో రావ్ చెప్పింది పదేపదే చూపించసాగారు. అతనికి కాస్త ఎత్తుపళ్ళు. రేఖ తన కోపాన్ని ఆపుకోలేక 'సుబ్బడి వంకర ముఖం చూడు' అంది. ఇది శంకర్‌రావును అవమానపరిచే 'ఎత్తు పళ్ళ సుబ్బ'కు సంక్షిప్త రూపం.

అక్కడి నుంచి మొదలైన ముగ్గురి మధ్య గొడవలు ఒకదానికొకటి లంకె వేస్తూ ఎక్కడి నుంచి ఎక్కడి వరకూ వెళ్ళాయో గుర్తు చేసుకుంటే ఆశ్చర్యం వేస్తుంది.

ఆ రోజు మొదట్లో మౌనంగా ఉన్న విజి తర్వాత కూతురుకు సహకరించింది. అన్నీ విన్న వాదాలే అని వారి మాటలు వినకుండా మౌనంగా టీవీ చూస్తూ కూర్చున్నాను. నడుమ హఠాత్తుగా రేఖ, "నాన్నా, నువ్వెందుకు ఏమీ చెప్పడం లేదు?" అంది.

"ఏం చెప్పాలి? నా పాటికి నేను కార్యక్రమాలు చూస్తున్నాను"

"నువ్వు ఎందుకు మౌనంగా ఉన్నావో నాకు తెలుసు"

"ఎందుకు?"

"నువ్వు సుబ్బను సపోర్ట్ చేస్తున్నావు, అందుకే"

"సరిగ్గా ఆలోచించు. అతను ఇప్పటికే రెండుసార్లు గెలిచాడు. ఎంతో కొంత మంచి పనులు చేశాడని జనం నమ్ముతున్నారు. అతని మాటల సందర్భం ఏమిటో చూడాలి. అంతే కాకుండా, ఎవరి శారీరక వైకల్యాన్నైనా ఎగతాళి చేయడం నేనైతే అంగీకరించను"

"అంటే? అతను చెప్పినదానికి ఒప్పుకుంటావా?"

"ఇదంతా అంత సరళంగా ఒప్పునేది కాదు. అదీగాక నేను దాన్ని ఒప్పుకుంటే ఈ ఇంట్లో బతకగలనా?"

ఆమె చివరి మాటనే పట్టుకుంది. "అంటే మా వల్ల మద్దతు ఇవ్వటం లేదు. అంతే. నీకు వదిలేస్తే?"

"అయ్యో, అంత సీరియస్‌గా తీసుకోకు. ఎన్నికల సమయంలో ఇదంతా

ఉండేదే"

"మనం ఊరకే ఉండటం వల్లనే ఇలాంటి వాళ్ళంతా ఎన్నుకోబడతారు"

"ఎలా వ్యతిరేకిస్తారు? ఇక్కడ టేబుల్ దగ్గర కూర్చుని?"

రేఖ దిగ్భ్రాంతి చెందింది. కానీ పట్టు వదల్లేదు. "మీకు తెలిసిన నలుగురి దగ్గరైనా దీన్ని ప్రస్తావించవచ్చుకదా! పోనీ, మన బిల్డింగ్‌లో ఉన్న ఇళ్లకు వెళ్లి దీనికి వ్యతిరేకంగా మాట్లాడవచ్చుకదా?"

"అయ్యో చిట్టితల్లీ, రాజకీయ మార్పు ఎవరి అభిప్రాయం వల్లనో జరగదు. ఇది మీకు అర్థంకాదు. నువ్వు ముందుగా బాగా చదువుకుని కాలేజీ పూర్తి చెయ్యి. ఆ తర్వాత ఇవన్నీ చేద్దువుగానీ" గంభీరమైన చర్చ మధ్యలో 'చిట్టితల్లీ' అనటం ఆమెకు ఇష్టం వుండదని తెలిసినా అది నోరుజారి వచ్చింది.

"కాక ఏమిటి? అన్నీ అర్థమవుతాయి" రేఖ మండిపడసాగింది.

"మీ అంటే అందులో ఎవరెవరు ఉన్నారు?" అని విజి వ్యంగ్యంగా అడిగింది. మీకు అర్థంకాదు అనటం సమస్త స్త్రీజాతిని ఉద్దేశించిందని నిరాకరించటానికి చాలా శ్రమపడాల్సి వచ్చింది.

రేఖ రాజకీయ అభిప్రాయం ఆమె హీరో సురేంద్రన్ నుండి వచ్చివుండొచ్చని ఊహించి, అతన్ని చితకబాదడానికి ఇది ఒక అవకాశంగా కనిపించింది. ఇక్కడ రెండు పువ్వులు పెడితే అక్కడ కూడా రెండు పూలు వేయకుండా ఊరకుండకూడదని నిర్ణయించుకున్నాను. నేనే ఓపిక పట్టాను కాబట్టి, ఆ రోజు అదంతా అంతటితో ముగిసింది.

మరుసటి రోజు ఆఫీసులో సహోద్యోగి గుణశేఖర్ లంచ్ టేబుల్ సమావేశంలో తాను ఎందుకు సుబ్బన్న పార్టీకి ఓటువేస్తాడో రసవత్తరంగా సమర్థించుకున్నాడు.

"నాకు ఇద్దరు ఆడపిల్లలు ఉన్నారు. వాళ్ళు వేసుకునే బట్టలు నువ్వు చూడాలి. వాళ్ళు ఇంటి నుంచి బయలుదేరితే వెనుతిరిగేవరకు నాకు ప్రాణంలో ప్రాణం ఉండదు. అలాగని పిల్లలకు చెప్పడం సాధ్యమా? భార్య కూడా వాళ్ళ పక్షమే. అందరూ కలిసి నా మీద విరుచుకుపడతారు. ఇంట్లో కూడా చెప్పటానికి సాధ్యంకాని నా భావాలను ఒక రాజకీయ పార్టీ బహిరంగంగానే చెబుతుందంటే నా ఓటు వాళ్ళకే" అతని కథనం, సంజాయిషిలు ఆ క్షణం మనస్సులో నాటుకునేలా ఉన్నాయి.

దీన్ని వింటున్న వినోద్ "గుణాభాయ్, ఇదే కథ నా వాట్సాప్ గ్రూప్‌కూ

వచ్చింది. ఇంట్లో ఆడపిల్లలు ఉన్నవాళ్ళూ ఇది మీ కథే అని నలుగురికి చెప్పండనే సందేశంతో! వారెవా! ఎంత చక్కగా కథగా చెప్పారు. మీ భక్తికి సాటిలేదు" అని గుణశేఖర్ బెలూన్‌కు సూదితో గుచ్చాడు.

"ఎక్కడి నుంచి వచ్చినా, నా ఆలోచన సరైనదేకదా?" గుణశేఖర్ తనను తాను సమర్థించుకోసాగాడు.

వినోద్ అంత తేలిగ్గా వదిలేవాడు కాదు. "తొడుక్కునే బట్టల వంటి వ్యక్తిగత విషయాలను రాజకీయం చేసి వాతావరణంలో దుర్వాసన నింపకూడదు. కిటికీలు, తలుపులు ఎంత మూసి వేసినా ఇంట్లోకి వాసన రావడం మొదలవుతుంది"

'ఇప్పటి వరకు రకరకాల పార్టీలు వ్యాపింపజేసిన సుగంధం వల్ల అది దృష్టికి రాలేదులే"

గుణశేఖర్ మృదువుగా చెప్పిన తీరుకు అందరూ నవ్వారు. తర్వాత వాదన లేదని వినోద్ మౌనం వహించాడు.

ఈ చర్చ గురించి ఇంట్లో చెప్పాలనే ఉద్దేశ్యం నాకు లేదు. అయితే అదే రోజు నగరంలో ఓ దుండగుడు పట్టపగలు ఓ అమ్మాయిని నడివీధిలో వేధించి, ప్రజల చేతికి చిక్కి దెబ్బలు తిన్నాడు. కారణం అడిగితే ఆమె వేసుకున్న దుస్తుల వల్ల తాను ఉత్తేజితుడయ్యానని అతడు చెప్పాడు. జాతీయ ప్రాముఖ్యత కలిగిన విషయం దొరకని టీవీ చానెల్ వాళ్ళ చర్చ ఈ సంఘటన చుట్టూ తిరగసాగింది. దాన్ని చూస్తుండగా గుణశేఖర్ గుర్తుకొచ్చి మధ్యాహ్నం లంచ్ టేబుల్ దగ్గర జరిగిన విషయం గుర్తొచ్చి, డొంకతిరుగుడుగా, కొంచెం పిసికి, మెత్తగా చేసి చెప్పాను.

అతను చెబుతున్నట్లుగానే, ఇంకా ఆరకుండా ఉన్న వెనుకటి రోజు నిప్పుకణికలకు గాలి విసిరాడని తెలిసింది. వెనుకటికొకసారి గుణశేఖర్ కుటుంబంతో సహా ఇంటికి వచ్చినందువల్ల తను పరిచితుడే. విజి, రేఖలు అతన్ని మాటలతో వేయించారు. సావకాశంగా ఎంచుకున్న పదాలతో స్త్రీలను అణగద్రొక్కే మనస్థితి గురించి, చాపకింద నీరులాసాగే పురుషాధిక్యత మొదలైన రసవంతమైన విషయాల చేర్పు ఉండేది. ఇలాంటి నీచులకు నా సమ్మతి ఉండవచ్చనే ధ్వని కూడా అందులో ఉంది. విజి తన కజిన్ అనఘ కథను ఇందులో కలిపి చర్చ రూపాన్ని పూర్తిగా మార్చివేసింది.

అనఘ భర్త వ్యాపారం ఇప్పుడు బాగానే సాగుతున్నదట. చేతిలో నాలుగు రాళ్ళు ఆడుతున్నట్టే, ఆ జీతం నేనే ఇస్తాను, టీచర్ ఉద్యోగం వదిలేయమంటూ రోజూ గొడవ అంట. చీరలు తప్ప ఇతర బట్టలు ధరించకూడదట. అతను

రాజకీయాల విషయం ప్రస్తావిస్తే వాంతికి వస్తుంది. ఎలాంటి నీచమైన మాటలు మాట్లాడతాడో తెలుసా అంది. తనకు అన్నీ తెలుసని అనుకుంటున్నాడు. ఒకసారి వ్యతిరేకంగా వాదించినందుకు కోపంతో అతడి ఫోన్‌లోఉన్న ఓ పొడవాటి మెసేజ్‌ని చూపించి, దాన్ని ఆమెకు ఫార్వార్డ్ చేసి, ఆమె ఫోన్ లాక్కుని అక్కడున్న నంబర్లన్నింటికీ పంపాడట. పిచ్చి పట్టించే మెసేజ్. నేను చాలా అవమానానికి గురయ్యాను. అతనితో పడుకోవడమంటే చాలా అసహ్యం కలుగుతోంది. అతని చేయి తగిలినా నాకు వాంతికొస్తుంది. ఏమి చేయాలి? నా జీవితం ఇలా అయిపోయింది అని ఏడ్చింది"

"ఆమె భర్త ఆనంద్ కదా? ఎర్రబైక్‌పై వచ్చేవాడు, అమ్మా, అతను ఇలా అయ్యాడా?"

"సాధ్యంకాదు, అలాంటి వాళ్ళు ఉండేదే అలా. ముందే గుర్తించి వుండాల్సింది"

"ఎలా గుర్తించాలి?"

"అప్పుడప్పుడు పొంగే దేశభక్తిని నియంత్రించడానికి రొమ్ము విరుచుకుని ఊపిరి పీల్చుకుంటారు"

"వాళ్ళు ఎప్పుడూ కొత్త శత్రువుల కోసం వెతుకుతూ ఉంటారు"

"బుగ్గలు ఉబ్బించి శంఖం తప్పకుండా ఊదుతారు"

"ఇంతలోనే అర్థం కాకపోతే వారి మాటలను జాగ్రత్తగా ఆలకించాలి"
తల్లీకూతుళ్ళు కలిసి అలాంటి పదాలను జాబితా చేయసాగారు.

"తల్లిదండ్రులు ఒప్పుకుంటే నాకు అభ్యంతరం లేదు"

"ముందు నువ్వు సరిగ్గా ఉండాలి. అటు తర్వాత మగవాళ్ళను నిందించడం కాదు"

"ఎక్కడ ఉండాలో అక్కడే ఉండాలి"

ఒక్కసారిగా రేఖ సీరియస్‌గా చెప్పింది- "అమ్మా, అనఘ అతన్ని వదిలేయాలి"

"పిల్లలు ఉన్నారుకదా"

"ఉంటే?"

"పిల్లలు స్త్రీ మెడకు చుట్టుకున్న జారుముళ్ళు. భర్తను వదిలేసి దూకితే ముడి బిగుసుకుపోతుంది"

ఇద్దరి మాటలు అక్కడికే ఆగాయి.

వాళ్ళిద్దరూ ఎంత సంయమనం పాటించినా లోపలి అగ్నిపర్వతపు వేడిమి మెల్లగా వ్యాపించసాగింది. నేను అస్త్ర సన్యాసం ప్రకటించి, ఎలాంటి ప్రేరణకూ నోరు జారకుండా టీవీ తెరమీద చూపులు నాటి మౌనంగా కూర్చున్నాను.

చేతిలోని రిమోట్ చేత చానెల్స్ మార్చుతుండగా అందులో ఒకదానిలో చర్చ అనే పేరిట మహిళల దుస్తులు, భద్రత, సంస్కృతి, అత్యాచార ఘటనల చుట్టూ వాదవివాదాలు జరిగాయి. సాధారణంగా ఈ ఛానల్ పొరబాటున ఆన్ అయినా క్షణం కంటే ఎక్కువసేపు దీన్ని మేము చూడలేదు. ఎప్పటిలాగే ఈరోజు కూడా వివిధ పార్టీలు, సంఘాల వక్తలు నియంత్రణ లేకుండా నోటికి వచ్చింది వాగుతున్నారు. అక్కడవున్న వ్యతిరేక అభిప్రాయాలు కలిగిన వ్యక్తులను అగ్నికి ఆజ్యం పోయడానికి మాత్రమే ఉపయోగించుకుంటున్నారు. నేను అదే ఛానెల్ చూడసాగాను.

రెండు నిమిషాల్లోనే ఛానల్‌లోని మురికి హాలును నింపింది. అలాంటి మాటలను ఎప్పుడూ ఉచ్చరించని ఇంటి లోపల దాని ప్రవాహమే ప్రవహించసాగింది. నిరంతరం మోగసాగిన చెడు వల్ల తల్లీ కూతుళ్లిద్దరూ విసిగిపోయారు. టీవీ శూరులను తమ మీదికి ఎగదోసి నేను తమాషా చూస్తున్నానని వారికి అనిపించిందో ఏమో. తెరపై దృష్టిపెట్టి కూర్చున్న నా ఏకాగ్రత నటన వల్ల మరింతగా రెచ్చిపోయారు.

"ఎందుకు ఆ దరిద్రుల మాటలు వింటారు?"

"ఇరువైపు వాదనలు తెలుసుకుని ఉండాలికదా"

"ఒకసారి వింటే అర్థంకాదా? చుట్టూ తిప్పి దాన్నే కక్కుతున్నారు. అంతే"

"ఇంత అసహనం మంచిది కాదు. వాళ్ళ మాటలు వినడంలో తప్పేముంది? ఇంకొక కోణం కూడా తెలిసివుండాలి"

"ఎన్నడూ లేనిది ఈ రోజే! రాత్రంతా వింటూ కూర్చో. నాకైతే ఇంకో క్షణం కూడా సాధ్యం కాదు" విజి బెడ్‌రూమ్‌కు వెళ్ళింది. ఆమె వెనుకే రేఖ వెళ్ళింది. తివారీ అన్నాడు: "నీకు నువ్వే స్నేహితుడివి. మొదట నిన్ను నువ్వు ప్రేమించు. మిగిలినది పంచు"

నేను లొంగలేదు. చర్చ పూర్తయ్యేవరకూ టీవీ చూసి, పడుకోడానికి వెళ్ళాను. విజి దీపం ఆర్పి అటు తిరిగి పడుకుంది. నేను మంచం ఎక్కగానే, ఆమె "వాళ్ళు పియ్య తింటారని తెలుసుకదా? ఎంత తింటారో చూడాలా?"

"చిన్న విషయాన్ని ఇద్దరూ కలిసి ఎంత పెద్దగా చేశారు"

"చిన్న విషయం!"

ఆమె మాటల్లోని జుగుప్స వల్ల ఉత్తేజం పొందాను. పైచేయి సాధించిన వికృత ఆనందమది. పట్టుబట్టి టీవీ చూడటం, అవినీతిలో చిక్కుకున్నప్పటికీ మొండితనంతో కైవసం చేసుకున్న విజయంలా ఉంది. వాగ్వాదంలోని మరో ముఖం చూడటంలో ఏ తప్పు వెతకడం సాధ్యం? వారి కర్రతోనే వాళ్ళనే కొట్టాను. మాటల ద్వంద్వ యుద్ధం నడుమ "నువ్వు ఎందుకు నవ్వుతున్నావు?" అని కోప్పడిందికదా. మీదేమున్నా కేవలం మాటలు, బయటి వాస్తవం వేరే ఉందనే భావన నా ముఖం మీద ఏర్పడి, అప్రయత్నంగా చిరునవ్వు ఏర్పడివుండాలి. అలాంటి చిరునవ్వు నవ్వడానికి అవసరమైన దుష్టత్వం మరొక వైపు నుండి వచ్చివుండాలి. లేకపోతే పియూసి క్లాస్‌మేట్ సూసన్ విషయాన్ని ఈ సందర్భంలో ప్రస్తావించేవాడిని కాదు. గోవా నుంచి వచ్చిన ఆమె మొత్తం కాలేజిలో స్కర్ట్ ధరించి వస్తున్న ఏకైక అమ్మాయి. ఏ అమ్మాయినీ తలెత్తి చూసే ధైర్యం లేని మా క్లాసులోని అబ్బాయిలు ఆమెను పలకరించడానికి వెనుకాడేవారుకాదు. ఇది విని, జుగుప్సతో, "ఆమె స్కర్ట్ వేసుకుంటే, చులకన అంటాడా ? థూ..." అని ఇద్దరూ దాడికి సిద్ధమైనప్పుడు కూడా నా ముఖం మీద నవ్వు ఉండి వుండొచ్చు. రింగ్ మాస్టర్ పులిని సన్నటి కర్రతో పదే పదే పొడిచి, రెచ్చగొట్టి, గర్జనను నిర్లక్ష్యం చేస్తూ, పట్టించుకోకుండా, దానిపై తన పట్టును ప్రదర్శించే దృశ్యం గుర్తుకు వచ్చింది. అదే విషయాన్ని ఆలోచిస్తూ చాలాసేపు నిద్రపట్టలేదు.

తర్వాత కొన్ని రోజులు విచిత్రమైన ఒత్తిడిలో గడిచిపోయాయి. పరోక్షమైన మాటల్లో, స్వగతాలలో, వ్యతిరేక అభిప్రాయాలు వ్యక్తపరిచే హక్కు ముసుగులో పోరాటం కొనసాగింది. ఒక సాయంత్రం రేఖ, "ఏ కారణంగానూ సుబ్బాకు ఓటు వేయకూడదు" అని ఆదేశించింది.

"అలాగే, నువ్వు ఎలా చెప్తావో అలాగే చేస్తాం" నా విధేయత పిల్లలతో కుస్తీ పడుతున్నప్పుడు కృత్రిమ దుర్బలత్వంలా ఉండేది. నేను ఆమెను సీరియస్‌గా తీసుకోలేదని మూతి విరిచింది. రెట్టించి అడిగినపుడు, కాలేజీలో డ్రెస్ కోడ్ గురించి వ్యాపించిన వదంతులు బయటికొచ్చాయి. వచ్చే నెలనుంచి దాన్ని అమలు చేయనున్నారనే ఊహాగానాలు విద్యార్థినులను రెచ్చగొట్టాయి. 'కాలేజీ పాలక మండలిలో సుబ్బా మద్దతుదారులు ఉన్నారట. వాళ్ళ టార్గెట్ ఎవరో మాకు తెలుసు. అలా ఏమైనా అమలు చేస్తే మేమెవరమూ ఊరుకోము. ఇలాంటివన్నింటినీ

మొగ్గలోనే తుంచివేయాలంటే ఎన్నికలను మించిన సమయం లేదు” అంది.

ఎన్నికలకూ, డ్రెస్‌కోడ్‌కూ ఉన్న సంబంధాన్ని సురేంద్రన్ సూచించి ఉండొచ్చని నా అనుమానం. వ్యవస్థ అదృశ్యతీగలు ఎలా వ్యాపించి ఉంటాయో, ఏ నిప్పురవ్వ దేన్ని రగిలిస్తుందో తెలుసుకోవడం ఆమెకు సాధ్యమని నాకు అనిపించలేదు. ఇది అతని పనే. తన ఓటు అన్నిటినీ నిర్ణయిస్తుందన్నట్టు అమాయకంగా చూసే రేఖకు, మిగతా వాదనలన్నీ సినిసిజంగా కనిపిస్తాయని మౌనం వహించాను.

ఓటింగ్ రోజు ఇంటివాళ్ళమంతా కలిసి బయలుదేరాం. మా బూత్ ఉన్న స్కూల్ ఇంటి నుంచి పదినిమిషాల నడక దారి. వెళ్ళగానే రేఖ “నాన్నా తెలుసుకదా” అని హెచ్చరించింది.

నవ్వుతూ అడిగాను. “నీ ఓటు ఎవరికి?”

“ఎవ్వరికి వేయనో చెప్పాను. ఎవరికి వేస్తానో అది సీక్రెట్”

“ఇతను ఒకవేళ సుబ్బాకు ఓటు వేస్తే ఇతణ్ణి వదిలివేస్తాడా? నువ్వు ఏమంటావు?” –అలా అంటున్నప్పుడు విజి మద్దతుకన్నట్టు కూతురి ముఖం చూసింది.

“నేనూ నీతోపాటు వస్తాను. ద్రోహులతో కలిసి ఒకే ఇంట్లో ఎలా వుండడం? ముడే ఊడి వస్తే ఉరి బిగుసుకోదు”

“నిజంగానే అనఘను చూస్తే పాపం అనిపిస్తుంది”

‘కుటుంబాలను కాపాడాలనే ఓటును రహస్యంగా పెడతారు” అని నేను అన్నందుకు ఇద్దరూ చిన్నగా నవ్వారు. తేలికగా అన్నప్పటికీ ఒక్కొక్క ఓటుకూ ఏమేమో చుట్టుకున్నాయని అనిపించింది. ప్రతి ఓటు మడత విప్పి చూస్తే ఒక్కొక్కదాని నుంచి ఎలాంటి కథలు బయటికి వస్తాయో. భార్యతో పడుకోవడానికి కావలసిన నైతిక నిశ్చింత, అసహ్యించుకునే భర్తకు ఒళ్ళు అప్పగించాల్సిన అనివార్యమైన సంకటమూ అణిగివుండొచ్చు. కోపం, సమ్మతి, భక్తి, ద్రోహం, వ్యతిరేకతలు ఉండొచ్చు. సారాయికీ, డబ్బుకూ వేసిన ఓటుకు ఎలాంటి నిరాశలు, నిస్సహాయతలు అంటుకుని ఉంటాయో. కంటికి కనిపించని ఏ లోపలి విషయానికి అది మాటో. పైచూపుకు కనిపించేటంతటి సరళమైనది కాదది. అది నిజం. మొదట్లో ఇలా లేదు. ఇదంతా జరిగింది ఇప్పుడు. ఈ నడుమ.

బూత్ ఉన్న స్కూల్ చేరుకుని, ఆవరణలో ముగ్గురమూ క్యూలో నిల్చున్నాం. పెద్ద పోస్టర్‌లో అభ్యర్థుల పేర్లు, గుర్తులు ఉన్నాయి. రెండో పేరు శంకర్‌రావ్.

మొదట రేఖ లోనికి వెళ్ళింది. తర్వాత విజి. చివరగా నేను వెళ్ళేసరికి ముగ్గురమూ ఆ పెద్దగదిలో ఓటింగ్ వివిధ దశల్లో ఉన్నాం. చుట్టూ కార్డ్‌బోర్డ్‌లతో మరుగుపరిచిన మెషిన్ దగ్గరికి వెళ్లి రేఖ ఓటు వేయటం గమనించాను. ఆమె పైభాగం తప్ప మరేమీ కనిపించలేదు. తర్వాత విజి. ఆమె బయటకు వచ్చిన తర్వాత నా వంతు వచ్చింది.

చేతి వేలికి ఇంకు పెట్టించుకుని అట్టలతో చేసిన పార్టిషన్ లోపలికి వెళ్ళి ఒక్కణ్ణే నిల్చున్నప్పుడు ఒక్క క్షణం విచలితుడయ్యాను. నాకు తప్ప ఇంకెవరికీ నేను చేసింది తెలియదనే అవగాహనతో భయం వేసింది. ఆ స్వాతంత్ర్యపు ప్రజ్ఞ వల్ల నా చేయి తడబడింది. గుండె వణికింది. పై నుండి క్రింది వరకూ యంత్రం ముఖం మీద వరుసగా పేర్లు, గుర్తులు.

నేను మౌనంగా నిలబడి వుండటం గమనించిన ఒక అధికారి 'సార్' అని హెచ్చరించాడు.

"ఏదైనా సమస్యనా?" అని అడిగాడు.

లేదన్నట్టు తలూపి బటన్ నొక్కేశాను.

మళ్ళీ దాని గురించి ఆలోచించకుండా చెమటలు పట్టిన ముఖంతో బయటకు నడిచాను. నా కలవరపాటు ముఖాన్ని ఇంటివాళ్ళు చూస్తారేమోనని ఒక్క క్షణం నిలుచొని కుదుటపడ్డాను. విజి, రేఖలు స్కూల్ గేటు దగ్గర నాకోసం ఎదురు చూస్తున్నారు.

వారం తర్వాత ఓట్ల లెక్కింపు జరిగింది. సుబ్బు గెలిచారు. టీవీ ముందు కూర్చున్న రేఖ, "హల్కా, అతనికి ఓటు వేసినవాళ్ళు అతనికన్నా హల్కాలు" అని మండిపడుతోంది. పైగా ఆమెకు విజి అండ ఉంది. రేఖ వాడిపోయిన ముఖం చూసి పాపం అనిపించింది.

"అమ్మా, సుబ్బుకు ఓటు వేసిన ఇన్ని లక్షల మందిలో, సగమంది పురుషులు. పెళ్ళయినవాళ్ళు నాలుగో వంతు. వారి భార్యల పరిస్థితి ఏమిటి?"

"అనఘ భర్తలా అంతా విప్పి పెట్టడం ఒక విధం. ఏమేమి భరిస్తూ వున్నామో అదైనా తెలుస్తుంది. గుట్టుగా పేడ (లంచం) తినే ద్రోహులు మరింత అసహ్యం. నోరు వాసన కొడుతున్నా, తినలేదని సిగ్గులేకుండా అబద్ధాలు చెప్పి సాధిస్తారు"

ఇప్పుడు, ఓటర్ కార్డులను మళ్ళీ గంధపు పెట్టెలో పెట్టి, పెట్టెను మంచం మీదకి విసిరినపుడు 'పేడకూడా యాంటిసెప్టిక్' అని ఒక మంత్రి అనడం గుర్తుకొచ్చి వచ్చిన వికారమైన నవ్వును ఆపుకున్నాను. అదే సమయంలో ఈ

మధ్యన విజయ ప్రవర్తన గబుక్కున ఒక్క క్షణం మెరుపులా మెరిసింది. ఆ మెరుపు వెలుగులో చూసిన సంఘటనల పరంపరలో బస్సులో చేతిని లాక్కోవడమూ ఉంది. నేను చేతిని బలవంతంగా పట్టుకునివుంటే? పట్టుకోవాల్సింది. అపరిచితుడి చేయి తాకితే బస్సులో గొడవ చేయొచ్చు. ప్రజలు అతణ్ణి చితకబాదవచ్చు. అయితే భర్త చేయి పట్టుకుంటే?

నాపైకి దూసుకువస్తున్న జ్ఞాపకాలతో దిక్కుతోచక, మంచం మీది వస్తువులను అక్కడక్కడే పక్కకు తోసి, కాస్త నడుము వాల్చటానికి చోటు చేసుకోసాగాను. మంచం మీద వెల్లికిలా ఒరగగానే వీపు కండరాలు సడలి హాయిగా అనిపించినపుడు ఎంత అలసిపోయానో తెలిసింది. పక్కకూ, తొడకూ ఒత్తుకునే వస్తువులను పట్టించుకోకుండా, అక్కడే కాలు చాపాను. ఇంటి కప్పును చూస్తున్నప్పుడు, మనిషి మొత్తం జీవితాన్ని రెండు గంటల సినిమాలో చూపించినట్లు బీరువాను చక్కగా అమర్చే క్రియ ద్వారా నా జీవితాన్ని చూపించవచ్చని అనిపించింది. ఫ్లాష్‌బ్యాక్ స్విచ్‌ను ఒత్తడానికి కావలసినవన్నీ ఉన్నాయి. డిగ్రీ సర్టిఫికేట్, తాళి, తల్లీదండ్రుల ఫోటో, నీల ఉత్తరం, ఓటర్ కార్డులు. కథనాన్ని పుష్టీకరించే ముఖ్యమైన దృశ్యాలలో మొదటిది మాంగల్య భాగ్యం. తర్వాత రేఖను వెతుక్కుంటూ వెళ్ళడం. తర్వాత ఓటింగ్. ఇంటర్వెల్‌కు ముందు ఉత్తేజాన్ని కలిగించేదాన్ని ఏది చూపించవచ్చు? రమణను ఎక్కడ కూర్చోబెట్టాలి? దైనందిన జీవితంలో నిశ్శబ్దంగా తిరుగుతున్న, నిత్యకర్మల పక్కనే అదృశ్యంగా సదా హాజరైన విషాదపు సంకేతాలను పట్టుకోవాలి. దాన్ని సరిగ్గా గ్రహించలేని నిస్సహాయతనూ. అంకుల్స్ క్రూరత్వానికి తగిన పాత్ర ఉండాలి. ప్రేమపిపాసి అయిన పిచ్చి కుర్రవాడి అవసరం ఉందా? అజ్ఞాత భయాన్ని నాటి, మనల్ని విభజించి గోదాలోకి దింపిన రాజకీయాన్ని ఎలా చిత్రించడం? ప్రతి ఒక్కటి అర్థమవుతుందని నమ్మినవారి కోసం రేఖ మాయమై ఎక్కడికి పోయిందో పరిష్కరించాలికదా. అనూహ్యమైన అవకాశం ఒక ఉత్తేజకరమైన మలుపును ఇవ్వగలదు. నీలా ఉత్తరం రేఖ చేతికి చిక్కి ఆమె నీలాను వెతుక్కుంటూ వెళ్ళివుంటే? మొదట్లో ఇది అసాధ్యమైన విషయంగా అనిపించినా, కానీ సంఘటనలను ఊహిస్తూ పోయినట్టల్లా ఇది సంభవమేనని అనిపించింది. రేఖ తన జీవితాన్ని ఎక్స్‌ట్రార్డినరిగా మార్చుకోవడానికి వెళ్ళిందా? దీనికి సురేష్ మద్దతు ఉండొచ్చు. అతని వార్తాపత్రికకు ఇదే సంచలన వార్త. నిన్న మధ్యాహ్నం తల్లీ కూతుళ్ళు గదిలో మాట్లాడుకుంటున్న మాటల మర్మమేమిటి? విజికి ఏమేమి తెలుసు? రేఖ రమణనే వెతుక్కుంటూ వెళ్లివుంటే?...

లేదా... లేదా... నా ఊహ మరింత అసాధారణమైన దారిని పట్టింది. రేఖ సురేష్‌కు నీలా ఉత్తరం గురించి చెప్పివుంటే? ఆ మోసగాడు నీలాను కూడా సృష్టించవచ్చు. ఈ నకిలీ నీలా సత్యాన్ని రుజువు చేయడానికి ఏ దారికూడా లేదని అతనికి తెలుసు. ఎవరూ ఆమెను చూడలేదు. పత్రికలు, సంప్రదింపుల బలంతో దేన్నయినా నిజం చేయవచ్చు. సాహసం, తిరుగుబాటుకు తహతహలాడే, న్యాయాన్యాయాల విషమెక్కిన మా ఇంటి పిచ్చిది ఆ నకిలీ మనిషిని తీసుకొచ్చి తోటను ధారపోస్తే? నాలుగు ఎకరాల సారవంతమైన తోట ప్రాముఖ్యత సురేష్‌కి బాగా తెలిసివుంటుంది. అలాగే పిత్రార్జితంగా వచ్చిన ఆస్తిని నిభాయించడంలోని లోగుట్టులు కూడా.

ఒరిగిన చోటే నెమ్మదిగా కళ్లు లాగడం ప్రారంభించాయి.

మెలకువ వచ్చినపుడు ఎంతసేపు నిద్రపోయానో తెలియలేదు. వరుసగా రెండు రాత్రులు బస్సులో సరిగ్గా నిద్రలేదు. మధ్యాహ్నం భోజనం చేయకపోయినప్పటికీ, ఆకలిని నిద్ర జయించింది. ఇంట్లోని నిశ్శబ్దంవల్ల విజి, రేఖలు ఇంకా తిరిగి రాలేదని అర్థమైంది. గదిలో వెలుతురు క్షీణించింది. సినిమాలోని దృశ్యాల గురించి ఆలోచించటం గుర్తొచ్చి, ఇన్ని వస్తువుల మధ్య ఒళ్ళు చాపి పడుకోవటాన్ని టాప్ షాట్‌గా చూపించవచ్చని అనిపించింది. పైనుంచి గబుక్కున చూస్తే అది రమణ రాసిన లేఖలా కనిపించవచ్చు. ఒక మంచం దీర్ఘచతురస్రాకారపు కాగితపు పుటలా, దానిమీద చెల్లాచెదురుగా ఉన్నవన్నీ, నాతో కలిపి, అర్థప్రాప్తి కోసం ఎదురుచూస్తున్న కాకికాళ్ళ, పిచ్చుకకాళ్ళ అక్షరాల్లా ఉన్నాయి.

తలుపు కొట్టిన చప్పుడు.

ఇంతకుముందే ఒకసారి ఇలాగే చప్పుడై మెలకువ వచ్చిందని స్ఫురించింది. వచ్చినవాళ్ళు పోలీసులైతే పోగొట్టుకున్న వస్తువుల జాబితా అడుగుతారు. మనసులో రూపొందిన ఏ సంజాయిషీలూ సమంజసంగా కనిపించలేదు.

ఏమీ పోలేదు.

ఏం పోయిందో తెలియటం లేదు.

ఇంకా వెతుకుతూ ఉన్నాం. ఏదైనా తెలిస్తే నేనే స్టేషన్‌కి వస్తాను.

నా ప్రకటన వల్ల వారి ముఖం మీద ఏర్పడగలిగే గందరగోళాన్ని, అపనమ్మకాన్ని ఊహించుకుని, అది మునుముందు ఎలాంటి పరిస్థితిని సృష్టిస్తుందోనని విచారించాను.

వచ్చినవాళ్లు పోలీసులు కాకుండా ఆ రోజు వచ్చిన అంకుల్స్ అయివుంటే?

లేదా పోలీసులు రావడానికి కారణం మరేదైనా అయివుంటే? లేదా వీళ్ళెవరూ కాకుండా కొత్తవారై ఉంటే?

లేచి గదిలో లైట్ వేశాను.

మళ్ళీ తలుపు కొట్టిన శబ్దం. వాళ్ళ అసహనాన్ని తిట్టుకుంటూ నేను తలుపు వైపు వెళ్లాను.

❖